అద్భుత సమీకరణం

అద్భుత సమీకరణం

హాల్ ఎల్రాడ్

తెలుగు అనువాదం: గర్నెపూడి రాధాకృష్ణమూర్తి

MANJUL
మంజుల్ పబ్లిషింగ్ హౌస్

First published in India by

MANJUL

Manjul Publishing House

Corporate and Editorial Office

•2nd Floor, Usha Preet Complex, 42 Malviya Nagar, Bhopal 462 003 – India

Sales and Marketing Office

•C-16, Sector 3, Noida, Uttar Pradesh 201301 – India

Website: www.manjulindia.com

Distribution Centres

Ahmedabad, Bengaluru, Kochi, Kolkata, Chennai,
Hyderabad, Mumbai, New Delhi, Pune

Telugu translation of *The Miracle Equation* by *Hal Elrod*

This Telugu edition first published in 2025

ISBN 978-93-5543-569-9

Translated by: GRK Murthy

Printed and bound in India by Repro India Ltd.

నా హృదయం ఎవరికి అంకితమై ఉన్నదో, నా ప్రపంచమంతా ఎవరి చుట్టూ
తిరుగుతూ ఉంటుందో, వారికి, నా కుటుంబానికి, ఈ పుస్తకం అంకితం.

నా జీవిత భాగస్వామి ఉర్సులా: నేను చేసే ప్రతి ఒక్క పనీ (ఈ పుస్తకం కూడా)
నీ ప్రేమ, నీ తోడ్పాటుతోనే సాధ్యం అవుతాయి. నేను నిన్ను ఆరాధిస్తాను.

సోఫీ, హోల్స్టేన్, మీరు నా అభిమాన అద్భుతాలు. సాధ్యమైనంతవరకూ
మీ ఇద్దరికీ ఉత్తముడైన తండ్రిగా ఉండటమే నా జీవిత ధ్యేయం.

మీ అందరి పట్ల నా ప్రేమ వ్యక్తపరచటానికి చెప్పటానికి
నాకు మాటలు చాలవు.

విషయ సూచిక

పరిచయం 9

1. అద్భుతాలలో మాయ తీసివేయండి 19
2. అసాధ్యం నుంచి అసంభవానికి...అసంభవం నుంచి అనివార్యానికి 37
3. స్వాభావిక మానవ సంఘర్షణ 59
4. ఉద్వేగాలకు అతీతులు 85
5. సాధ్యతకు రూపాంతరం 111
6. మీ పరమధ్యేయం 129
7. మీ మొదటి నిర్ణయం: అచంచల విశ్వాసం 159
8. మీ రెండవ నిర్ణయం: అసాధారణ కృషి 183
9. అద్భుతాలు కొనసాగించండి 207
10. అద్భుత సమీకరణం30 – రోజుల సవాలు 229

ముగింపు 243

వందనాలు 249

పరిచయం

మనం మొదలుపెట్టే ముందు

క్రితంసారి వ్రాసిన పుస్తకం అద్భుత ప్రభాతం (The Miracle Morning)) గజిబిజి చేశాను.

ప్రత్యేకంగా ఒక్కొక్క ఉదయమూ కృషిచేసి ఒక మిలియన్ జీవితాలు మార్చటం నా లక్ష్యం. ఆ లక్ష్యం నేను చాలా సీరియస్ గా చేపట్టాను. ఆ లక్ష్యానికి గతిశీలత కలగటానికి పద్దెనిమిది నెలల నిరంతర ప్రచారము చేశాము. ఆ లక్ష్యం చేరటానికి ఐదు సంవత్సరాలకంటే ఎక్కువ సమయం పట్టింది. ఎలాగైతేనేం మొత్తానికి ఆ పుస్తకం మిలియన్ మించిన పాఠకుల చేతులు చేరుకున్నది. ఆ లక్ష్యం చేరుకునే ప్రయత్నంలో నన్ను నూటికి పైగా పాడ్ కాస్ట్ లలో ఇంటర్ వ్యూ చేశారు. ఒక డజనుకు పైగా టెలివిజన్ ఇంటర్వ్యూలు చేశాను. నా ప్రసంగాల కార్యక్రమం ఊపిరి సలపకుండా కొనసాగింది. తమను తాము బాగుచేసుకో దలచినవారికి అతి ప్రభావశాలి అయిన దైనిక కార్యక్రమంతో దారి చూపాను. ఈ విషయంలో ముఖాముఖి సంప్రదింపులు జరపటానికి అనువుగా ఫేస్ బుక్ లో ఒక సమాజం సృష్టించాను.

బయటినుంచి చూస్తే, నేను నా లక్ష్యం సాధించినట్లే కనబడింది. మిలియన్ కు పైగా ఆ పుస్తకం చదివినవారూ, మిరకిల్ మార్నింగ్ కమ్యూనిటీలో సభ్యులుగా ఫేస్ బుక్ లో చేరినవారూ, లేదా అందులో చేరినవారు ఎవరైనా మిమ్మల్ని ప్రభావితం చేసి ఉంటే, ఒక పుస్తకము, ఒక సందేశము ఒక మిలియన్ జనాన్ని చేరినంత మాత్రాన, సహాయపడినట్లు కనబడినంత మాత్రాన, అది ఒక దిగ్విజయం ఎలా అవుతుంది అని బుర్ర గోక్కుంటూ ఉండవచ్చు. నాకు తెలుసు. ఈ దృక్పథం సమ్మతించటానికి నాకూ కొంత వ్యవధి అవసరమైంది. కాని ఏ విధంగా చూసినా, నేను నా లక్ష్యం సాధించాను.

అద్భుత ప్రభాతం ప్రస్తుతం సుమారు నూరు దేశాలలో లక్షలాది మంది అభ్యాసం చేస్తున్నారు. నాకు రోజూ చాలామంది దగ్గరినుంచి సందేశాలు వస్తూ ఉంటాయి. అందులో అద్భుత ఆరోగ్య ప్రాప్తి (కాన్సర్ నుంచి బయటపడ్డ వారినుంచి, ప్రమాదాల పాలైనవారి వరకూ), చాలా పౌండ్ల బరువు తగ్గుదల, కొత్తపుస్తకాల రచన, కొత్త వ్యాపారాల ఆరంభం ఇలా ఎన్నెన్నో అద్భుతాలు. జనం ఉన్నచోటినుంచి కదిలారు, ప్రయాణాలు

చేశారు, ప్రేమ సంపాదించారు. మామూలుగా చెప్పాలంటే అద్భుత ప్రభాతం చాలామందికి – వారి ప్రత్యేక ప్రతిభా పాటవాలు గుర్తించటంలో, వాటిని ప్రయోగించటంలో – సహాయపడింది. దానితో ఈ ప్రపంచం మెరుగుపడింది.

ఈ విజయాలన్నీ తెలిసి నా గుండె కృతజ్ఞతాభావంతో నిండిపోతుంది.

ఆ పుస్తకం 2012లో ప్రచురణ అయింది. అప్పటినుంచీ నా మనసును ఏదో పట్టి లాగుతున్నది. వ్యక్తిత్వ వికాస అభ్యాసాలు క్రమం తప్పకుండా ప్రతిరోజూ చేస్తూ ఉంటే, జీవితంలో మీరు కోరింది సాధించటానికి తగిన అంతరంగ లక్షణాలు, గుణగణాలు అభివృద్ధి చెందుతాయి. సందేహం లేదు. కాని అక్కడ కార్యసిద్ధి, జయవిజయాలు జరగవు. అంటే అది సగం సమీకరణమే నన్నమాట. మీరు ప్రతిరోజూ ధ్యానం చేయవచ్చు. వ్యక్తిత్వ వికాస పుస్తకాలు చదవవచ్చు. అన్ని విషయాలూ వ్రాసిపెట్టుకుని స్పష్టత సాధించవచ్చు. చాలా తెలిసినవారు, సాహసవంతులూ, సర్వసన్నద్ధులూ కావచ్చు. కాని చివరికి ఏమీ చేయక పోవచ్చు. అందువల్ల కలిగే ప్రయోజనం ఏమిటి?

ఈ దృశ్యం బహుశ మీకు పరిచితమైన దృశ్యమై ఉండవచ్చు. మీ పుస్తకాల అరలు నిండిపోయి ఉన్నాయి. ఆ వివేచన అంతా చదవటానికి మీకు తీరికలేదు. లేదా "మీ జీవితం మార్చుకోవటం ఎలా?" సభలు సమావేశాలకు మీరు క్రమం తప్పకుండా హాజరవుతున్నారు. కాని ఇంకా ఏదోలోటు ఉన్నదని మీ అనుభూతి. మీరు ఆశించిన ఫలితాలు అక్కడ కనబడటం లేదు. మీ బ్యాంక్ ఎకౌంట్ మీరు ఆశించిన స్థాయిలో లేదు. మీ వ్యక్తిగత బాంధవ్యాలు మీ ఆశయాలకు అనుగుణంగా లేవు. ఒక వ్యాపారం మొదలు పెట్టటానికో, అభివృద్ధి చేయటానికో మీరు ప్రయాస పడుతున్నారు. అనువైన ఉద్యోగం కోసం అన్వేషిస్తున్నారు. నిత్యజీవితంలో ఆనందం అన్వేషిస్తున్నారు. ఈ పైన చెప్పినవన్నీ జరిగే ఉండవచ్చు. అయినాకూడా మీరు ఇంకా వ్యక్తిగత, వృత్తిపర జీవితంలో అందని మరొక పైమెట్టు అందుకోవటానికి నిరంతరం శ్రమిస్తున్నారు.

మిమ్మల్ని మీరు ఈ పరిస్థితిలో చూస్తున్నారు అంటే (ఆ విషయంలో నేనుకూడా నేరస్థుడినే, నన్ను నమ్మండి) మీరు (మీకు తెలియకుండానే) వరద కడుతున్న 'వ్యక్తిత్వ వికాస మంద' లో మీరుకూడా ఒకరన్నమాట! నేను ఆ మందలోనుంచి ఇప్పుడిప్పుడే బయట పడుతున్న సభ్యుడిని. మనం

ఆహా! అనిపించే ఆ క్షణాలకోసం ఎగబడుతున్నాం. వాటినే వెంటాడుతున్నాం. కాని నిజానికి ఏమీ మారటంలేదు. నికరమైన పరివర్తన ఏమీ కలగటం లేదు. మళ్ళీ మళ్ళీ అవే కావాలంటూ మనం కొనసాగుతాం. నేను పుస్తకాలు ఒకదాని తర్వాత ఇంకొకటి నమిలి మింగేస్తూ ఉండేవాడిని. ఒక్కొక్క కొత్తవివేచన అవగాహన చేసుకున్న తర్వాత నేను మెరుగు పడుతున్నానని నా నమ్మకం. బుర్రలో భద్రంగా ఒక మూలన విశ్రాంతి తీసుకుంటున్న ఆ జ్ఞానం చాలునని నా ఉద్దేశం. వ్యక్తిత్వ వికాసం గురించి ప్రతిరోజూ చదవటం, ఆలోచించటం చాలుననే ఆలోచన అసాధారణం ఏమీ కాదు. కాని అది చాలదు. మీరు సాధించ దలచిన లక్ష్యాలు నిర్ణయించు కోవటంలో మీకు విసుగెత్తుతున్నది. దానికితోడు, అవి సాధించలేక పోవటంతో మీరు నెత్తి బాదుకోవలసిన అవసరం ఏర్పడుతున్నది. ఇక్కడ మీరు ఒక్కరే కాదు (ఈ పుస్తకంలో చాలాసరుకు దర్శన మిస్తుంది)

మీ జీవితం నాణ్యత మెరుగుపడాలంటే, సార్థకమైన లక్ష్యాలు నిర్ణయించుకొని, వాటిని సాధించాలి. అందుకు వ్యక్తిత్వవికాస కార్యక్రమం అభ్యాసాలు ప్రతిరోజూ అనుసరించాలి అభ్యసించాలి. ఒకనాడు నేను ఆగి నా జీవితం పరిశీలించిన రోజు నాకు బాగా గుర్తు. అప్పుడు నేను ఇంకా ఎక్కువ చేయగలను. నేను ఇంకా ఎదగ గలను. నేను సాధించిన దానితో నేను తృప్తి పడటం లేదు. అని గ్రహించాను. నా చిన్నతనం అంతా అతి తక్కువ శ్రమతో అతి పెద్ద ఫలితం సాధించాలని ప్రయత్నించాను. దానితో ప్రయోజనం లేదని తెలిసిపోయింది. లక్ష్యాలు మనసులో స్పష్టంగా దర్శించ గలిగితే చాలు, అవి నా దగ్గరికి వచ్చి చేరుతాయని ఆశించటానికి బదులు, నా గురుతర లక్ష్యాల దిశగా కదల సాగాను. కాలక్రమేణ ఆ వ్యక్తి వికాస జ్ఞానానికి క్రియారూపం ఇచ్చే ప్రక్రియ కనుక్కున్నాను. ఆ క్రియ – అది చాలా సరళం, చాలా సాధారణం - లోనుంచి అసాధారణ ఫలితాలు ఆవిర్భవిస్తాయని గ్రహించాను.

వ్యక్తిత్వవికాస ప్రపంచంలో మీరు శాశ్వతసభ్యులయి ఉంటే, ఏదయినా సాధ్యమే నని మీరు వినే ఉంటారు. ఆ సూత్రం నేను పూర్తిగా నమ్ముతాను. కాని, ఉదయమే మిమ్మల్ని పక్కలోనుంచి తట్టి లేపటానికీ, మీ కలలను వెంటాడుతూ పరుగులు తీయించటానికీ, ఆ సాధ్యమే అన్న మాట ఒక్కటే చాలదు. చాలితే బాగుండేది. కాని అది చాలదు. మధ్యంతరంగా వదిలివేసే పథకం నిష్ప్రయోజనం. నా తర్వాతి పుస్తకం – అంటే ఈ పుస్తకం – తో మీ

సఫలతను సాధ్యతాస్థాయి నుంచి సంభావ్యస్థాయికి, అక్కడినుంచి అనివార్య స్థాయికి చేర్చటానికి సహాయం చేసే పరికరం సృష్టించాలని అనుకున్నాను.

అద్భుత సమీకరణమే ఆ ప్రక్రియ. అద్భుత సమీకరణం చెప్పటానికి చాల సరళం. కాని మన సమాజంలో చాలా కొద్దిశాతం మాత్రమే దానిని పాటించటం అర్థం చేసుకోగలరని మీరు తెలుసుకుంటారు. దానిలో రెండే రెండు నిర్ణయాలు ఉన్నాయి.

అచంచలమైన విశ్వాసం కలిగి ఉండటం మొదటి నిర్ణయం. అసాధారణ కృషి రెండవ నిర్ణయం. కంటికి కనబడే అద్భుతాలు, కొలతకు అందే అద్భుతాలు జరగాలి అంటే రెండు నిర్ణయాలు సుదీర్ఘకాలం కొనసాగాలి.

ప్రపంచ ప్రఖ్యాత సాధకులను, పరిశోధకులు, ఉదారదాతలు, క్రీడాకారులను గమనిస్తే, ఆ మాటకు వస్తే ప్రపంచంలో చెప్పుకోదగిన సఫలత సాధించినవారు ఎవరైనాసరే, వారిలో తాము సాధించగలము అనే అచంచల విశ్వాసము, ఆ లక్ష్యం సాధించేవరకూ పట్టువదలని నిరంతర ప్రయత్నమూ గోచరిస్తాయి. అచంచలవిశ్వాసంతో మీరు సుదీర్ఘకాలం అవిరామ కృషి చేస్తే, మీరు విఫలురు కాలేరు. మీరు దారిలో తడబడవచ్చు. ఎదురుదెబ్బలు తగలవచ్చు, అంతరాయాలు కలగవచ్చు. కాని మీ సఫలత మాత్రం సాధ్యత నుంచి... సంభావ్యతకు...అక్కడినుంచి... అనివార్యతకు చేరి తీరుతుంది.

మీ లక్ష్యాలు చేరుకోవటంలో అనివార్య స్థితికి చేరిన వారిని నేను అద్భుతాల మహారథులు అంటాను. అద్భుతాల మహారథులు అద్భుతాలు సాధించే రహస్యం కనుక్కున్నారు. వారు అద్భుత సమీకరణం అనుసరించి జీవిస్తారు. అచంచల విశ్వాసం వారి సహజ మనస్తత్వం. వారు తమ లక్ష్యాలు అన్నిటినీ అసాధారణ ప్రయత్నంతోనే సమీపిస్తారు. ఈ రెండు నిర్ణయాలకూ కట్టుబడి ఉండి అద్భుతాల మహారథులు ఈ ప్రపంచంలో అసాధారణ ఫలితాలు సృష్టిస్తారు. అవి, ఆ ఫలితాలు, వారికి మాత్రమే కాదు. ఈ ప్రపంచానికంతటికీ, ప్రతి ఒక్కరికీ వర్తిస్తాయి. వారి జీవనమార్గమే అద్భుతమార్గం. కనుక వాళ్ళు వారు చేసే ప్రతిఒక్క పనిలోనూ అద్భుతాలు పునఃపునః సృష్టిస్తూనే ఉంటారు. ఈ పుస్తకంలోని పథకాలు చదివి, అమలు పరిచిన తర్వాత, మీకు అద్భుతాల మహారథుల లక్షణాలు, స్వభావాలు పట్టుబడతాయి.

ఈ పుస్తకం చదవటానికి అత్యుత్తమ మార్గం

కొన్ని వ్యక్తిత్వవికాస రచనలు ఆషామాషీగా ఎక్కడ తలుచుకుంటే అక్కడినుంచి చదవవచ్చు. అధ్యాయాలు మీ ఇష్టం వచ్చినట్లు దాటవేయవచ్చు. మీకు నచ్చిన అధ్యాయాలు ఏ క్రమంలో నైనా చదవవచ్చు. కళ్ళు మూసుకొని పుస్తకం తెరిచేవారూ, ఆ తెరిచిన పేజ్ నుంచి చదవటం మొదలు పెట్టేవారూ నాకు కొందరు తెలుసు. మీకు ముఖ్యం అనిపించిన విషయాలమీద మీకు సంపూర్ణ ఆధిపత్యం ప్రసాదిస్తాయి ఆ గ్రంధరాజాలు. ఆ పుస్తకాలు ఘనమైనవి. కాని ఈ పుస్తకం అలా కాదు.

ఈ ఉపోద్ఘాతానికి తోడుగా మొదటి రెండు అధ్యాయాలు కొలమానానికి అందే ప్రత్యక్ష అద్భుతాలు సృష్టించటానికి పునాదులు వేస్తాయి. అద్భుతాలు అంటే ఏమిటో (ఏవి కావో) మనం చర్చిస్తాము. అచంచల విశ్వాసము, అసామాన్య ప్రయత్నమూ ఒకదానికొకటి తోడుపడుతూ ఆ అద్భుతాలు సాధించటం పోనుపోను ఎలా సులభతరం చేస్తాయో గమనిస్తాం. అప్పుడు మనం నా మొదటి అద్భుతం కథ చదువుతాం: నా ఇరవై రెండో జన్మదినానికి మునుపే నేను ఈ సమీకరణం ఎలా కూడదీశానో, ఆ తర్వాత ఒక్కొక్కరికి ఎలా బోధించానో, ఫలితాలు నాకు చూపినట్లే వారికి కూడా ఎలా ఫలితాలు ఇస్తున్నదో (కొంత అత్యాశ్చర్యంతో) గమనిస్తూ వచ్చానో తెలుసుకుంటాం.

స్వయంగా మీరు అద్భుతాలు సృష్టించే ముందు మీరు అర్ధం చేసుకోవలసిన భావాలు, అనుసరించవలసిన క్రమం అంతా మిగతా పుస్తకం వివరిస్తుంది.

- మీ మీ పరిమితులకు, అపారమైన మీ స్వతస్సిద్ధ సంభావ్య శక్తికి మధ్య నడిచే అంతరంగ మధనం అధిగమించటం ఎలా?
- జీవితంలో ఏవి ఎదురైనాసరే మీ భావావేశాలు అదుపులో ఉంచుకోవటానికి అజేయమైన భావావేశ నియంత్రణ పెంచి పోషించటం ఎలా? (మీ ప్రయత్నాలు ఆశించిన ఫలితాలు తీసుకురావటం లేదని ఆలోచన కలిగితే, ఈ పథకం నిజంగా బాగా సాయపడుతుంది.)
- లక్ష్యం ఏర్పరుచుకోవటంలో అసలు ధ్యేయం.
- మీరు సృష్టించదలచిన మొదటి అద్భుతం (తర్వాతి అద్భుతాలు) ఎంచుకోవటం ఎలా

- అద్భుతాలు ఒకదాని తర్వాత ఒకటి వరుసగా సృష్టించుతూ సాగటం ఎలా
- మీ మొట్టమొదటి ప్రత్యక్ష అద్భుతం సృష్టించటానికి మీ తొలి అద్భుత సమీకరణం 30 రోజుల సవాలులో ఈ సమాచారం అంతా అమలు పరచటం ఎలా

ఈ పుస్తకం చదవటం మొదలు పెట్టినపుడు మొదటినుంచి చివరి దాకా పూర్తిగా చదువుమని నా అభ్యర్ధన. ఎందుకంటే, ఇక్కడ అధ్యాయాలు ఒకదానికొకటి ఆధారంగా ఉంటాయి. ముందుకు సాగక మునుపు మీరు ప్రతి అధ్యాయంలోను చెప్పిన విషయాలు పూర్తిగా క్షుణ్ణంగా అర్ధం చేసుకోవటం అవసరం. ఒకసారి పూర్తిగా చదివిన తర్వాత ఎప్పుడైనాసరే మీరు కోరుకున్న అధ్యాయాలు మళ్ళీ చదవ వచ్చు. ముఖ్యంగా అద్భుతాలు సృష్టించే ప్రణాళికలో ఎక్కడైనా ఆటంకాలు అవాంతరాలు ఎదురైతే ముఖ్యంగా అవసరమైన అధ్యాయాలు మళ్ళీ చదివటం మేలని నా ప్రోత్సాహం.

ఈ పుస్తకం చదువుతూ ఉన్నపుడు గుర్తు ఉంచుకోవలసిన కొన్ని విషయాలు

1. **అద్భుత ప్రభాతం, అద్భుత సమీకరణం చేతిలో చేయి వేసి నడుస్తాయి.** మీరు అద్భుత ప్రభాతం చదివి ఉండకపోతే, కంగారు పడకండి. మీ సంభావ్యశక్తి ప్రయోగించి సంతృప్తికరమైన జీవితం సృష్టించుకోవటానికి అవసరమైన పరికరాలు అన్నీ ఈ పుస్తకంలో మీకు లభిస్తాయి. అసాధారణమైన ఫలితాలు (అద్భుతాలు) మళ్ళీమళ్ళీ సృష్టించటం ఎలాగో నేర్చుకుంటారు. ఆ తర్వాత ఆ అద్భుతాలు సులువుగా సృష్టించటం తెలుసుకుంటారు. మీరు రోజు ప్రారంభించక మునుపు అవసరమైన స్పష్టత, ప్రశాంతత, ఏకాగ్రత సాధించటంలో అద్భుత ప్రభాతం తోడ్పడుతుంది. అక్కడ ఫలితాలు ముఖ్యం కాకపోవచ్చు. కాని మీరు ఆశించే ఫలితాలు సాధించటానికి అవసరమైన వ్యక్తిత్వాన్ని పెంపొందించటానికి అవసరమైన నిత్య వ్యక్తిత్వ వికాస అభ్యాసాలు చెబుతుంది.

2. **చాలా భావాలు ఇక్కడ పునశ్చరణ అయ్యాయి.** అద్భుత సమీకరణం వివరించటం సులభం. ఆచరణలో పెట్టటం కొంచెం క్లిష్టమైన వ్యవహారం.

కనుక నేను ఏ ఒక్క భావమూ ఒకసారి చెప్పి విడిచిపెట్టను. పుస్తకమంతటా కీలకమైన భావాలు మళ్ళీ మళ్ళీ వేరువేరు మార్గాలలో దర్శనం చేయిస్తాను. అప్పుడు అవి మీ మనసులో నాటుకొని గుర్తు ఉండిపోతాయి. చాలాసార్లు చూసిన సమాచారం గుర్తు ఉంచుకోవటం చాలా సులువు అవుతుంది.

3. ఈ పుస్తకం ద్వారా మానవ చైతన్యం, ఒక్కొక్కరికి ఒకసారిగా, మేలుకొలపటమే నా ఆంతర్యం. ఈ పరిచయం మొదట్లో చెప్పినట్లు అద్భుత ప్రభాతం ద్వారా ఒక్కొక్క ఉదయమూ కృషిసలిపి మిలియన్ జీవితాలు మార్చటమే నా ధ్యేయం. ఒక మిలియన్ జీవితాలు మెరుగు పడిన తర్వాత, ఒకనాడు మిధ్యగా, అసాధ్యంగా తోచిన లక్ష్యం ఈనాడు వాస్తవమైంది. కాని అది అనుకున్నంత ఘనమైనది కాదు అని గ్రహించాను.

ఈ పుస్తకంద్వారా మానవాళి చైతన్యం, ఒక్కొకసారి ఒక్కొక్కరుగా, ఉచ్ఛస్థాయికి చేర్చటం నా సంకల్పం. అది ప్రస్తుతం మీకు అహంకారంగా ధ్వనించవచ్చు (మీరు గుడ్లు మిటకరించి ఉండవచ్చు కూడా). కాని ఈ పుస్తకం చదివిన తర్వాత, ఏ సంకల్పమూ మితిమించినది ఏమీ కాదు అని మీరు గ్రహిస్తారు. మనలోని సంభావ్యశక్తి అపారం. మనలో ప్రతి ఒక్కరమూ మన సంభావ్యశక్తి వెలికి తీయటం మొదలు పెడితే, మన చైతన్యం మెరుగుపడి ఉచ్ఛస్థాయి చేరుతుంది. తద్వారా మన చుట్టూ ఉన్నవారి చైతన్యం మెరుగుపడి ఉన్నతస్థాయి చేరుతుంది.

మనం ప్రత్యక్ష అద్భుతాలు, కొలమానానికి అందే అద్భుతాలు సృష్టిస్తున్న కొద్దీ ఆ ఫలితాలు మన చుట్టూ ఉన్నవారిని కూడా ప్రభావితులను చేస్తాయి. మీరు ఈ పుస్తకం చదువుతూ మీ శక్తిసామర్ధ్యాలకు హద్దులు లేవని, మీరు తలుచుకున్నది సృష్టించి సాధించటంలో సిద్ధ వ్యక్తులనీ అర్ధం చేసుకొని, మీ సంకల్పం ఏర్పరుచుకోవాలని నా ఆశయం. మీ చుట్టూ ఉన్న లోకంలో మీకు కనిపించే లోపాలు ఏమిటి? మీరు ఏవిధంగా తోడ్పడగలరని మీ విశ్వాసం? మీమటుకు మీకు చరమ అద్భుతం ఏమిటి? మీరు సాధించలేనిది ఏమీ లేదు. ఇది మీకు నా వాగ్దానం.

ఇపుడు మొదలు పెడదాం పదండి. అద్భుతాలలో మాయ తొలగించటమే మొదటి పాఠం.

1

అద్భుతాలలో మాయ తీసివేయండి

కల్పననుంచి వాస్తవికతకు

అద్భుతాలు ప్రకృతి విరుద్ధాలు కావు.
ప్రకృతిని గురించి మనకు
తెలిసినదానికి మాత్రమేవిరుద్ధం.

- సెయింట్ అగస్టిన్

అద్భుతాలు. అవి ఒకరకమైన మాయ. కదా? గుటగుటలాడుతున్న ఒక ప్రాణం కాపాడబడింది. వారు కలలో కూడా ఊహించని అద్భుతం వారి గుమ్మం ముందు ప్రత్యక్ష మయింది. ఊహకందని ఈ సంఘటనలు సకాలంలో సంపూర్ణంగా జరుగుతాయి. అవి ఎలా జరుగుతాయో ఎవరికీ తెలియదు. అప్పుడు అది మాయ అనిపించటం సహజం కదా! ఈ మాయతోనే అద్భుతాలు దర్శించే మన దృక్పథం సమస్యల పాలవుతుంది.

ఒకసారి టుడే (Today) ప్రదర్శనలలో "స్కై డైవింగ్ అద్భుతం: రెండు మైళ్ళు పడిన మనిషి." అన్న అంశం చూశాను. ఆ అంశం మైఖేల్ హోమ్స్ అనే స్కై డైవింగ్ ఇన్ స్ట్రక్టర్ ను గురించి. ఆయన గాలిలో 14000 అడుగుల ఎత్తునుంచి పడుతున్నపుడు ఆయన పారాచూట్ తెరుచుకోలేదు! తనమీదికి నేల పరుగులు తీస్తూ వస్తున్నది. ఆయన తన పారాచూట్ విడిపించటానికి ప్రయత్నించాడు. కాని చేయలేకపోయాడు. దానిని కోయటానికి ప్రయత్నించాడు. ఉహూ. నిష్ఫలం. అదికూడా పనిచేయలేదు. ప్రాణం కాపాడుకునే ప్రయత్నంలో చివరి ప్రయత్నంగా రిజర్వ్ పారాచూట్ బయటికి లాగటానికి ప్రయత్నించాడు. అదీ విడుదల కాలేదు. చివరి ఏడువందల అడుగులు గాలిలో రాయిలాగా కిందికి పడుతున్నాడు. తనకు చావు తథ్యం అని నీరుకారిపోయాడు. అత్యాశ్చర్యం ఏమిటంటే ఆయన చావలేదు. ఒకవిధంగా చెబితే ఆయనకు తగిలిన గాయాలు కూడా అంతంత మాత్రమేనని చెప్పాలి.

మీరు డానీ రిజిస్టర్ కథ విన్నారా? "డానీ అద్భుతం" గా అది వార్తాప్రపంచం అంతటా విస్తరించింది. ఓప్రా డాట్ కాం (Oprah.com) వారు దానిని "నిజజీవిత అద్భుతం" గా ప్రసారంచేశారు. డానీ తన పురావస్తు దుకాణంలో గల్లాపెట్టె ముందు నిల్చొని ఉన్నాడు. ఒక వ్యక్తి ప్రవేశించి డానీ తలకు సూటిగా తుపాకి కాల్చాడు. డానీ తన ముఖానికి చేతులు అడ్డం పెట్టుకున్నాడు. ఆ తుపాకిగుండు డానీ పెళ్లి ఉంగరానికి తగిలి ఎదురు గంతు వేసింది. తథ్యం అనుకున్న హఠాన్మరణం తప్పించుకున్నాడు డానీ.

కొన్ని సంవత్సరాలుగా నేను అద్భుతమైన ఆరోగ్యపునరావృత్తులను గురించి వింటూ ఉన్నాను. అక్కడ అంతులేని ఆశాభావం తప్ప మరే ప్రయత్నమూ లేదు. ఏనాడో విడిపోయిన ప్రేమికులు దశాబ్దాల తర్వాత

మాయగా మరొకసారి ఏకమయిన, కలుసుకున్న సంఘటనలు. ఈ కథలు వింటూ ఉంటే చమత్కారం మాట అటు ఉంచి అంతులేని ఆశ్చర్యం కలుగుతూ ఉంటుంది.

న్యాయం చెప్పాలంటే ఇటువంటి కథలే అద్భుతాలు అనాలి. కాని చాలామంది (వారిలో మీరుకూడా ఒకరు కావచ్చు) దృష్టిలో ఇటువంటి అద్భుతాలే అసలు అద్భుతాలకి చెడ్డపేరు తెచ్చిపెడుతున్నాయి. అద్భుతాలను నమ్మనివారి దృష్టిలో అసాధారణ సంఘటనలు ఇతరులకు మాత్రమే జరుగుతాయి. అద్భుతాలు అంటే అంతుచిక్కని సంఘటనలు అని వారి విశ్వాసం. మాయ. అకస్మాత్తు. యాదృచ్ఛికం. అదృష్టం. అందని ద్రాక్షలు. పూర్తిగా కాల్పనికం. ఎప్పుడు జరుగుతాయో ఎందుకు జరుగుతాయో ఎవరికీ తెలియదు. అవి నిజజీవితంలో – కనీసం వారి విషయంలో – జరిగేవి కావు. నేను కూడా అలాగే అనుకునే వాడిని.

ఏడు అంకెల చెక్ ఒకటి మన మెయిల్ బాక్స్ లో మనకోసం కాచుకు ఉండాలని మనం ఆలోచించ గలిగితే, మనం ప్రతి ఒక్కరమూ మిలియనీర్లం అవుతాం కదా! వ్యాధులు అద్భుతంగా నయం కావటం సాధారణం అవుతుంది. మిమ్మల్ని కష్టపెట్టే ఆ క్లయంట్, లేదా సహోద్యోగి – నిత్యమూ మీ బ్లడ్ ప్రెషర్ పెరగటానికి మూలకారణం – ఆయన/ఆమె హటాత్తుగా మాయం కావచ్చు. మీరు కూడా ఈ గ్రూప్ కు చెందినవారయితే అలా జరుగుతుందని నమ్మాలంటే, మీరు స్వయంగా చూడాలంటారు.

అన్నిటినీ సంశయాత్మకంగా చూడటం ఒక మంచి అలవాటే. మనమందరమూ చేయవలసిన పనే – విమర్శనాత్మకంగా ఆలోచించటం, ప్రతి ఒక్కటీ వెలకట్టి ప్రశ్నించటము, నిజం తెలుసుకోవటానికి శోధన - మీరూ చేస్తున్నారు. అన్ని విషయాలలోనూ నేను అదే పద్ధతి అవలంబిస్తాను. మీరు మరొక విధంగా చేయాలని నేను ఆశించను.

కాని ఈ సంశయాత్మక దృష్టిలో ఒక పెద్దప్రమాదం దాగి ఉన్నది. అది మనమందరమూ తెలుసుకోవాలి, జాగ్రత్త వహించాలి. అది సులభంగా నిస్పృహతత్వంగా మారి కూర్చుంటుంది. మనలో చెప్పరానంత అపనమ్మకం సృష్టిస్తుంది. అప్పుడు చేతనున్న అవకాశాలు కూడా నేలపాలవుతాయి. వాస్తవానికి రెండువిధాలయిన అద్భుతాలు ఉన్నాయని మీరు ఈ పుస్తకంలో తెలుసుకుంటారు. ఆ రెండిటినీ జోడించటం న్యాయమూ కాదు, ప్రయోజనకారీ కాదు.

ఇంతకు మునుపు పైన వర్ణించిన అద్భుతాలు నిష్క్రియ లేదా జడ అద్భుతాలు లేదా యాదృచ్ఛికాలు అనవచ్చు. అవి కేవలం అదృష్టవశాత్తూ జరిగేవి. అవి ఎలా జరుగుతాయా అని మనం ఆశ్చర్యపోతాం. కాని ఎలా జరుగుతాయో, ఎందుకు జరుగుతాయో, ఎప్పుడు జరుగుతాయో ఎవరూ చెప్పలేరు. ఇక మళ్ళీ జరుగుతాయో లేదో చెప్పటం ఎవరికీ సాధ్యం? (ఆ స్కై డైవింగ్ ఇన్స్ట్రక్టర్ గాని, డానీ రిజిస్టర్ కాని ఆ అనుభవాలు మళ్ళీ కావాలని కోరుకోరు గదా!) మీకు అటువంటి అద్భుతాలు సృష్టించాలని కోరికగా ఉంటే, క్షమించాలి. నేను తప్పుకుంటాను. అక్కడ సలహా ఇవ్వగలిగిన స్థితిలో లేను. అక్కడ ప్రార్థన చేసి వేచి ఉండటం మినహా వేరు మార్గం లేదు. ఈ పుస్తకంలో మనం అటువంటి అద్భుతాలు చర్చించబోవటం లేదు.

ఈ పుస్తకం ప్రత్యక్షంగా కనిపించి కొలమానానికి అందే అద్భుతాలను గురించి. వాటిని సృష్టించటానికి మీరు చురుకుగా పాల్గొనాలి. మీకు అసాధ్యమనిపించి, భయపెట్టే బృహత్తర లక్ష్యాల వంటివి ఇవి. ఇక్కడ ఆ ప్రక్రియ ఎలా నడుస్తుందో మీకు అర్థమవుతుంది గనుక మీకు వాటిమీద చెప్పుకోదగిన నియంత్రణ ఉంటుంది. అంటే మీరు వాటిని సమయానుగుణంగా పునః పునః సృష్టించ గలరు. కాని ఇటువంటి అద్భుతాలు సృష్టించాలి అంటే మీరు ఆశించిన ఫలితాలు సాధ్యమని మొదట మీరు నమ్మాలి. మీరు సృష్టించగలరనీ నమ్మాలి. మీరు ఇంతకు మునుపు చెప్పిన సంశయాత్మక వర్గానికి చెందినవారయితే, తాత్కాలికంగా మీరు మీ నమ్మకాలను పక్కకు నెట్టాలి. అప్పుడే మీకు ఏది సాధ్యమవుతుంది – కనీసం ఈ పుస్తకం చదువుతున్నంత కాలము – అని మీరు శోధించ గలుగుతారు.

నన్ను అపార్థం చేసుకోకండి. అర్థంపర్థం లేని విషయాలు మీచేత నమ్మించటానికి నేను ప్రయత్నించటం లేదు. రెండవ రకమైన కొత్త అద్భుతం ఒకటి ఉన్నదనే వాస్తవానికి మీ మనసును ఆహ్వానిస్తున్నాను. ఈ అద్భుతాన్ని మీరు తలుచుకున్నపుడు సృష్టించవచ్చు. మీలో ఆ శక్తి ఉన్నది. ఈ అధ్యాయంలో మన సంభాషణకుగాను మనం ప్రత్యక్ష అద్భుతాలు, కొలమానానికి అందే అద్భుతాలు అంటే ఏమిటో నిర్వచిస్తాము. అప్పుడు ఈ విధమైన అద్భుతాలు ఎలా దర్శన మిస్తాయో వివరంగా చూస్తాము. అప్పుడు మీరుకూడా అసాధారణమైన ఫలితాలు సృష్టించవచ్చు. ఆ తర్వాత అది నమ్మటమా నమ్మకపోవటమా అన్నది మీ ఇష్టం.

కొలవదగిన ప్రత్యక్ష అద్భుతాలు ఎవరైనా సృష్టించగలరు

అద్భుతాలు అనేసరికి కొన్ని ప్రశ్నలు తలెత్తుతాయి. వాటిని పరిశీలించితే సహాయకారులవుతాయి. అద్భుతాలు కొందరు ప్రత్యేక వ్యక్తులకే అనుభవంలోకి వస్తాయా? అద్భుతాలు యాదృచ్ఛికంగా మాత్రమే జరుగుతాయా? అద్భుతాలు దేవుడు సృష్టిస్తాడా లేకపోతే మరేదైనా దివ్యశక్తి వల్ల సృష్టి అవుతాయా? లేదా మనలో ప్రతి ఒక్కరమూ అపార శక్తి సామర్థ్యాలతో జన్మించామా? మన శక్తిసామర్థ్యాలు మనం నమ్మినదానికంటే అపూర్వము, అపారమూనా? కొందరు ఊహాతీతమైన సఫలత సాధించారు. అంటే మన ప్రతి ఒక్కరిలోనూ దాగిఉన్న సంభావ్యశక్తి వెలికి తీయటం ఎలాగో తెలుసుకున్నారా? ఆ సంభావ్యశక్తి వెలికి తీయటానికి మీరు ఒక్క అడుగు దూరంలోనే ఉన్నారని తెలిస్తే మీకు ఎలా ఉంటుంది? అందుకు కావలసింది ఒక్క మీ నిర్ణయమేనని తెలిస్తే ఎలా ఉంటుంది?

ఆ గ్రహింపు కలిగిన మరుక్షణం మీ లక్ష్యాల వైఖరి, పరిణామం పూర్తిగా మారిపోతాయి. మీ జీవనశైలి మారిపోతుంది. సగటు స్థాయిలో ఉన్న కొలతబద్ద ఎత్తు పెరిగి పోతుంది. సగటు కాస్తా అసాధారణం అయి కూర్చుంటుంది. మీరు, మీకు తెలిసినవారు అందరూ మీమీ సంభావ్య శక్తి ప్రత్యక్షంగా దర్శించారనుకోండి. మీరు స్వయంగా కోరి నెత్తినవేసుకున్న పరిమితులు అధిగమించటం ఎలాగో తెలుసుకున్నారు. మన జీవితాలకు కావాల్సిన ప్రతి ఒక్కటీ సృష్టించటం మొదలుపెట్టారు. దానితో ఈ ప్రపంచం, తీరే మారిపోయింది. అప్పుడు ఎలా ఉంటుంది? మనం అందరమూ అద్భుతాల 'మావెన్' లం అయితే ఎలా ఉంటుంది?

అద్భుతాల మావెన్ అంటే ఏమిటి?

మావెన్ అన్న పదం యిడ్డిష్ పదం మేవిన్ నుంచి, హిబ్రూ పదం మేభిన్ నుంచీ వచ్చింది. "అర్థం చేసుకున్న వ్యక్తి" అని ఆ పదం అర్థం.

అద్భుతం అన్న పదానికి అనేక నిర్వచనాలు ఉండవచ్చు. నిఘంటువులో అందరూ కోరుకునే ఫలితాలు తెచ్చి ఇచ్చే ప్రత్యేక సంఘటన, లేదా అభివృద్ధి అని చెప్పుకోవచ్చు.

అద్భుతాల మావెన్ అన్న పద బంధం ఈ రెండు అర్థాలనూ ఒక చోటికి చేరుస్తుంది. మీరు కొంచెం తీవ్రంగా ఆలోచిస్తే తమ సంభావ్యశక్తికి సరసనే

జీవిస్తున్నవారూ. తమ కలలన్నిటినీ సాకారం చేసుకుంటున్నవారూ కొందరు మీ మనసులో మెదులుతారని నా నమ్మకం. మీకు వ్యక్తిగతంగా తెలిసి ఉన్నా, లేదా మీరు వారికి దూరాన్నుంచే జేజేలు కొడుతున్నా, ఈ పెద్దలు మాత్రం ఎవరినీ తమ ప్రాంగణంలోకి అడుగుపెట్ట నీయరు, తమ ఉదాత్తభావాలనుంచి వెలికి అడుగుపెట్టటానికి సమ్మతించరు. వారి సృజనాత్మకత, పట్టుదల అపారము అనంతము అనిపిస్తుంది. అవకాశాల వెల్లువ వారిని ముంచి ఎత్తుతూ ఉంటుంది. వారందరికీ అంత అదృష్టం ఎలా పట్టిందా అని మీరు ఆశ్చర్యపడుతూ ఉండవచ్చు. అయితే గియితే ఆ అదృష్టం పాలు అతిస్వల్పము, అతి సూక్ష్మము అయిఉంటే?

ప్రత్యక్షంగా కొలతకు అందే అద్భుతాలు సృష్టించిన మహామహులు చాలామంది చరిత్ర ఆసాంతం దర్శనమిస్తారు. మనిషిని చంద్రుడిమీద నిలబెట్టాలని కలగన్న అమెరికా అధ్యక్షులు జాన్ ఎఫ్ కెన్నెడీ. అందరికీ సమాన హక్కులతో స్వేచ్ఛామయమైన అమెరికాను కలగన్న పౌరహక్కుల నాయకులు మార్టిన్ లూథర్ కింగ్ జూ. ఉద్దేశ పూర్వకంగా, క్రియాశీలురుగా అద్భుతాలు సృష్టించిన మహామహులకు ఉదాహరణ. అందరూ ఆ ఫలితాలు కలగాలని ప్రార్థిస్తూ కాచుకు కూర్చున్నారు. ఆ ఇద్దరూ మాత్రం ముందడుగువేసి ఆ అద్భుతాలు జరిగేట్లు చూశారు. అసాధ్యం, అసంభవంగా కనిపించిన భావనలను యదార్థం చేయటంలో ఆ ఇద్దరూ అద్భుతవిజయాలు సాధించారు. వారికి సాధ్యమయినంత దూరం వారు తమ కలలను వెంటాడారు. ఆ కారణంగా వారు అసామాన్య వాస్తవాలు సృష్టించారు. తమ శక్తిసామర్థ్యాలకు మేలుకొలుపు పాడి వారు అద్భుతాల మావెన్ అయారు.

అద్భుతాల మహారథులు కావటమంటే అదే – జీవనపథం. అచంచల విశ్వాసంతో అసాధారణ ప్రయత్నం చేస్తూ జీవిస్తే, మీరు అద్భుత మహారథులు అవుతారు. జీవితంలో అన్ని బాటలనుంచీ అద్భుతాల మహారథులు పుట్టుకు వచ్చారు. వారి విజయాలు, వారు సృష్టించిన నవ్యపథాలు దశదిశలా దర్శనం ఇస్తాయి. వారి విజయాలు ప్రపంచాన్నే మార్చివేశాయి. వారిలో చాలామంది మీకు తెలుసు. ప్రసిద్ధి చెందిన అద్భుతాల మహారథులు:

- ప్రయాణం కోసం మనకు కారు ఇచ్చిన హెన్రీ ఫోర్డ్.
- రేడియో యాక్టివిటీ కనుగొన్న మేరీ క్యూరీ. నోబెల్ పురస్కారం సాధించిన తొలి మహిళ. ఆ నోబెల్ పురస్కారం రెండుసార్లు అందుకున్న తొలి వ్యక్తి

- పర్సనల్ కంప్యూటర్లను విశ్వవ్యాప్తంగా కోట్లాది ఇండ్లకూ, ఆఫీసులకూ చేర్చిన బిల్ గేట్స్.
- అట్లాంటిక్ మహాసాగరం మీద ఒంటరిగా వాయుయానం చేసిన తొలిమహిళ.
- చంద్రుడిమీద నడిచిన నీల్ ఆర్మ్ స్ట్రాంగ్.
- క్లీవ్ లాండ్ నగరానికి అద్భుతం ప్రసాదించిన లేబ్రాన్ జేమ్స్. అరవై సంవత్సరాలలో ఆ నగరానికి ఒక ముఖ్యక్రీడలో కవాలియర్స్ ను నడిపించి తొలిఘనవిజయం సాధించి పెట్టిన నాయకుడు.
- పదిహేనవ ఏటనే ఒలింపిక్ క్రీడాకారుడై ఇరవైమూడు స్వర్ణ పతకాలు సాధించిన మైఖేల్ ఫెల్ప్స్.
- మన జేబుల్లో వేలాది పాటలు ఇమిడ్చి, స్మార్ట్ ఫోన్ ఒక సాధారణ పరికరంగా తీర్చిదిద్దిన స్టీవ్ జాబ్స్.
- మానవాళిని ముందుకు నడిపే సాంకేతిక అద్భుతాలు నిరంతరంగా సృష్టిస్తున్న ఎలాన్ మస్క్.

అనాదినుంచీ సాధారణ వ్యక్తులుగా పుట్టిపెరిగినవారు ఎందఱో స్వీయ ఆలోచనాశక్తితో ఊహాతీత స్థాయికి ఎదిగిపోయారు. మన అందరినీ బంధించివేసే భయాలూ, అభద్రతలూ వారూ అధిగమించాల్సి వచ్చింది. మనం అందరమూ అపార సంభావ్యశక్తితో పుట్టినవాళ్ళం. కాని ఈ పెద్దలు ఆ సంభావ్యశక్తి పిండటం ఎలాగో తెలుసుకున్నారు. అది ఎలా చేయాలో మీరు తెలుసుకుంటే అంతా మారిపోతుంది.

మనలో ప్రతిఒక్కరము వేరువేరు పరిస్థితులలో పుట్టాము అన్నమాట యదార్థం. కాని మన అందరిలోనూ ఉన్న ఆ అపార సంభావ్యశక్తి మాత్రం విశ్వవ్యాప్తం. క్లిష్టమైన పరిస్థితులలో పుట్టినవారు అనేకులు ఉన్నారు. కాని వారు తమ జీవితాలను అసాధారణం చేయటానికి మార్గం వెతికి కనుక్కున్నారు. వారిలో కొందరు మీకు తెలిసే ఉండవచ్చు.

మొదటి హ్యారీ పాటర్ పుస్తకం వ్రాసినప్పుడు రచయిత్రి జె. కె రౌలింగ్ చితికి పోయి, దాదాపు నిరాశ్రయురా లయినారు. ఆ హ్యారీ పాటర్ ఒక ప్రత్యేక శ్రేణి అయింది. అఖండ విజయం సాధించిన అనేక చలన చిత్రాలుగా రూపొందింది. థీం పార్క్ సవారీలు, ఆటవస్తువులు, దుస్తులు, వీడియో గేమ్స్, ఇంకా ఇంకా ఎన్నో – అన్నీ కలిసి ఆమెను బిలియనీర్ క్లబ్ లో ప్రత్యేక సభ్యురాలిని చేశాయి.

జె జడ్ బ్రూక్లిన్ లో ఒక గృహనిర్మాణ పథకంలో పేద స్థితిలో పెరిగాడు. ఆయన రాప్ సంగీతకారులుగా విశ్వవిఖ్యాత వాణిజ్యవేత్తగా ఎదిగారు. ఆయన సామ్రాజ్యంలో రియల్ ఎస్టేట్, స్పోర్ట్ బార్లు, దుస్తులు, పానీయాలు, అందానికి కీలక పరికరాలు ఇంకా ఎన్నెన్నో.

ఓప్రా విన్ఫ్రే బాల్యం పేదరికంలో, దురాచారంలో గడిచింది. ఆమె ప్రపంచప్రఖ్యాత మహిళలో ఒకరుగా సంపన్నురాలుగా ఎదిగారు. తన సఫలతకు ప్రత్యుపకారంగా, భావితరాలు పేదరికంలో బాధపడుకుండా ఉండేందుకు సహాయంగా దానధర్మాలకు, నిరాశ్రయులైన బాలికలకు ఆమె 150 మిలియన్ డాలర్లు దానం చేశారు.

రాకీ ద్వారా ప్రసిద్ధి చెందక మునుపు చిన్న చితక పాత్రలు ధరించే సమయాలలో సిల్వెస్టర్ స్టాలన్ మధ్యమధ్యలో రోడ్ల వెంబడి నివసించారు. ఆ రాకీ కథ ఆయన స్వీయ రచన. రాకీ హక్కులు అప్పటివరకూ నడిచిన హక్కులు అన్నిటిలోనూ అన్నిటికంటే అత్యధిక సఫలత సాధించాయి.

ఇలా ఉదాహరణలు చెప్పుకుంటూ పోతే, నిజజీవిత ఉదాహరణలతో ఈ పుస్తకమే నిండి పోతుంది. దీనివల్ల బాహ్య పరిస్థితులు మీ ప్రగతికి ఒక ప్రతిబంధకం కావని, మీ గతం మీ భవిష్యత్తును నిర్ణయించ బోవటం లేదని మీరు గ్రహిస్తూ ఉన్నారని ఆశిస్తాను. మొదటగా మీరు కోరిన భవిష్యత్తును మీరు మనసా స్పష్టంగా దర్శించాలి. ఆ తర్వాత అది సాధ్యమేనన్న విశ్వాసం స్థాపించాలి. (అది ఎలా చేయాలి అన్న విషయం రాబోయే పేజీలలో సవివరంగా చాలా సమయం చర్చిస్తాం.) అప్పుడు మీరు ఆ దిశగా కదలాలి. పైన చెప్పిన పెద్దలు చేసింది అదే. తాము కోరినది సాధ్యమేనని ఆ పెద్దలు నిశ్చయించారు. దానిని సాధించాలంటే ఏమి చేయాలో ఆలోచించారు. ఆ తర్వాత తమ సర్వశక్తులూ ధారపోసి విజయం తథ్యం అనేవరకూ ఆ బాటన ప్రయాణం కొనసాగించారు. మీరు కూడా సరిగ్గా అదేపని చేయవచ్చు.

మీ లక్ష్యం ప్రపంచాన్ని కుదిపి వేసేదిగా ఉండవలసిన అవసరం లేదన్న విషయం గుర్తు ఉంచుకోండి. ఆ లక్ష్యం చిన్నదీ కావచ్చు, పెద్దదీ కావచ్చు. సులభము కావచ్చు, క్లిష్టమూ కావచ్చు. అంతా మీ ఇష్టం. ఆ లక్ష్యం మీకు సార్థకంగా తోచాలి. ఆ సార్థకతే మీకు ప్రచోదన కారి అవుతుంది.

అద్భుత ప్రభాతం పుస్తకంలో నేను 10 స్థాయి సఫలత అని ఒక భావన వర్ణించాను. అది మనం అందరమూ జీవితంలో అనుసరించాలని ఆశించే ఆదర్శం. మీరు మీ జీవితంలో సఫలత 1 నుంచి 10 పాయింట్ల కొలతబద్ద మీద కొలిస్తే, ప్రతి రంగంలోనూ 10 సాధించాలని మీకు కోరిక ఉండవచ్చు. ఆరోగ్యం 10 కి 10. ఆనందం 10 కి 10. సంపద 10 కి 10. ఏదైనా తీసుకోండి. అందులో 10 కి 10 కావాలనే కోరిక. మానవ సంభావ్య శక్తి అపారం. కనుక, 10 స్థాయికి చేరటం ఒకటే లక్ష్యం కాకపోవచ్చు. ప్రతిరోజూ ఉదయం నిద్ర లేచినప్పుడు, ఆ క్రితం నాటికంటే ఈనాడు మేలైన వ్యక్తిగా రూపొందటానికి మీ సమయము, శక్తి వెచ్చిస్తారు. ప్రతిరోజూ మీ అపారశక్తి దిశగా ముందడుగు వేయటానికి సంకల్పించి ఆ పనిమీద మనసు లగ్నం చేస్తే, అవకాశాలు కోకొల్లలుగా ఎదురవుతాయి. అసలైన సంతృప్తికి మూలం మీరు తెలుసుకుంటారు.

10 స్థాయి సఫలత దిశగా శ్రమిస్తున్నారు. ఎదగాలి, మెరుగు పడాలి అనే మానవ అభిలాష అనుసరిస్తున్నారు. ఆ మార్గంలో మీరు ఉన్నచోటే పరిపూర్ణత దర్శించ గలగాలి. అక్కడికి చేరినందుకు సంతోషం పొందాలి, చేరగలిగినందుకు కృతజ్ఞత అనుభూతి చెందాలి. ఇక్కడ నేను తగినవాడిని కాను అని బయలుదేరటం కాక, నా శక్తి అపారం. నేను ఇంకా ఇవ్వగలను అన్న భావనతో బయలుదేరాలి. అక్కడ వ్యత్యాసం సూక్ష్మమే కాని తీవ్రం. అద్భుత మహారథుల జీవన పథం అది.

ఇక్కడ అద్భుత ప్రవీణులు వేరుగా ఉంటారు. వాళ్ళు ఎప్పుడూ 10 స్థాయి సఫలతను మించిన విజయాలు సాధించటానికి శ్రమిస్తూ ఉంటారు. వారికి తమపట్ల అచంచలవిశ్వాసం. జీవితంలో వారు ఆశించినది లభించి తీరుతుందని వారి దృఢనమ్మకం. కాని వారి ఆశయాలు వెంటాడటంలో వారు నిష్క్రియులుగా, స్తబ్ధులుగా ఉండరు. వారు ఏదో దృష్టి ఫలకం చూస్తూ కూర్చొని, లేదా ఏదో మంత్రం జపిస్తూ కూర్చొని ఎందుకు ఏమీ జరగటంలేదా అని ఆశ్చర్య పడరు. మీరు అద్భుత ప్రవీణులుగా జీవిస్తే, మీరు మామూలు మనుషులకు భిన్నంగా ప్రవర్తిస్తారు. భిన్నంగా ఆలోచిస్తారు.

మనలో చాలామంది ఆలోచన – అలవాటు ప్రకారం – భయంతో, ఆత్మసంశయంతో నడుస్తూ ఉంటుంది. అద్భుత ప్రవీణులు ఆత్మవిశ్వాసంతో భయాన్ని తిరస్కరిస్తారు. తాము చేపట్టిన ప్రతి కార్యము జయించగలమని, జయించి తీరుతామని వారి మనస్తత్వం. సఫలత సాధించని చోట, వైఫల్యం అంగీకరించి వెంటనే ముందుకు సాగుతారు. ఆ బాటన వారి అవకాశాలు

మెండు అవుతాయి. అక్కడక్కడ అపజయాలు ఎదురయినా, విజయావ కాశాలు వారికి ముందుముందు ఎదురవుతాయి. ఎదురైతీరుతాయి.

"ప్రతిసారీ పందాలు గెలిచేవారు మాత్రమే ఛాంపియన్స్ కారు. చాంపియన్స్ అంటే రంగంలోకి దిగి ప్రయత్నించేవారు. ఈ సారి మరికొంత తీవ్రంగా ప్రయత్నించేవారు. 'ఛాంపియన్' అనేది ఒక మనస్తత్వం. వారు తపోభావంతో కృషి చేస్తారు. ఇతరులతో పోటీ పడాలనే కోరికకంటే వారు తమతో తామే పోటీ పడి ప్రతి సారీ క్రితం పర్యాయం కంటే మెరుగైన ఫలితాలు సాధించటానికి కృషిచేస్తారు." అంటారు సైమన్ సినెక్.

అద్భుత ప్రవీణులు ప్రవర్తనలో కూడా భిన్నంగా ఉంటారు. ఫలితాలు సాధించాలంటే కృషి చేయాలని వారికి తెలుసు. వారు సులభోపాయాల కోసం వెతకరు. వారు కోరింది సాధించటానికి అవసరమైన కృషి చేయటానికి వారు సదా సంసిద్ధులుగా ఉంటారు. దక్షతకు, నైపుణ్యానికీ వారుకూడా విలువ నిస్తారు. కనుక వారు కూడా వేగంగా లక్ష్యం చేరటానికి సదా కిటుకులు, చిట్కాలు, అడ్డదారులు వెతుకుతూ ఉంటారు.

ఇది కేవలం పర్యావలోకనం కాదు. స్వానుభవంతో చెబుతున్నాను. నేను ఒక కారు ప్రమాదంలో దాదాపు చచ్చినంత పని అయింది. కాని ఈ అద్భుత సమీకరణం ప్రయోగించి తిరిగి లేచి నడిచాను. దాదాపు దివాలా స్థితినుంచి మా వ్యాపారం ఆర్థికస్థితి బయటికి లాగాను. కాన్సర్ రావచ్చుననే దిక్కుతోచని స్థితినుంచి బయట పడ్డాను. ఈ పుస్తకంలో చెప్పిన రెండు నిర్ణయాలు అవలంబించి ఆచరించటం తప్ప నేనేమీ చేయలేదు.

అద్భుతాలు సృష్టించటం మీ నిర్ణయం

మనం కోరుకున్న జీవితాలనుంచి మనలను వెనక్కు లాగుతున్నది ఏమిటో అన్నదానికి స్వయంసాయక పుస్తకాలు లెక్కకందని సమాధానాలు ఇచ్చాయి. మన అలవాట్లు, మన మీద ప్రభావం చూపే పరిసరాలు, మన ఆత్మవిశ్వాస స్థాయి, మన శక్తిసామర్థ్యాల స్థాయి, ఆకర్షణ సూత్రం, సమయపాలన, భావావేశ వివేకము, మన చదువు, చదువు లోపము వగైరా వగైరా. ఇవన్నీ చూస్తూ ఉంటే కంగారు పుట్టవచ్చు. కానీ వందలాది ఈ సమాధానాలు అన్నీ రెండు ముక్కుసూటి నిర్ణయాలలోకి కుదించవచ్చునని నా నమ్మకం. ఆ రెండు నిర్ణయాలు మీ సఫలతను పెంచవచ్చు, తెంచనూ వచ్చు. అప్పుడు మీరు ఒక అద్భుతాల ప్రవీణులుగా ఉండబోతున్నారా లేదా అన్నది నిశ్చయ మవుతుంది.

రెండు నిర్ణయాలు చేయటంలో మనం పదేపదే విఫలులం అవుతూ ఉంటాం. మనం కోరుకున్నది సాధించలేక పోవటానికి కారణం అదే. ఆ రెండు నిర్ణయాలు: అచంచల విశ్వాసం కలిగి ఉండటానికినిర్ణయం, అసాధారణ కృషి చేయటానికి నిర్ణయం. తాము కోరిన జీవితం కళ్ళకు కనబడకుండా అడ్డుపడేవి ఈ రెండు నిర్ణయాలే. తాము చేయగలము అనే విశ్వాసం వారిలో లోపించటము, లేదా వారు అందుకు తగిన కృషి చేయక పోవటము. సంగ్రహంగా అదీ విషయం. చాలామంది రెండిటిలో ఏదీ చేయరు.

ఇది సరళంగా, అతి సరళంగా ధ్వనిస్తుందని నాకు తెలుసు. కొంచెం లోతుకు దిగుదాం పదండి.

మొదటి నిర్ణయం: అచంచల విశ్వాసం. ఈ విశ్వాసాన్ని నమ్మకం, భరోసా, దృఢవిశ్వాసం అని ఇతర పేర్లతో కూడా పిలవవచ్చు. కాని అసాధారణ జీవితాలు సృష్టించే వ్యక్తులు తాము చేయగలమనే విశ్వాసం స్థిరపరుచుకుని ముందుకు సాగుతారు. వారు తలచిన ఫలితాలు సాధించే వరకూ ఆ విశ్వాసాన్ని దృఢపరుచుకుంటూ కొనసాగుతారు. కనుక వారి విశ్వాసం అచంచలం.

మానవ స్వభావానికి ఇది విరుద్ధం. మన గతము, ప్రస్తుత ఫలితాలు, పరిస్థితులు మన విశ్వాసాన్ని ప్రభావితం చేస్తూ ఉంటాయి. ఇంతకు మునుపు మీరు అధిగమించనిది అధిగమించ గలరనీ, ఇంతకు మునుపు సాధించనిది ఇప్పుడు సాధించగలరనీ విశ్వాసం దృఢపడాలంటే, మీరు మీ సుఖారామం బయటికి రావటానికి సాహసించాలి. అందుకు మిమ్మల్ని మీరు మేలైన వ్యక్తిగా దర్శించాలి. మీరు తలచినది సాధించ గలరు అనే సాధ్యత దర్శించ గలగాలి. అందుకు తగిన ఆధారాలు ప్రస్తుతం లేకపోవచ్చు. అది మామూలుగా, సహజంగా కలిగే విశ్వాసం కాదు. స్వయంచాలకం అంతకంటే కాదు. మీ అపార శక్తిసామర్థ్యాలలో విశ్వాసం స్థాపించటానికి సచేతనమైన, సావధానమైన నిర్ణయం అవసరం.

ఆ విశ్వాసంతో కొనసాగటం కూడా సహజం కాదు. చెప్పుకోదగిన ఘనకార్యాలు అన్నీ ఎన్నో అవాంతరాలు, ఎదురుదెబ్బలు అధిగమించిన తర్వాతనే సాధ్యమయ్యాయి. ఈ అవాంతరాలు ఎదురుదెబ్బలు తగలగానే చాలామంది విశ్వాసం నీరసిస్తుంది, వారి సాహసయాత్ర ఆగిపోతుంది, వారి కోరిక కోరికగానే మిగిలి పోతుంది. అద్భుతాలు సృష్టించే ప్రయత్నంలో ఇక్కడే మనం రెండవ నిర్ణయానికి కదులుతాం.

చేతలలో అద్భుత సమీకరణం

2006 లో రాబ్ డయల్ నా శిక్షణకు కు మొదటి ఖాతాదారు అయ్యారు. ఆ తర్వాత ఆయన నాకు మిత్రులు, సహోద్యోగి అయ్యారు. ఆయన ఈ అద్భుత సమీకరణం ప్రయోగించి ఆర్థిక స్వాతంత్ర్యం సాధించటంతోబాటు ఈ ప్రపంచంలో చెప్పుకోదగిన ప్రభావం కలిగించారు.

నా చిరకాల స్నేహితుడు, వ్యాపార భాగస్వామి జాన్ బెర్గాఫ్ (ఆయనను మీరు ఈ పుస్తకంలో తర్వాత కలుసుకుంటారు) తో కలిసి సర్వోత్తమ సంవత్సరం అనే నిజజీవిత అనుభవ కార్యక్రమం ఒకటి నిర్వహిస్తాం. ఆ కార్యక్రమంలో పాల్గొనేవారికి అది విప్లవాత్మక అనుభవం అవుతుంది. తద్వారా ఆ తర్వాతి పన్నెండు నెలలు వారి జీవితంలో ఉతమోత్తమమైన పన్నెండు నెలలుగా తీర్చి దిద్దుకునే అవకాశం కల్పిస్తుంది. ఈ కార్యక్రమం నడుపుతున్న సమయంలోనే రాబ్ కు హఠాత్తుగా ఒక జ్ఞానోదయం కలిగింది. జనం తమ సంభావ్యశక్తి చేరుకోకుండా తమను తామే వెనక్కు లాక్కుంటున్నారు. అందువల్ల వారి జీవితం బాధామయం అయింది. జనం ఆ బాధనుంచి విముక్తులను చేసుకుని, తమ సంభావ్యశక్తి చేరుకోవటం ఎలాగో నేర్పటమేనని రాబ్ గ్రహించారు. ఆ గ్రహింపు కలిగిన అచిరకాలంలోనే ఆయన తన పాడ్ కాస్ట్ ఆరంభించారు. మొదటి ఎనిమిది వారాలలో ఆ పాడ్ కాస్ట్ 100 000 డౌన్ లోడ్స్ సాధించింది. రాబ్ ఆనందం చెప్పనలవి కాదు. కాని ఆయనకు నెలకు ఆరు అంకెల జీతం ఇచ్చే ఉద్యోగం ఉన్నది. ఆ ఉద్యోగమంటే ఆయనకు అమిత ప్రేమ. ఉద్యోగం చేస్తూనే ఈ పాడ్ కాస్ట్ కొనసాగించటం అసాధ్యమని ఆయనకు తెలుసు. తనలో తన ధ్యేయంలో ఉన్న అచంచల విశ్వాసంతో ఆయన ఉద్యోగం విడిచి పెట్టారు. తన జీవిత ధ్యేయంతో పూర్తిగా నిమగ్నులయారు.

ప్రజలకు నచ్చి, వారు నలుగురితో పంచుకునే సమాచారం ఎలా సృష్టించాలో గ్రహించటానికి అయన అసాధారణ ప్రయత్నంచేసి పద్నాలుగు నెలలలో మిలియన్ కు మించిన సామాజిక అనుసరణ

సాధించారు. 2017 లోనే ఫేస్ బుక్ లో ఆయన సృష్టించిన వీడియోలు, సమాచారము 500 మిలియన్ కు పైగా దర్శించారు. ఆయన వదిలి పెట్టిన ఆరు అంకెల జీతం అంటారా, పద్నాలుగు నెలలలో పూరించారు. రెండవ సంవత్సరంలో ఆయన తన సాలుసరి జీతానికి 300 రెట్లు సంపాదించారు. అద్భుత సమీకరణం ప్రయోగించి అద్భుత ప్రవీణులు కావటం ఎలాగో రాబ్ స్వానుభవంతో తెలుసుకున్నారు.

రెండవ నిర్ణయం: అసాధారణ ప్రయత్నం: ప్రయత్నం అనే పదానికి కృషి, ఉత్పాదన, శ్రమ, చర్య అని పర్యాయ పదాలు ఉండవచ్చు. కాని సార్ధకమైన లక్ష్యాలు సాధించేవారు తాము తలచిన పని అయ్యేవరకూ అవసరమైన ప్రయత్నం చేసి (10 స్థాయి జీవితాలు కొనసాగిస్తారు.) సాధిస్తారు. అసాధారణ ప్రయత్నం అంటే ఎముకలు విరిగే శ్రమ కానవసరం లేదని రాబోయే అధ్యాయంలో తెలుసుకుంటారు. కాని అందుకు మీ శక్తి సామర్థ్యాలు అవసరం. ఆ ఫలితం కలిగేవరకూ మీ కృషి నిరంతరంగా కొనసాగాలనేదే అక్కడ అసాధారణం. అది లేకపోతే, మీ విశ్వాసానికి ఇంధనం లోపిస్తుంది.

ఇక్కడ దురదృష్టం ఏమిటంటే ఇలా నిరంతరంగా కొనసాగే ప్రయత్నం కూడా అసహజమే. చిరకాల సఫలత, సంతృప్తికంటే మనం తాత్కాలిక ఆనందాలవెంట పడతాం. అలా చేయటంవల్ల మనం మన సుఖారామంలో భద్రంగా విశ్రాంతి తీసుకుంటూ కనీసపక్ష శ్రమ మాత్రమే వెచ్చిస్తాం. అది అవసరమైన పని చేయకుండా అడ్డుపడుతుంది. సులభమైన పనులు చేయటంకూడా సులభమే కదా!

ఇంటికప్పు ఎగిరిపోకుండా ఉండటానికి సరిపడేటంత సంపాదించటానికి పనిచేస్తాం మనం. కాని పురోగమించటానికి అది చాలదు. మానవ స్వభావం మన సమాజాన్ని అలా కట్టిపడేస్తుంది. మనం తినే తిండి కేవలం తాత్కాలిక స్వరూపము, రుచికి లోబడి తింటాము. ఆ తిండ్లు మన జీవితంలోనుంచి నవనవలాడే ఆరోగ్యాన్ని, శక్తిని హరించి వేస్తాయి. ఇష్టం ఉన్నా లేకపోయినా మనం సంస్థలలో చాలీచాలని జీతాలకు కట్టుబడి ఉద్యోగాలకు అతుక్కుపోయి ఉంటాము. మనకు సంపద ప్రసాదించి ఆర్థిక స్వాతంత్ర్యం కలిగించే మన కలలను, లక్ష్యాలను మనం పట్టించుకోము.

మీ సహజ స్వభావానికి విరుద్ధంగా నిర్ణయాలు చేయమంటున్నానని నాకు బాగా తెలుసు. పుట్టుకతో వచ్చిన స్వభావాన్ని ఎలా ఎదిరించటమా అని మీరు ఆశ్చర్య పడుతూ ఉండవచ్చు. కొంచెం ఓపిక పట్టండి. ఈ సహజ స్వభావాలను ఎలా అధిగమించటమా అన్న విషయం త్వరలోనే తెలుసుకుంటాం. అప్పుడు మీ నిర్ణయాలు స్వయంచాలకము, సహజము అవుతాయి.

అచంచల విశ్వాసము, అసాధారణ ప్రయత్నమూ ప్రతిపుష్టి ఆవృత్తం

ఇది మనకు అందరికీ తెలిసిన విషయమే. మన కొత్తలక్ష్యాన్ని గురించి మనం ఉత్సాహంగా ఉన్నాం. ఆ లక్ష్యం సాధిస్తే, ఎలా ఉంటుందో, ఎలాటి అనుభూతి కలుగుతుందో మనకు స్పష్టమైన దృశ్యం దర్శనమిస్తుంది. అక్కడికి చేరుకోటానికి మనం ఏమేమి చేయాలో మనకు చాలా స్పష్టంగా వివరంగా తెలుసు. అది సాధ్యమేనని మన నమ్మకం. ఆ దిశగా అడుగులు వేసి మనం ముందుకు సాగుతున్నాం. ...ధబ్...

అనుకోని అవాంతరం ఏదో అడ్డుపడింది. ఫలితాలు ఆశించినంత వేగంగా కలగటం లేదు. మీరు పంపిన దరఖాస్తులకు ఎవరి దగ్గరినుంచీ సమాధానం రావటం లేదు. మీ విరామ సమయంలో మీ కొత్త బ్లాగ్ మొదలు పెడదామనో, బ్లాగ్ మీద పని చేద్దామనో అనుకుంటున్న సమయంలో సరిగ్గా మీ బాస్ మిమ్మల్ని కొత్త ప్రాజెక్ట్ కు బదిలీ చేశారు. మీరు ఒక కొత్త ఉత్పాదన విడుదల చేశారు. కాని అమ్మకాలు మీరు ఆశించిన స్థాయిలో జరగటం లేదు. ఇటువంటి సమయాలలోనే అద్భుత సమీకరణం అంటిపెట్టుకుని ఉండటం ఒక సవాలు అవుతుంది. మీకు ఎదురైన అవాంతరం ఎంత పెద్దది అయితే మీ నిరుత్సాహం అంతకంటే ఎక్కువ అవుతుంది. అప్పుడే మీరు ఈ సమీకరణాన్ని కిటికీలోనుంచి గిరాటు వేసే బలహీనత మీలో చోటు చేసుకుంటుంది. అప్పుడే మీకు తెలిసిన జీవితానికి తిరిగి తీసుకువెళ్ళే నిరాశ ఆవహిస్తుంది.

మీరు ఆశించిన ఫలితాలు కనబడకపోతే, మీ విశ్వాసం సడలు తుందనటం సహజం. మీ విశ్వాసం సన్నగిలగానే, దాని వెనకనే ఆ లక్ష్యం సాధించటానికి అవసరమైన ప్రయత్నం పరారు అవుతుంది. నా లక్ష్యం

చేరుకోవటం సాధ్యమని నేను నమ్మటం లేదు. ఇక దానికోసం ప్రయత్నించటంలో అర్ధమేమున్నది? ఈ ప్రశ్న మీ మనసులో చాలా సార్లు మెదిలి ఉంటుంది.

అచంచల విశ్వాసము, అసాధారణ ప్రయత్నమూ రెండూ శక్తిలో సమ ఉజ్జీలే. దానికి తోడు రెండూ ఒకదానికొకటి చేదోడు వాదోడుగా ఉంటాయి. వాటిని రెండిటినీ విడివిడిగా కాకుండా, ఒక వృత్తం లాగానో, ఒక చక్రం లాగానో చూడటం వాస్తవానికి చేరువలో ఉంటుంది. అవి రెండూ కలిసి పని చేస్తాయి. మీ లక్ష్యాన్ని సాధించగలరనే అచంచల విశ్వాసం స్థాపించినప్పుడు, మీ అంతరంగంలో ఒక ప్రచోదన కళ్ళు తెరుస్తుంది. ఆ ప్రచోదన మిమ్మల్ని అసాధారణ ప్రయత్నం దిశగా కార్యోన్ముఖులను చేస్తుంది. ఆ ప్రయత్నం ఒక అర్హతను ఆపాదిస్తుంది. ఆ అర్హత మరికొంత విశ్వాసానికి దోహదం చేస్తుంది. మీరు రెండిటిలోనూ నిమగ్నులై ఉన్నపుడు ఆ సమీకరణం పనిచేస్తుంది. మీరు రెండిటిలోను తలదూర్చినప్పుడు ఆ సమీకరణం పనిచేస్తుంది. కాని ఏదైనా ఒకటి చెయ్యి జారితే, ఆ ప్రక్రియ అకాల మరణం పాలవుతుంది. అవి రెండూ ఒకదానికొకటి ప్రతిపుష్టిగా నడుస్తాయి. మీరు మీ జీవితమూ, మీ లక్ష్యాలు, మీ కలలు, ఆ మాటకు వస్తే మీ బాంధవ్యాలు అచంచల విశ్వాసంతో, అసాధారణ ప్రయత్నంతో సమీపిస్తే, ఆ ప్రతిపుష్టి వృత్తం కొనసాగుతూ ఉంటుంది. అద్భుతాలు పదేపదే జరిగేది అలానే. మీరు అద్భుత ప్రవీణులుగా జీవించటానికి మార్గం అదే.

అద్భుతాలలోకి మాయ చేర్చటం

నాకు తెలుసు. నాకు తెలుసు. ఇంతకు మునుపే అద్భుతాలలోనుంచి మాయను తీసివేశాం. ఇప్పుడు మళ్ళీ కొంచెం మాయ వాటిలో చేర్చుదాము. మీరు అచంచల విశ్వాసంతో భయాన్నీ, ఆత్మసంశయాన్నీ జయించినప్పుడు అనుత్పాదక వైఖరి, బద్ధకం మీలోనుంచి తొలిగిపోతాయి. ఇంతకాలమూ అసాధారణ ప్రయత్నం చేయకుండా మిమ్మల్ని అడ్డుకున్న దోపిడీ దొంగలు అవే. అప్పుడు మీరు మీ సంపూర్ణ సామర్థ్యంలో చేయి పెట్టగలుగుతారు. తక్షణం మీకు అవకాశాలు సమకాలీనంగా కోకొల్లలుగా దర్శన మిస్తాయి. మీరు తలచినది సాధించటం సహజగుణం అవుతుంది. బయటినుంచి చూస్తే అంతా అదృష్టం అన్నట్లు కనబడుతుంది.

అద్భుతాల ప్రవీణులను జనం అమితాశ్చర్యంతో చూస్తారు. కొన్నిసార్లు

ఏమి అదృష్టంరా నాయనా! వాళ్లకు ప్రతిదీ వడ్డించిన విస్తరి. వాళ్ళు ఎంత అదృష్ట వంతులు! అని ఈర్ష్య పడవచ్చు కూడా. దృఢమైన మతవిశ్వాసాలు, ఆధ్యాత్మిక విశ్వాసాలు ఉన్నవారు ఆ సఫలత దేవుడి దయవల్లనో మరే పైవాడి దయవల్లనో కలిగిందని చెప్పవచ్చు. నాస్తికులు దాన్ని యాదృచ్ఛికమని కొట్టిపారేయవచ్చు.

దానిని మీకు ఏపేరు తోస్తే ఆపేరున పిలవండి. ఎవరివల్ల జరిగింది అనుకుంటారో వారికే ఆ ఘనత కట్టిపెట్టండి. కాని దానిని గురించి ప్రశ్నలు వేయకండి. దానిని మనసారా హత్తుకోండి. అందులో సత్యాన్ని సరళతను గుర్తించండి. కాని ఒక విషయం గుర్తు ఉంచుకోండి. మీ ఘనమైన కలను వెంటాడుతున్నపుడు, లేదా అసాధారణ ఫలితాలు సృష్టించ బోతున్నపుడు, ఆ ప్రయాణం ఎలా ఉండబోతున్నదో మీరు ఊహించలేరు. కాని అక్కడ అన్నిరకాల అనుకోని దారులు, సవాళ్లు, సంబంధాలు, గుణపాఠాలు ఎదురవుతాయనీ, అవి మీకు మరికొన్ని అవకాశాలు చూపే పాఠాలు నేర్పుతాయనీ తెలుసుకోండి.

అదృష్టం మిమ్మల్ని ఎప్పుడు ఎలా వరిస్తుందో మీరు చెప్పలేరు. కాని ఒకటి మాత్రం తథ్యం. మీరు అద్భుత సమీకరణాన్ని ఎంత అనుసరిస్తే అదృష్టం మిమ్మల్ని అంతగా వెతుక్కుంటూ వస్తుంది. అసాధారణ కృషి చేస్తూ అచంచలమైన విశ్వాసంతో ముందుకు సాగుతున్నకొద్దీ చెప్పరాని అమూల్యమైన వనరులు మీ జీవితంలో దర్శన మిస్తాయి. అప్పుడే జనం మిమ్మల్ని చూసి బాబోయ్, వారికి ప్రతి ఒక్కటీ వెతుక్కుంటూ వస్తుంది. వాళ్ళు ఎంత అదృష్టవంతులు! అని విస్తుపోతారు.

నేను స్వానుభవంతో చెబుతున్నాను. ఇది ఈ పుస్తకంలో మీరు కలుసుకోబోయేవారి అనుభవం కూడా. మీరు అద్భుత సమీకరణం చేయికలిపి జీవిస్తే, అద్భుతాలు, మీకు ఊహాతీతమైన అద్భుతాలు మీ జీవితంలో ప్రత్యక్షం కావటం – అదీ మీరు ఎన్నడూ ఆశించని మార్గాలలో – మొదలవుతుంది. మీ చైతన్యానికి అతీతమైన శక్తులు, వనరులు వచ్చి ప్రతిఒక్క అద్భుతాన్నీ సృష్టించటానికి మీకు తోడ్పడుతాయి. ఆ వనరులు, శక్తులు మీరు ఆలోచించి ఏర్పాటు చేయలేరు. అవి ఎలా వస్తాయో ఎక్కడినుంచి వస్తాయో మీకు తెలియనే తెలియదు. అవి తరుచు అనూహ్య అవకాశాలుగా, అనుకోని వ్యక్తులుగా దర్శనం ఇవ్వవచ్చు. లేదా సకాలంలో సరయిన చోట కనపడవచ్చు.

మీలోని నాస్తికుడు మేలుకుంటున్నాడని నాకు వినబడుతున్నది. ఏమిటి హాల్, మా చైతన్యానికి అతీతంగా శక్తులు, వనరులునా? మీరు అనేది నాకు వినబడుతున్నది. అది కొంచెం "అసాధ్యంగా, అసంభవంగా" ధ్వనించవచ్చు. అయినాకూడా మీరు దూకి తీరాలి. ప్రతి ఒక్క అద్భుత మహారథులూ జీవితంలో ఎప్పుడో ఒకప్పుడు ఆ దూకు దూకారు. కనుకనే సఫలత సాధించిన పెద్దలు ఆదృష్టం వల్లనే తమ సఫలత సాధ్యం అయిందని చెబుతారు. కొన్ని సమయాలలో మనం కంటికి కనబడని దానిని నమ్మవలసి వస్తుంది. మీరు మాయ, అద్భుతం నమ్మాలని నా వినతి. ఎందుకంటే అలా నమ్మినవారే ఆ మాయను అద్భుతాన్నీ అనుభూతి చెందగలుగుతారు.

ఇంతకు మునుపే చెప్పినట్లు అద్భుత సమీకరణం వివరించి చెప్పటం సులువే కాని దానిని ఎలా ఆచరణలో పెట్టాలో అర్థం చేసుకున్నవారు బహుకొద్దిమంది. అచంచల విశ్వాసము, అసాధారణ ప్రయత్నమూ రెండూ అర్థం చేసుకోవటం కష్టమైన పని ఏమీ కాదు. రెండిటినీ జోడించి పట్టువదలకుండా ప్రయోగిస్తే అవి అద్భుతమైన ఫలితాలు పుట్టిస్తాయి. అయితే ఈ రెండూ అమలుపరచటం మాత్రం ముక్కుసూటి వ్యవహారం కాదు. వాటిని అమలు పరచాలంటే మన పుట్టుకతో వచ్చిన ధోరణులూ, నేర్చుకున్న వైఖరులూ మార్చుకోవాలి. కనుకనే మన సమాజంలో ఈ సూత్రం ప్రయోగించి అసాధారణ ఫలితాలు సాధించటం ఎలాగో బహుకొద్దిమంది మాత్రమే అర్థం చేసుకున్నారు. వారిలో ఇంకా కొద్దిమంది మాత్రమే దానిని పునరావృతం చేయగలిగారు.

అల్పసంఖ్యాకులైన ఈ అద్భుత ప్రవీణుల బృందానికి అచంచల విశ్వాసం అయాచిత ఆలోచనా విధానం. అసాధారణ ప్రయత్నం వారికి సాధారణము, స్వయంచాలకము. కనుక ఈ బృందంలో చేరుమని మీకు నా ఆహ్వానం. కొలతకు అందే అద్భుతాలు ప్రత్యక్ష పరచటం ఎలాగో మీకు ఇప్పుడు తెలిసింది. మరొక అడుగు ముందుకువేసి వాటిని ప్రయోగించటం ఎలాగో అర్థం చేసుకుంటారా లేదా అన్నవిషయం ఇక మీ చేతిలో ఉన్నది.

రాబోయే అధ్యాయంలో ఈ అద్భుత సమీకరణం నాకు ఎలా తటస్థించిందో, మొట్టమొదటి అద్భుతం ఎలా ప్రత్యక్షం చేసుకున్నానో, ఆ తర్వాత అది ఇతరులకు బోధించటం మొదలు చేశానో చెబుతాను. ఈ భావం ఎప్పుడు, ఎక్కడ, ఎలా మొదలయిందో చూద్దాం. పదండి.

2

అసాధ్యం నుంచి అసంభవానికి... అసంభవం నుంచి అనివార్యానికి...

నేను సమీకరణం ఎలా కనుక్కున్నాను

అద్భుతస్థాయిలో సంపన్నత అనుభూతి చెందాలి అంటే,
మీరు మీ పాత ఆలోచనా విధానం విడిచిపెట్టి
జీవితంలో మీకు సాధ్యమయ్యే సరికొత్త అనుభవాలు
ఊహించే నూతన పంథా అనుసరించాలి.

- డాక్టర్ వేన్ డయర్

మనం రెండో అధ్యాయానికి మాత్రమే చేరామని నాకు తెలుసు. ఇక్కడ నేను ఒక విషయం ఒప్పుకొని తీరాలి. ఈ అద్భుత సమీకరణం నేను కనిపెట్టింది కాదు. ఈ పుస్తకం శతాబ్దాలకు పూర్వమే ఎవరో ఒకరు వ్రాసి ఉండవచ్చు. నేను కాదనుకోండి. అప్పుడు నేను లేను కదా! మరొక అద్భుతాల మహారథులు ఇది వ్రాసిఉండవచ్చు. ఈ అద్భుత సమీకరణం అంతకు పూర్వమే ఉన్నది. నేను కేవలం దానిని గుర్తుపట్టాను. ఒక పేరు పెట్టాను. అంతే. నిజానికి చరిత్ర అంతటా జీవితంలో అన్ని బాటలలోను నిత్య నూతనసృష్టి చేసినవారు, ఘనవిజయాలు సాధించినవారు ఈ సూత్రాన్ని విరివిగా ప్రయోగించారు. దానికి వారు ఒక పేరు అంటూ పెట్టలేదు.

నా చిన్నతనంలో నా అభిమాన బాస్కెట్బాల్ ఆటగాడు మైఖేల్ జోర్డాన్. ఆయన చికాగో బుల్స్ జట్టుకు ఆడేవాడు. ఆట నాలుగో పావులో ఉండగా, కోచ్ ఫిల్ జాక్సన్ తన టీం ను ఉద్దేశించి "స్కాటీ [పిప్పెన్], నువ్వు బాల్ మైఖేల్ కు ఇవ్వ బోతున్నావు. నువ్వు ఎడమవైపు ఉన్నట్లు నటిస్తావు. అప్పుడు దారి తప్పించి అద్భుత సమీకరణం ప్రయోగిస్తావు, ఆట గెలిపిస్తావు." అని ఎన్నడూ చెప్పలేదు. అలాగే మార్టిన్ లూథర్ కింగ్ పౌరహక్కుల ఉద్యమం పురోగమించటానికి అద్భుత సమీకరణం ప్రయోగించమని చెప్పగా ఎవరూ వినలేదు. కుజగ్రహం మీద జీవించటానికి తగిన నగర నిర్మాణం గురించిన ఆలోచన కలగటానికి ఎలాన్ మస్క్ ఈ సమీకరణం ప్రయోగించినట్లు ఎవరూ ఎక్కడా చదవలేదు.

ఆ విషయం వారు గమనించినా, గమనించక పోయినా వారి ఘనాతిఘనవిజయాలు సాధించటానికి వారు ప్రయోగించింది మాత్రం ఈ అద్భుత సమీకరణమే. ఆ సమీకరణంతో కలిసి జీవిస్తే, మీరు మీ జీవితంలో ఏ రంగంలోనైనా సరే 10 కి 10 స్థాయిలో జయించుకు రాగలరు. అలా జయించకుండా ఉండటం అసాధ్యం.

నా ఉద్యోగంలో రికార్డ్ బద్దలుచేసే అమ్మకాలు సాధించటం అసాధ్యం అని నా పూర్వపు ఆలోచన. కాని ఎలాగైనా ఆ అమ్మకాలు సాధించాలి అని నా కోరిక. ఆ కోరికలోనుంచి ఈ అద్భుత సమీకరణం పుట్టుకు వచ్చింది. నాకు అలవాటైన ఆషామాషీ వ్యవహారం వదిలివేసి, కష్టతరమైన మార్గం వెంట ప్రయాణం సాగించాను. ఆ క్రమంలో నేను అంతకు మునుపు ఎన్నడూ కనీవినీ ఎరగని అమూల్యమైన పాఠం నేర్చుకున్నాను.

ఆ అద్భుత సమీకరణం ఎలా ఊపిరి పోసుకున్నదో సాదృశ్యంగా చెబుతాను.

కాలేజ్ చదువు ముగిసిన తర్వాత నేను కట్కో సంస్థలో సేల్స్ రిప్రజెంటేటివ్ ఉద్యోగం సంపాదించాను. వాళ్ళు ఉన్నతస్థాయి వంట పరికరాలు అమ్ముతారు. ఇంటింటికీ తిరిగి వారి ఎదట ప్రత్యక్షంగా ఆ పరికరాలు ప్రదర్శించి వాటి పనితనం నిరూపించి అమ్మకాలు చేయాలి. మొదట్లో నాకు అంతకు పూర్వ అనుభవం శూన్యం. అంతవరకూ నేను పనికిమాలిన జీవితానికీ, సామాన్య జీవితానికీ మధ్య ఊగులాడుతూ జీవించటానికి అలవాటుపడి ఉన్నాను. చదువులో నేను ఎప్పుడూ నేను బాక్ బెంచి విద్యార్థినే. ఒక నిర్ణీత క్రమంలో ఆటలు ఎప్పుడూ ఆడలేదు. ఏ క్లబ్ లోనూ నేను సభ్యుడిని కాను. స్కూల్ లో బెదిరింపులు భరించాను. యోసేమైట్ హైస్కూల్ లో నేను సాధించిన రికార్డ్ ఒకే ఒకటి. ఒక స్కూల్ సంవత్సరంలో అత్యధిక గంటల నిర్బంధం సాధించిన విద్యార్థిగా ఘనత నాదే. మీకు తెలుసుకోవాలని ఆత్రుతగా ఉంటే నేను సాధించిన నిర్బంధం మొత్తం 178 గంటలు. అది విని అమ్మ, నాన్న గర్వించే విషయం ఏమీ కాదు.

కట్కో లో కొందరు పెద్దల శ్రేయోభిలాషుల సహకారం, వారు నేర్పిన పాఠాలతో నాలో నాపట్ల అంతకు మునుపు నేను ఎరగని విశ్వాసం పెరిగింది. నేను కష్టపడి పనిచేయసాగాను. పెద్దపెద్ద లక్ష్యాలు సాధించటానికి ప్రయత్నించాను. అంతకు మునుపు నాకు తెలియని శక్తి సామర్థ్యాలు నాలో పెరిగాయి. త్వరలోనే నేను ఆ కంపెనీ ఉత్తమ సేల్స్ రిప్రజెంటేటివ్ లలో ఒకడిని అయాను.

నన్ను నేను పరీక్షించుకోవటానికి ముమ్మురమైన అమ్మకాల సమయంలో సేల్స్ రికార్డ్ లు బద్దలు చేయటం మొదలు పెట్టాను. కంపెనీలో అమ్మకాల ప్రతినిధుల మధ్య పోటీ కల్పించటానికి కట్కో సంస్థ పద్నాలుగు రోజుల అమ్మకాల పోటీ నడుపుతుంది. కంపెనీ ప్రతినిధులు దేశవ్యాప్తంగా

వేలాది మంది ఉన్నారు. ఈ పోటీ సమయంలో ట్రోఫీలు, బహుమతులు, కానుకలు ప్రకటిస్తారు. తద్వారా సేల్స్ రిప్రజెంటేటివ్ రికార్డ్ అమ్మకాలు సాధిస్తారు. వారి స్థానికశాఖ, ఆఫీసు అమ్మకాలు రికార్డ్ స్థాయికి చేరుతాయి. మొత్తం మీద కంపెనీ అమ్మకాలు రికార్డ్ స్థాయికి చేరుతాయి. అటువంటి పోటీలలో ఒకదానిలో నా బుర్రలో బల్బ్ వెలిగింది. అద్భుత సమీకరణం పుట్టింది.

అద్భుతంగా మారిన పోటీ సమయం

ఫిబ్రవరి 2001. అప్పుడు నా వయసు ఇరవై ఒకటి. ఆ అమ్మకాల పోటీలలో నేను రెండు సార్లు వరసగా 20,000 డాలర్ల అమ్మకాలు సాధించాను. ఆ సంస్థ యాభై రెండు సంవత్సరాల చరిత్రలో అలా వరసగా రెండు సార్లు ఆ అమ్మకాలు సాధించిన వారిని వేళ్ళమీద లెక్కపెట్టవచ్చు. తర్వాతి పోటీ రాబోతున్నది. ఆ 20, 000 డాలర్ల అమ్మకాలు వరసగా మూడుసార్లు సాధించిన ఏకైక వీరుడిగా, మొటమొదటి రిప్రజెంటేటివ్ గా నిలబడాలని నా సన్నాహం.

ఉదయం పది గంటలు. ఆ క్రితం వారం అమ్మకాల వివరాలు జమ చేయటానికి నేను ఫ్రీమాంట్ (కాలిఫోర్నియా) లో మా సేల్స్ ఆఫీసులో అడుగు పెట్టాను.

"మిత్రమా, హాల్" లాబీలో నాకు ఎదురై మా సేల్స్ మేనేజర్ ఫ్రాంక్ ఒర్దుబాడి ఉత్సాహంగా హై ఫైవ్ ఇస్తూ స్వాగతం పలికారు. "ఈ పోటీకి సిద్ధంగా ఉన్నావా?" అన్నారు.

నేను గాఢంగా ఊపిరి పీల్చుకున్నాను. నా కళ్ళు విప్పారినై. నా పెదిమలు ముడుచుకున్నాయి. అప్పుడు అతిశయంగా గట్టిగా గాలి వదిలాను. "సిద్ధం. నేను పోటీ చేయబోతున్నాను ఫ్రాంక్! నేను ఒక రికార్డ్ స్థాపించటానికి ప్రయత్నం చేస్తున్నాను. ఎలాగో తెలియదు గాని, రాబోయే పధ్నాలుగు రోజులలో మరొక 20,000 డాలర్ల అమ్మకాలు చేయటానికి మార్గం కనుక్కోవాలి."

"ఓ..." ఫ్రాంక్ నోరారా నవ్వారు. "అలా చేస్తే మూడు సార్లు వరసగా ఆ అమ్మకాలు సాధించిన మొదటి రిప్రజెంటేటివ్ నువ్వే అవుతావు. తెలుసుగా?"

"నేను తెలుసునన్నట్లు తల ఊపాను. "అవును. నాకు తెలుసు. నాకు విపరీతమైన నర్వస్ గా ఉన్నది."

ఫ్రాంక్ ముఖం సీరియస్ అయింది. "ఈ సంత ఈసారి పది రోజులేనన్న విషయం నీకు తెలుసా? ఇంతకు మునుపే కాన్ఫరెన్స్ జరిగి ఉండటాన ఈసారి సంతకు పద్నాలుగు రోజులు పూర్తిగా లేవు."

నేను ఒక్క క్షణం ఫ్రాంక్ ను తేరి చూశాను. "మీరు పరిహాస మాడుతున్నారు."

"సారీ హాల్! నీకు – ఇది – చెప్పక – తప్పదు'' – అన్న ముఖంతో "ఈ విషయం నీకు తెలుసు ననుకున్నాను." అన్నారు.

"ఒక్క నిమిషం. అంటే రికార్డ్‌లకూ, రాంక్‌లకూ టెక్నికల్‌గా ఇది మామూలు సంత లెక్కలోకి రాదా?" ఆ క్షణంలో పదిరోజులకు కుదించిన ఈ సంత మామూలు సంత కాకూడదనీ, ఇందులో అమ్మకాలు ర్యాంకు లూ లెక్కలోకి రాకూడదనీ నా ఆశ. అప్పుడు పద్నాలుగు రోజులు నడిచే తర్వాతి సంతలో నేను రికార్డ్ అమ్మకాలు ప్రయత్నించటానికి అవకాశం మెరుగవుతుంది.

"వస్తుంది. ఇది కూడా మామూలు సంతలాగానే లెక్కలోకి వస్తుంది."

నా గుండెలు జారి పోయాయి. గత కొన్ని వారాలుగా ఈ పధ్నాలుగు రోజులలో 20,000 డాలర్ల అమ్మకాలు సాధించటం ఎలాగా అని ఆలోచిస్తూ బుర్ర బద్దలు చేసుకుంటూ వచ్చాను. అదేమీ సామాన్యమైన విషయం ఏమీ కాదు. అదే లక్ష్యం కేవలం పది రోజులలో సాధించటం అంటే అసాధ్యము, అసంభవము అని నా అనుభూతి.

అర్ధరాత్రి ప్రేరణ

ఏమి చేయటమా అని ఆలోచిస్తూ నేను పడకమీద మెలికలు తిరుగుతున్నాను. పదిరోజులలో 20,000 డాలర్ల అమ్మకాలకు, ఇంతవరకూ నేను సాధించిన అమ్మకాలకూ పోలిక లేదు. పోనీ నా లక్ష్యం 15,000 కొ, 10,000 కొ కుదించనా? లేకపోతే ఇందులో పాల్గొనకుండా వెనక్కు తగ్గనా? నా బుర్రలో భయము, ఆత్మసంశయము పోటీపడి పరుగులు తీశాయి. ఈ లక్ష్యం సాధించటం ఎలా?

నా ఆత్మసంశయం స్వరం స్థాయి పెరుగుతున్న కొద్దీ నాలో స్పష్టత

కళ్ళు తెరిచింది. అప్పుడు నా శ్రేయోభిలాషి డాన్ కసేతా బోధించిన పాఠం గుర్తుకు వచ్చింది. ఆయన ఆధునిక వేదాంతి, రచయిత అయిన జిమ్ రాన్ దగ్గర ఆ పాఠం నేర్చుకున్నారు. నా తలలో డాన్ స్వరం వినబడింది: "లక్ష్యం యొక్క ధ్యేయం లక్ష్యం చేరుకోవటం కాదు. ఏ లక్ష్యాన్ని అయినా సాధించగల మనిషిగా రూపొందటమే లక్ష్యం యొక్క ధ్యేయం. అక్కడ ఫలితాలుఎలా ఉన్నా నువ్వు నీ సర్వస్వమూ, సర్వశక్తులూ వినియోగించాలి. అక్కడ లక్ష్యం చేరుకోవటంకంటే ఆ ప్రక్రియలో నువ్వు ఏవిధంగా రూపొందుతావు అన్న విషయం ముఖ్యం."

మ్...మ్...ఆ భావం నాలో ఇనకటానికి ఒక నిమిషం సమయం వదిలాను. ఆ విషయం నేను, డాన్ అంతకు మునుపు చర్చించాము. కాని నాకు ఇప్పుడు అందులో గూఢార్థం గోచరిస్తున్నది. నా లక్ష్యం తగ్గించకపోతే ఏమవుతుంది? పదిరోజులలో 20,000 డాలర్ల అమ్మకాలు అసాధ్యంగానే కనబడవచ్చు. కాని నేను ఆ సవాలు చేపట్టి, – ఫలితం ఏమైనా సరే – నా సర్వశక్తులూ ధారపోస్తే? భవిష్యత్తులో నా లక్ష్యాలు అన్నీ సాధించగల వ్యక్తిత్వం నాకు లభిస్తుందా? ఈ పోటీ అందుకు సహాయకారి అవుతుందా? 20,000 డాలర్ల అమ్మకాలు సాధించటానికి నేను కంకణం కట్టుకుంటాను. ఆ లక్ష్యం సాధించటానికి – ఫలితం ఏమైనా సరే – నా సర్వశక్తులూ ధారపోస్తాను. అక్కడ ఫలితం నేను లక్ష్యం సాధించటం కాదు. ఆ లక్ష్యం సాధించే ప్రయత్నంలో వికసించే నా వ్యక్తిత్వం. నేను విఫలమవటానికి వీలు లేదు. కదా! కదా! పది రోజులలో 20,000 డాలర్ల అమ్మకాలు సాధించటానికి నేను కంకణం కట్టుకున్నాను.

అర్ధరాత్రి నేను పక్కమీద లేచి కూర్చున్నాను. నా బుర్రలో ఆలోచనలు పరుగులు తీస్తున్నాయి. దాదాపు అసాధ్యంగా కనిపించే ఈ లక్ష్యం సాధించటానికి నేను ఎలాగోలా ఒకదారి కనుక్కోవాలి.

అర్ధరాత్రి నేను పక్కమీద లేచి కూర్చున్నాను. నేను అడుగు పెట్టబోయే ఆ పోటీ సమయం తిరగతిప్పి చూశాను. అవి ఇకముందు రాబోయే పది రోజులు అని ఊహించాను. నేను ఇప్పటికే 20,000 డాలర్ల అమ్మకాలు సాధించి ఉంటే ఇప్పటినుంచి రాబోయే పది రోజులలో నేను ఏమి చేయబోతున్నాను? అని నన్ను నేనే ప్రశ్నించుకున్నాను.

అది చాలా కురచబారిన సమయం. తప్పిపోతానేమోనన్న భయం నాలో భూతంలాగా భయంకరంగా లేచి నుంచుంటుంది. ఆ భయాన్ని

జయించటం ఎలా? అని నన్ను నేనే ప్రశ్నించు కున్నాను. నేను లక్ష్యం సాధించగలను అని నమ్మటమేనని, ఆ లక్ష్యం చేరేవరకూ ఆ నమ్మకం ఉండటమే ముఖ్యమని సరళమైన సమాధానం. అలా నమ్మాలంటే, నేను నా లక్ష్యం చేరుకోగలనని నాకు నేనే పదేపదే చెప్పుకోవాలి. ముఖ్యంగా గడ్డురోజు ఎదురైనప్పుడూ, నా ఫలితాలు సుముఖంగా లేనప్పుడూ ఆమాట మరీమరీ చెప్పుకోవాలి.

ఆ తొలి నమ్మకం అచంచల విశ్వాసంగా పరిణమించింది.

అప్పుడు నా ఫలితాలు ఆశించిన క్రమంలో సాగకపోతే, ముందుకుసాగే ప్రచోదన శక్తి సన్నగిలుతూ ఉంటుంది. అప్పుడు లక్ష్యం చేరుకోవటం సాధ్యమా అని సందేహం కలుగుతూ ఉంటుంది. ఆ జడత్వం జయించాలంటే – దారిలో ఫలితాలు ఎలా ఉన్నా సరే – ఆఖరు క్షణం వరకూ సర్వశక్తులూ ధారపోయటమే మార్గం. ఆసాంతము కఠిన శ్రమ ఒక్కటే అందుకు పరిష్కారం.

ఆ నిబద్ధతే అసాధారణ ప్రయత్నం అయింది.

అప్పుడే, ఆ క్షణంలో పోటీ సమయంలో మొదటినుంచి తుది వరకూ నేను పట్టుకు వేలాడ వలసిన రెండు నిర్ణయాలు జరిగాయి.

> **నిర్ణయం 1:** ఏది ఏమైనాసరే పోటీ సమయంలో నేను 20,000 డాలర్ల అమ్మకాలు సాధించి తీరుతాను, నా లక్ష్యం చేరుతాను అనే అచంచల విశ్వాసం కలిగి ఉంటాను. వేరే మార్గం లేదు. నాన్యః పంథా.

> **నిర్ణయం 2:** ఆఖరు క్షణం వరకూ ప్రతి ఒక్క రోజూ దారిలో ఫలితాలు ఎలా ఉన్నా సరే, అసాధారణ ప్రయత్నం చేస్తూనే ఉంటాను.

నా బెడ్ పెక్కన ఉన్న టేబుల్ మీదినుంచి నోట్ బుక్ తీసుకుని, నా రెండు నిర్ణయాలు అందులో వ్రాసుకున్నాను. దానితో నా నిబద్ధత ధృవపడింది. ఆ తర్వాత ఆ రెండు నిర్ణయాలనూ ఒక వాక్యంలో జోడించాను. అప్పుడు అది ఒక మంత్రం అయి కూర్చున్నది. అది గుర్తు ఉంచుకోవటం జపించటము సులువు అవుతుంది. నా రెండు నిర్ణయాలనూ నిత్యమూ గుర్తు చేస్తూ ఉంటుంది. నేను 20,000 డాలర్ల అమ్మకాలు సాధిస్తానని నా అచంచల

విశ్వాసంతో ఆ లక్ష్యం సాధించే వరకూ మిన్ను విరిగి మీద పడినా సరే, అసాధారణ ప్రయత్నం చేస్తాను. నాన్యః పంథా.

అయినా నా భయం తగ్గలేదు. నిజం చెప్పాలంటే, (మీరు ఈ అద్భుత సమీకరణం ప్రయోగించే టపుడు మీరు ఇది అర్థం చేసుకోవటం చాలా అవసరం.) రాబోయే పది రోజులలో నేను 20,000 డాలర్ల అమ్మకాలు చేయగలనని నాకు నమ్మకం కుదరటం లేదు. అది సాధ్యమని నమ్మినమాట నిజమే. కాని సంభవమని నమ్మకం కుదరటం లేదు. మామూలుగా మన బృహత్తర లక్ష్యాలు సంభవాలుగా కనపడవు. అందుకే అవి అద్భుతాల కోవలోకి చేరుతాయి. కాని నేను మాత్రం నా సర్వశక్తులూ ధారపోయటానికే నిశ్చయించుకున్నాను.

ఇక్కడ లెక్క చాల సరళం. పది రోజులలో 20,000 డాలర్ల అమ్మకాలు చేయాలంటే రోజుకు సగటున 2000 డాలర్ల అమ్మకాలు చేయాలి. అంటే మొదటి ఏడురోజులలో నా అమ్మకాలు 14,000 డాలర్లకు మించాలి. ఇంతకు మునుపు నేను ఎప్పుడైనా ఒక రోజులో 2000 డాలర్ల అమ్మకాలు సాధించానా? ఆఁ... చేశాను. ఆ రోజున పండగ చేసుకున్నాను. ఎందుకంటే 2000 డాలర్ల అమ్మకాలు జరిగిన రోజు పండగరోజు, అసాధారణమైన రోజు! అప్పుడు ఒక రోజున 2000 డాలర్ల అమ్మకాలు జరిగితే, నా అదృష్టం కొద్దీ ఆ అమ్మకాలు జరిగాయనుకున్నాను. ఇప్పుడు పదిరోజులు వరసగా రోజుకు 2000 డాలర్ల అమ్మకాలు అంటే తమాషా కాదు. ఇది సర్కస్ ఫీట్‌ను మించుతుంది.

నేను ఆ తిరునాళ్ళ మొదలు పెట్టినపుడు, అదృష్టం అనేది ఎక్కడా కనుచూపు మేరలో కనపడలేదు. మొదటి వారం అంతా రోలర్ కోస్టర్‌లో ప్రయాణంలాగా తోచింది. నేను సాధించవలసిన దానిలో సగం మాత్రమే పూర్తిచేయ గలిగాను. అప్పటికి నా అమ్మకాలు 7000 డాలర్లు మాత్రమే! ఇక మిగిలింది మూడు రోజులే!! ఆ స్థితికి చేరుతానేమోనని నా భయం. కాని నేను నా లక్ష్యం తగ్గించ బోవటంలేదు. ఆఖరు క్షణం వరకూ నా సర్వ శక్తులూ ధారపోస్తానని నాకు నేనే మాట ఇచ్చుకున్నాను. ఏది ఏమైనా సరే, ఆ మాట తప్పలేను. ఇక మూడు రోజులు మాత్రమే మిగిలి ఉన్నాయనగా, నేను నా మొదటి సమావేశానికి బయలుదేరాను. డ్రైవ్ చేస్తూ ఉన్నపుడు నేను నా మంత్రం జపించాను: 20,000 డాలర్ల అమ్మకాలు సాధించుతాననే అచంచల విశ్వాసంతో ఆ లక్ష్యం సాధించేవరకూ మిన్ను విరిగి మీద

పడినాసరే, నా అసాధారణ ప్రయత్నం నేను చేసి తీరుతాను. నాన్యః పంథా. నేను అది జపించిన కొద్దీ అందులో నా నమ్మకం పెరుగుతూ ఉన్నది.

ఆరు కట్కో ప్రచార భాషణాల తర్వాత, ఆ రోజు 3000 డాలర్ల పై అమ్మకాలతో ముగిసింది. అంటే ఈ తిరునాళ్ళలో నేను 10,000 డాలర్ల అమ్మకాలు దాటానన్నమాట! దానితో నాకు ఎంతో అవసరమైన ఊపు వచ్చింది. ఎక్కడలేని శక్తీ వచ్చింది. నేను నా నల్ల నిస్సాన్ ఎక్స్టేర్రా జాకెట్ పైకి లాకున్నాను. కాల్స్ చేయటానికి నా నోట్ బుక్ తీసుకున్నాను. అప్పుడు సాయంత్రం 7.00 గంటలు అయింది. ఫోన్ లన్నీ విపరీతంగా బిజీగా ఉండే సమయం. రాబోయే రెండు రోజుల్లో 10000 డాలర్ల అమ్మకాలు ఎలా సాధిస్తానా అనే బెంగ పక్కనపెట్టి, టెలిఫోన్ కాల్స్ మీద మనసు లగ్నం చేశాను.

తర్వాతి రెండు రోజులూ అదేమోస్తరుగా నడిచాయి. మంగళవారం నా అమ్మకాలు 3238 డాలర్లు, బుధవారం 4194 డాలర్లు అయాయి. నాకు మంచి ఉత్సాహంగా ఉన్నది. మర్నాడు ఉదయం 7.00 గంటలకు కలుసుకోవాలని మా టీం ప్లాన్. కార్ పూల్ చేసి శాన్ ఫ్రాన్సిస్కోలో కాన్ఫరెన్స్ కు వెళ్లాలని ప్లాన్. నాకు గడువు దాటిపోయింది.

నిజంగానే గడువు దాటి పోయిందా?

లక్ష్యం సాధించకుండా వదలటం నాకు ఇష్టం లేదు. కాన్ఫరెన్స్ కు ముందర నేను మరికొన్ని సేల్స్ కాల్స్ చేయాలనీ, కనుక నన్ను కార్ పూల్ నుంచి వదిలి వేయమనీ ఫ్రాన్క్ ను అభ్యర్థించాను. నా నిబద్ధత గమనించిన ఫ్రాంక్ ఉత్సాహంగా నన్ను అనుమతించారు.

వెంటనే నేను నా పుస్తకం తెరిచి కాల్స్ చేయటం మొదలు పెట్టాను. నలభై నిమిషాల తర్వాత మర్నాడు ఉదయానికి రెండు అపాయింట్ మెంట్లు దొరికాయి. ఆ రెండు కాల్స్ తో 3,000 డాలర్ల అమ్మకాలు జరిగే పని కాదు. పలువురి దృష్టిలో అది వాస్తవం కూడా కాదు. అయినా అది తప్పకుండా సాధ్యమే. అదృష్ట వశాత్తూ ఆనాడు నా స్నేహితుడు, సహోద్యోగి ఆడం కర్చాక్ నాకు తోడు ఉన్నాడు. ఆ క్రితం సాయంత్రం ఫోన్ చేసి తను ఊళ్లోనే ఉండబోతున్నాననీ, నాతో బాటు సేల్స్ కాల్స్ కు రావచ్చునా అనీ అడిగాడు.

మర్నాడు ఉదయం ఆడం నన్ను కలిశాడు. ఇద్దరమూ కలిసి నా మొదటి అపాయింట్ మెంట్ కు డ్రైవ్ చేస్తున్నాం. నాకు అంతా విపరీతమైన నర్వస్ గా ఉన్నది. ఇది నిజంగా జరగ బోతున్నదా? ఫ్రీ వే మీద వెళ్తూ మా

కారు కిటికీ తెరిచాను. ఆడం నా పక్కనే ఉన్నాడన్న విషయం పట్టించుకోకుండా, నేను నా మంత్రం పునశ్చరణ చేశాను. "20,000 డాలర్ల అమ్మకాలు సాధించుతాననే అచంచల విశ్వాసంతో నేను ఆ లక్ష్యం సాధించే వరకూ మిన్నువిరిగి మీద పడినాసరే, నా అసాధారణ ప్రయత్నం చేసి తీరుతాను. నాన్యః పంథా! 20,000 డాలర్ల అమ్మకాలు సాధించుతాననే అచంచల విశ్వాసంతో నేను నా లక్ష్యం సాధించేవరకూ మిన్ను విరిగి మీద పడినాసరే, నా అసాధారణ ప్రయత్నం నేను చేసి తీరుతాను. నాన్యః పంథా! నేను జపిస్తున్న కొద్దీ నాకు దానిలో నమ్మకం పెరుగుతూ ఉన్నది. ఆడం పగలబడి నవ్వుతున్నాడు. నా మంత్రజపం అతనికి తమాషాగా ఉన్నది.

7.58 లకు మేము శ్రీమతి హామర్ లింగ్ డ్రైవ్ వే లో ప్రవేశించాము. నేను వెనక్కు తిరిగి నా నేవీ బ్లూ కట్కో బ్రీఫ్ బ్యాగ్ తీసుకున్నాను. అందులో డజనుకు పైగా వంటపనికి పనికివచ్చే కత్తులు ఉన్నాయి. అవి అతి పదునైన కత్తులు. నేనూ, ఆడం గుమ్మము దగ్గరికి చేరాము.

టక...టక...

అదీ సంగతి. నా చేతులు చెమటలు పడుతున్నాయి. నా గుండె దడదడ లాడుతున్నది. గట్టిగా ఊపిరి పీల్చి ఆడంను చూశాను. మరొకసారి నా మంత్రం మనసులో జపించాను. 20,000 డాలర్ల అమ్మకాలు సాధించుతాననే అచంచల విశ్వాసంతో నేను నా లక్ష్యం సాధించేవరకూ మిన్ను విరిగిమీద పడినాసరే, నా అసాధారణ ప్రయత్నం నేను చేస్తాను. నాన్యః పంథా!

ఎవరూ తలుపు తీయలేదు. నేను బెల్ మోగించాను. ఆ పరిసరాలు, ఆ డ్రైవ్ వే పరిశీలించాను. ఏమి చూడాలని అనుకుంటున్నానో నాకే తెలియదు. శ్రీమతి హామర్లింగ్ ఆ పొదలలోగాని దాక్కొని లేదు గదా! మరొకసారి బెల్ మోగించాను. జవాబు లేదు. నేను కారు దగ్గరికి వెళ్లి నా సెల్ ఫోన్ తీసుకుని శ్రీమతి హామర్ లింగ్ ను కాల్ చేశాను. నా దగ్గర అమెది ఆ ఒక్క నంబరే ఉన్నది. జవాబు లేదు. మరొకసారి కాల్ చేశాను...ఇంకా జవాబు లేదు.

నేను నమ్మలేకుండా ఉన్నాను. ఇలా జరగటానికి వీల్లేదు!

నేను సుమారు అరగంట కాచుకు కూర్చున్నాను. మరికొన్ని సార్లు ఆ నంబర్‌కు కాల్ చేశాను. ఫలితం శూన్యం. సేల్స్ రిప్రజెంటేటివ్ ల భాషలో దీనిన్ నో షో అంటాము. ఇది ఇప్పుడే జరగాలా! నేనూ ఆడం కార్‌లో దూకి తర్వాతి అపాయింట్ మెంట్ కు కదిలాం. నా లక్ష్యం సాధించ టానికి అదే

ఆఖరి చాన్స్. మేము ఒక గంట ముందుగా చేరి మా కారు వీధిలో పార్క్ చేశాము.

నాకు మాత్రం ఆ ఒక్క గంట భయంకరం. అంతూ పంతూ లేని ఆలోచనలు. ఆలోచనలకు కావలసినంత సమయం. నామీద నాకే అనుమానం కలగ సాగింది. ఇలా ఎలా జరుగుతున్నది? నా సర్వ శక్తులూ ధార పోశాను. నా విశ్వాసం సడలలేదు. ఆ అసాధారణ ప్రయత్నం లోపం లేకుండా చేశాను. చివరకి అంతా ఈ ఒక్క అపాయింట్ మెంట్ మీద ఆధారపడి ఉన్నది. ఇదే చివరి అపాయింట్ మెంట్. కడుపులో మెలికలు తిరుగుతున్నాయి. చివరికి నేను శ్రీమతి కరోల్ జోన్స్ తలుపు తట్టాను. మనసులో మంత్రం జపిస్తున్నాను: 20,000 డాలర్ల అమ్మకాలు సాధించటానికి అచంచల విశ్వాసంతో నేను నాలక్ష్యం సాధించేవరకూ, మిన్ను విరిగి మీదపడినాసరే, నా అసాధారణ ప్రయత్నం చేస్తాను. నాన్యః పంథా!

ముప్పై సెకన్ల తర్వాత తలుపు తెరుచుకున్నది. దేవుడా, ధన్యోస్మి! ఇప్పుడు నేను ఒక నలభై పైచిలుకు వయసులో ఉన్న బ్లాండ్ స్త్రీ ఎదురగా ఉన్నాను.

"ఏం కావాలి?" ఆమె స్వరంలో స్వీడిష్ యాస ఉన్నది. నేను కొంచెం కంగారు పడ్డాను. నేను ఫోన్ లో మాట్లాడింది ఈమెతో కాదు!

కరోల్ మీరేనా? నేను అడిగాను.

కాదు. ఆమె కరోల్ కాదు. ఆమె కరోల్ వదిన గారు. త్వరలో రాబోయే తన సోదరుడి 50 వ పుట్టిన రోజు సందర్భంగా ఆ వేడుకలో పాల్గొనటానికి ఆమె స్వీడన్ నుంచి వచ్చింది. ఆ స్వీడన్ వదిన గారు కరోల్ కు ఫోన్ చేశారు. ఆ కరోల్ గారు మా అపాయింట్ మెంట్ విషయం పూర్తిగా మర్చిపోయి ఊళ్ళో ఎక్కడో ఉన్నారు. ఆమె త్వరగా రాలేక పోవచ్చు. నేనేమైన మీకు సహాయం చేయగలనా?" ఆ వదినగారు అడిగారు.

నేను ఒక సెకండ్ ఆలోచించాను. సోదరుడి పుట్టిన రోజు వేడుకకు వచ్చిన స్వీడిష్ వదిన గారు కత్తులు కొనబోవటం లేదు. అందులోను 3000 డాలర్ల మొత్తానికి. సాయం చేస్తానన్న మీ నోటిమాటకే అనేక ధన్యవాదాలు. కాని మీవల్ల అవుతుందనుకోను.

ఆడం గొంతు సవరించుకుని నా మీదికి వాలి అన్నాడు "హాల్, నీ ప్రదర్శన చూద్దామనే నేను ఇంత దూరం వచ్చాను. నువ్వు చెప్పేది వినటానికి ఆమె సిద్ధంగా ఉంటే, నాకు అది చూడాలని ఉన్నది."

నా ఒళ్ళు చల్లబడుతున్నది. నేను ఆడం వైపు చూశాను. కాలం ఆగిపోయినట్లు అనిపించింది. ఆఖరు క్షణం ఇంకా రాలేదు. ఈ పెద్దమనిషి నాకు సహాయం చేస్తానంటున్నది. ఆడం నావెంట వచ్చింది ఆ విషయం గుర్తు చేయటానికేనా?

"మీరు అడిగారు గనక, నిజానికి" నేను ఆమెతో అన్నాను, " మీరు తలుచుకుంటే సహాయం చేయగలరు. మంచి నాణ్యమైన వంటగది కత్తులు, పరికరాలను గురించి నేను కరోల్ తో మాట్లాడవలసి ఉన్నది. ఈ వారానికి ఇది నా చివరి అపాయింట్ మెంట్. నేను చెప్పేది మీరు వినగలిగితే చాలా రుణపడి ఉంటాను. అప్పుడు నా విధి నిర్వహించినవాడినవుతాను. మీకు వినాలని ఉన్నదా?"

"తప్పకుండా. లోపలి రండి." అన్నది ఆ స్వీడిష్ వదిన గారు ఇద్దరినీ ఆశ్చర్యంలో ముంచి వేస్తూ.

మేము గుమ్మం దాటి లోపలికి వెళ్తూ ఉండగా ఆడం నన్ను చూసి నవ్వాడు. అతనికి మనసులోనే ధన్యవాదాలు చెప్పుకున్నాను. నా చివరి అసాధారణ ప్రయత్నంగా అతి ఉత్సాహంతో కట్కో ప్రచార భాషణ సాధ్యమయినంత ఉత్తమంగా చేశాను.

అరవై నిమిషాల తర్వాత నా భాషణ ముగిసింది. అప్పుడు ఆ వంటగది పరికరాలు ఆమె కొనే అవకాశాలు ఏమైనా ఉన్నాయా అని నేను అడగబోతూ ఉండగా ఆమె "హాల్, నువ్వు వచ్చిన వేళా విశేషం చాలా తమాషాగా ఉన్నది. నేనూ, నా భర్త, మంచి నాణ్యమైన వంటగది పరికరాలు కొనాలని గతవారమే స్వీడన్ లో ఇంటిదగ్గర ఉన్నప్పుడే అనుకున్నాం. కాని ఈ అమెరికా ట్రిప్ తర్వాత ఆపని చేదాం లే అని వాయిదా వేశాం. దానికి తోడు మేమందరమూ మా సోదరుడి యాభైవ పుట్టిన రోజుకు ఏమి బహుమతి ఇవ్వాలా అని తర్జనభర్జన చేస్తూ ఉన్నాం. ఇంకా మాకు ఏమీ తోచలేదు. ఆయనకు వంటపని అంటే చాలా ఇష్టం. కనుక ఈ బహుమతి ఆయనకు బాగా నచ్చుతుంది. ఇది పర్ఫెక్ట్ !" అన్నారు. నా చెవులు నేను నమ్మలేక పోయాను.

ఇది జరిగేదేనా? నేను నమ్మలేక పోతున్నాను. ఆశగా నేను ఆమెను చూసి నవ్వాను.

"ఇప్పుడు ఆ పని చేద్దాం. నేను మీ సెట్లు రెండు తీసుకుంటాను. ఒక సెట్ నాకు, మా భర్తకు, రెండవది మా సోదరుడికి ఆయన అపుట్టినరోజు బహుమతి."

నేను కుర్చీలో నుంచి దూకి ఆమెను కావలించుకోకుండా ఉండటానికి చాలా శ్రమపడవలసి వచ్చింది. ఆ అమ్మకం ఆనాటికి నాకు 3000 డాలర్లకు పైగా తెచ్చిపెడుతుంది. నేను నా 20,000 డాలర్ల లక్ష్యం దాటుతాను!

ఆ ఇంటినుంచి బయటికి వచ్చి డ్రైవ్ చేస్తూ ఉండగా నాలో ఒక నమ్మకం కుదిరింది. అసాధారణమైన జీవితం కావాలి అంటే, ఆ జీవితం సృష్టించ గలిగింది ఈ రెండు నిర్ణయాలేనని నాకు అర్థం కాసాగింది. అసామాన్య ఫలితాలు నిత్య నిరంతరంగా సృష్టించాలి అంటే ఆచంచల విశ్వాసంతో కూడిన అసాధారణ ప్రయత్నమే సూత్రం. అందువల్ల కలిగే ఫలితాలు కంటికి కనబడుతాయి, కొలతకు అందుతాయి. ముఖ్యమైన ఆ ఫలితాలు అనుకోకుండా పుట్టుకు వస్తాయి. అందుకే అద్భుతాలుగా దర్శన మిస్తాయి.

సమీకరణం పరీక్ష, బోధన

ఆ తర్వాతి సంత ఒక ప్రయోగం అయింది. నేను అదే పథకం అమలు పరిచాను. 20,000 డాలర్ల అమ్మకాల సాధ్యత మరొకసారి సృష్టించాను. నాలుగోసారి సాధిస్తే అది ఒక కొత్త రికార్డ్ అవుతుంది. ఫలితాలు ఎలా ఉన్నాసరే, నేను మాత్రం నా అచంచల విశ్వాసముతో ఆఖరి క్షణం వరకూ నా అసాధారణ ప్రయత్నం కొనసాగించటానికే నిబద్ధుడినై ఉన్నాను. ఈ సూత్రాన్ని నా జర్నల్ లో అద్భుత సమీకరణంగా నామకరణం చేసి ఉంచాను. ఈ సూత్రం మరొకసారి పని చేస్తుందా లేదా అని తెలుసుకోవాలన్న ఆరాటంతో ఈ ప్రయత్నం తలకెత్తు కున్నాను.

అది పనిచేసింది. ఆ తర్వాతి పోటీలో నేను 23,701 డాలర్ల అమ్మకాలు సాధించాను. నాలో అద్భుతాల ప్రవీణుల లక్షణాలు పెరుగుతున్నాయి. దానితో నేను చేపట్టిన ఏ లక్ష్యమైనా సాధించే సామర్థ్యం కలుగుతుంది. మొదట్లో నేను ఇది గుర్తించలేదు.

సరే, ఇది నావరకు మాత్రమేనేమో! బహుశ నా అదృష్టం బాగున్నదేమో. అని నా ఆలోచన. ఈ సూత్రం నిజంగా పనిచేస్తుందో లేదో తెలుసుకోవాలని నా కోరిక. దానితో నేను నా సహోద్యోగులకు, నా తోటి రిప్రజెంటేటివ్ లకూ ఈ సూత్రం బోధించటం మొదలు పెట్టాను. కట్కో రిప్రజెంటేటివ్ లలో మొట్టమొదట గెరి అజింగేర్ అన్న రిప్రజెంటేటివ్ కు ఆ అద్భుత సమీకరణం

బోధించాను. ఆమె కథ మీరు చదవ బోతున్నారు. గెరి కథ దాదాపు అలాగే అచ్చు నా కథలాగానే, నడిచింది.

కార్య రంగంలో అద్భుత సమీకరణం

2005 వేసవిలో గెరి నా దగ్గరికి వచ్చింది. ఆమె వారం తర్వాత వారం, ప్రతివారం తనతోటి రిప్రజెంటేటివ్ లు అందరికంటే ఎక్కువ అమ్మకాలు సాధించింది. కాని మొత్తం మీద ఆమె పేరుపడ్డ విక్రేత కాలేదు. అమ్మకాల జోరు సమయంలో ఆమె సాధించిన అత్యధిక అమ్మకాలు 12,000 డాలర్లు దాటాయి. తర్వాతి స్థాయి, అంటే 15,000 డాలర్ల అమ్మకాలు సాధించటంలో తనకు నేను సాయ పడగలనా అని ఆమె ప్రశ్న. "కాదు, గెరి, నువ్వు 20,000 డాలర్ల అమ్మకాలు సాధించటానికి సాయపడతాను. నువ్వు అది సాధించగలవని నా నమ్మకం." అని నా సమాధానం. అప్పుడు ఆమెకు అద్భుత సమీకరణం గురించి చెప్పాను.

"నాకు తెలియదు. ఇంతవరకూ నా అమ్మకాలు ఆ చాయల ఎక్కడా లేవు. కాని, ఆ అద్భుత సమీకరణం ద్వారా నీకు ఫలితాలు కలిగి ఉంటే, నాకు మాత్రం ఎందుకు కలగ కూడదు?" ఆమె ప్రతిస్పందన.

మా అమ్మకాల జోరు మొదలు కాగానే ఆమె రంగంలోకి దిగింది. ఆమె మొదటి ఐదు డెమోలలోను ఆమె అమ్మకాలు అద్భుతంగా వెయ్యి డాలర్లకు చేరుకున్నాయి! ఆమె ఆ దారుణ ఫలితాలు ఆశించలేదు. ఆమె తన విశ్వాసం సడలకూడదు అని నిశ్చయించు కున్నది. స్వయంగా ప్రేరణ పునరుద్ధారణ చేసుకొని రెండవరోజు బయలుదేరింది. పెద్ద సెట్లు అమ్మకం చేసి ఆమె ఆనాడు 3,000 డాలర్లకు పైగా అమ్మకాలు సాధించింది. మిగతా వారం అంతా అమ్మకాలు కిందామీదా అయ్యాయి. రెండవ వారం మొదలయ్యేసరికి ఆమె అమ్మకాలు 8,500 మాత్రమే అయ్యాయి. ఆమె భయపడింది. కాని అపాయింట్ మెంట్లు ఏర్పాటు చేసుకుంటూ, డెమోలు చేస్తూ ఆమె తన ప్రయత్నం కొనసాగించింది.

ఇప్పుడు ఫాస్ట్ ఫార్వర్డ్ చేసి ముందుకు వెళ్దాం. రెండవ శుక్రవారం నాటికి ఆమె అమ్మకాలు 15,000 డాలర్లకి చేరుకున్నాయి. ఆమె

మొదట అనకున్న అమ్మకాలు జరగాలంటే వారాంతంలో ఆమె 5,000 డాలర్ల అమ్మకాలు సాధించాలి. ఆ రాత్రి ఆమె యాభై కాల్స్ చేసింది. (ఆమె అంతకు మునుపు ఎన్నడూ అన్ని కాల్స్, అదీ శుక్రవారం రాత్రి, చెయ్యలేదు.) వారం చివరి రెండు రోజులూ ఏడు డెమోలు ఏర్పాటు చేసుకున్నది. అప్పుడు ఆమె నన్ను కాల్ చేసింది.

హాల్, ఇప్పుడు నా అమ్మకాలు 15,000 డాలర్ల దగ్గర నిలిచి ఉన్నాయి. నా లక్ష్యం ఇంకా 5,000 డాలర్ల దూరాన ఉన్నది. నాకు నర్వస్ గా ఉన్నమాట తథ్యం. కాని ఆఖరు క్షణం వరకూ ఆ అద్భుత సమీకరణం ప్రయోగించటానికి నేను కంకణం కట్టుకుని ఉన్నాను. అది నూటికి నూరుపాళ్ళు జరిగితీరుతుందని నా గట్టినమ్మకం. నా లక్ష్యం సాధించి తీరుతానని నాకు అచంచల విశ్వాసం ఉన్నదని చెప్పాలేమో! నాన్యః పంథా!

ఆ శనివారం సాయంత్రం ఆమె ఒక దంపతుల జంటను కలిసింది. వారు ఇద్దరూ చాలా సహృదయులు. వాళ్ళు మేము అమ్ముతున్న సెట్లలో అతిపెద్ద సెట్ కొన్నారు. దానిని మేము అల్టిమేట్ సెట్ అని పిలుస్తాము. నా అద్భుతం సాధించినప్పుడు నేను కూడా అదే సెట్ అమ్మాను. దానితోబాటు ఆ దంపతులు తమకు తెలిసినవారి వివరాలు చాలా ఇచ్చారు. అంతేకాక, వారు ఆమెను తమ పొరుగింటికి తీసుకువెళ్ళి స్వయంగా పరిచయం చేశారు. ఆ పొరుగింటివారు మరొక అల్టిమేట్ సెట్ కొన్నారు!

అప్పటికి సాయంత్రం 3.00 మాత్రమే అయింది. అప్పటికే ఆమె 2,500 డాలర్ల అమ్మకాలు సాధించింది. హడావిడిగా ఏదో గతికి ఆమె తన తర్వాతి డెమో కు పరుగులు తీసింది. ధం! మరొక 1,000 డాలర్ల అమ్మకాలు! తిరిగి వచ్చి కారులో కూర్చొని మరొక ఖాతాదారును కాల్ చేసింది. ఆ ఖాతాదారును కలుసుకోవటం ఇంతకాలము చాల కష్టమైన వ్యవహారం అయింది. ఆయన తన పనినుంచి ఇంటికి తిరిగివచ్చిన తర్వాత మాత్రమే – అంటే అర్ధరాత్రి – ఆమెను కలవ గలనని చెప్పారు. ఇష్టం లేకపోయినా తప్పనిసరి పరిస్థితిలో ఆమె ఒప్పుకున్నది. ఆమె ఒప్పుకొని మంచిపని చేసింది. ఆ డెమో రాత్రి రెండు గంటలకు ముగిసింది. కాని ఆమె అమ్మకాలు ఆమె లక్ష్యాన్ని దాటాయి.

కాని ఆ పోటీకి ఇంకా వ్యవధి ఉన్నది. కనుక ఆమె తన

విశ్వాసంతో అమ్మకాలు కొనసాగించింది. సంత ముగిసే సమయానికి ఆమె అమ్మకాలు 23,000 అధిగమించాయి. ఆమె అంతకు మునుపు సాధించిన అత్యుత్తమ అమ్మకాలకంటే ఇది దాదాపు రెట్టింపు. ఒకనాటి ఆమె కల ఈనాడు నెరవేరింది. అద్భుత సమీకరణం నిజమేనని రుజువు చేసుకున్నది: అసాధారణ ప్రయత్నము + అచంచల విశ్వాసము = అద్భుతాలు.

గెరి అనుభవం తర్వాత నేను అద్భుత సమీకరణం డజన్ల లెక్కలో ఉన్న నా సహోద్యోగులు అందరికీ బోధించ సాగాను. నేను బోధించిన ప్రతిఒక్కరూ, ఆడా మగా అందరూ, అమ్మకాల జోరు సమయంలో 20,000 డాలర్లకు పైగా అమ్మకాలు సాధించి తమ అద్భుతాలు సృష్టించారు. అంతకు మునుపు అది కనీ వినీ ఎగరని చరిత్ర.

ఇప్పుడు ఆ సూత్రం మీద నాకు నమ్మకం పెరిగింది. రిప్రజెంటేటివ్ లు ఒకరి తర్వాత ఒకరు స్వయంగా విధించుకున్న పరిమిత మనస్తత్వానికి శలవు ఇచ్చి తాము అసాధ్యమనుకున్న హద్దులు అధిగమించి ఫలితాలు సాధించారు. వారికి నేను కొత్తగా ఏమీ చెప్పింది ఏమీ లేదన్నమాట వాస్తవం. వారు ఖాతాదారులతో ప్రయోగించవలసిన కొత్త టెక్నిక్ లు, కొత్త పథకాలు ఏమీ లేవు. వారందరికీ అద్భుత సమీకరణం ప్రయోగించటంలో నా అనుభవం చెప్పాను. మీకు చెప్పిన అనుభవమే. అచంచల విశ్వాసము, అసాధారణ ప్రయత్నం గురించి వివరంగా చెప్పాను. ఈ పుస్తకంలో మనం అదే చూడబోతున్నాం. వాళ్ళు దాన్ని ప్రయోగించారు. అంతే.

ఈ అద్భుత సమీకరణం ఇంకా ముందుకు వెళ్ళగలదని రుజువు అయింది.

రాబర్ట్ ఆరుకో కొత్తగా వచ్చిన సేల్స్ రిప్రజెంటేటివ్. అతను కాలేజ్ లో చదువుతున్నాడు. అతను నన్ను కలిశాడు. అమ్మకాల జోరు సమయంలో 10,000 డాలర్ల అమ్మకాలు సాధించటానికి సహాయం చేయగలరా అని అడిగాడు. గెరికి చెప్పినట్లుగానే అతనికీ చెప్పాను. అద్భుత సమీకరణం ప్రయోగించి అతను 10,000 కాదు 20,000 డాలర్ల అమ్మకాలు సాధించగలడని నా నమ్మకం వెలిబుచ్చాను. ఆ సమీకరణం ఎంతోమందికి ఫలితాలు ప్రసాదించటం నేను ప్రత్యక్షంగా చూశాను. నేను అతనికి ఆ

సమీకరణం బోధించిన తర్వాత, కొద్ది క్షణాలు ఆలోచించి నా సమీకరణాన్ని సవాలు చేశాడు. "హాల్, రెండు వారాలలో 30,000 డాలర్ల అమ్మకాలు సాధించటానికి ఈ సమీకరణం ప్రయోగించ వచ్చునంటారా?" అని అతని ప్రశ్న. స్వయంగా నేను ఎన్నడూ ఆ మైలురాయి చేరుకోలేదు. ఎవరైనాసరే తాము సృష్టించ దలచిన అద్భుతానికి హద్దులు అంటూ ఏమీ లేవు అని నా సమాధానం. రాబర్ట్ రెండు వారాలలో 31,000 డాలర్లకు పైగా అమ్మకాలు సాధించాడు! అందులో 20,000 డాలర్లకు పైగా అమ్మకాలు రెండవ వారంలో జరిగినవే. ఆఖరి క్షణం వరకూ సర్వశక్తులూ పణం పెట్టి అతను చివరి ఒక గంటలో 6,000 డాలర్ల కు పైగా అమ్మకాలు సాధించాడు!

అద్భుత సమీకరణం సఫలత పునరావృతం అవుతూ ఉండటంతో అది అదృష్టము కాదు గుడ్డి గుర్రం తాపువల్ల కలిగిన విజయము కాదని రుజువు అయింది. అది నమ్మదగిన, నిరూపితమయిన సూత్రం. ఆ పథకం ఎన్నిసార్లయినా ప్రయోగించవచ్చు. దానిని అర్థం చేసుకొని సవ్యంగా ప్రయోగిస్తే, ఎవరైనా సరే తమ సంభావ్య శక్తిసామర్థ్యాల మేరకు తక్షణం సఫలత సాధించ గలరు. అంతకు మునుపు ఎన్నడూ తాము సాధించని, ఊహించని విజయాలు సాధించ గలరు అని రుజువయింది.

సేల్స్‌రెప్స్‌ను అధిగమించి సమీకరణం పరీక్ష

ఇది నాకు ఎలా వర్తిస్తుంది? అని మీరు ఆశ్చర్యపోతూ ఉండవచ్చు. నేను అర్థం చేసుకోగలను. అమ్మకాల ప్రపంచం వెలుపల కూడా ఈ సమీకరణం పనిచేస్తుందా? అని నేను ఆశ్చర్య పడిన సమయం లేకపోలేదు. అందుకే ఈ పుస్తకం పూర్తి చేయటానికి ఇరవై సంవత్సరాలకు పైగా పట్టింది. ఈ సమీకరణం విశ్వవ్యాప్తంగా చలామణీ అవుతుందని ధ్రువపరుచు కోవటానికి నేను అనేకమంది ప్రసిద్ధులయిన వారి విజయాలు అధ్యయనం చేశాను. సాధ్యమయినంత మందికి నేను బోధించాను. వారందరూ వివిధ రంగాలలో అద్భుతాలు సృష్టించారు. ఈ సమీకరణం ప్రతి ఒక్కరికీ, ఎట్టి పరిస్థితిలోనైనా సరే ఫలితాలు ఇస్తుంది అని సాక్ష్యం కావాలి నాకు.

ఒక్కమాటలో చెప్పాలంటే, అది ఫలిస్తుంది.

అద్భుత సమీకరణం విజయవంతంగా ప్రయోగించి వారి అనుభవాలు నాతో పంచుకున్నవారు అనేకులు ఉన్నారు. వారిలో కొందరి కథలు ఇక్కడ చెబుతున్నాను

ఏంజలా మే ఒంటరి తల్లి. ఆమె స్టార్ బక్స్‌లో బారిస్టాగా పనిచేసి సంవత్సరానికి 12,000 డాలర్లు సంపాదించేది. ఆమె తన స్వంతవ్యాపారం ఆరంభించాలని నిశ్చయించుకున్నదాకా అలా కొనసాగింది. ఒక సంవత్సరంలో ఆమె తన సంపాదన ఆరు అంకెలకు పెంచింది. గత మూడు సంవత్సరాలుగా ఆమె ఏడు అంకెల ఆదాయం సాధించే స్థాయికి ఎదిగింది.

టిం నికొలయేవ్ పదహారు సంవత్సరాల వయసులో రష్యా నుంచి వచ్చాడు. పదిహేడవ ఏట (కట్కో లో పని చేస్తూ ఉండగా) అద్భుత సమీకరణం నేర్చుకున్నాడు. తను కలలుగన్న జీవితం నిర్మించుకోవటానికి ప్రయోగించాడు. ఇప్పుడు అతను నాలుగో దశకంలో ఉన్నాడు. ఆర్థికంగా స్వతంత్రుడు. రిటైర్ అయినవాడి కిందే లెక్క (అంటే అతని రియల్ ఎస్టేట్ ఆదాయం అతని ఖర్చులకంటే అధికం. కనుక తను తలుచుకున్నపుడు మాత్రమే పనిచేస్తాడు.) ఆఖరు క్షణం వరకూ మీ అసాధ్యమయిన మీ లక్ష్యానికి దారి తెలియటం, అది ఎలా పరిణమిస్తుందో చెప్పటము అసంభవం అంటాడు. కాని ఆఖరు క్షణం వరకూ ఫలితాలతో పనిలేకుండా, సర్వశక్తులూ ధారపోసి శ్రమిస్తే మీరు లక్ష్యం చేరి తీరుతారు అంటాడు టిం.

భోజనంలో అవకతవకలు, మత్తుమందులు, మద్యం మీద ఆధారపడటం, మానభంగ పరిణామాలు, ఆదుర్దా, కుంగుబాటు వంటి జీవన సమస్యలతో సతమతమయ్యే యువతులకు ఒక ఆశ్రయం కల్పించాలని షెల్లీ బాయ్స్ కల. కాని అది ఎలా చేయాలో ఆమెకు ఊహకు కూడా అందలేదు. అద్భుత సమీకరణం ఆమె ఆలోచనలను విప్లవాత్మకంగా మార్చివేసింది. తను సాధ్యము అని నమ్మిన దానిని తను చేయగలనన్న నమ్మకం ఆమెలో ఏర్పడింది. చూజ్ లైఫ్ మినిస్ట్రీస్ హోం స్టెడ్ ఫర్ హోప్ ఈ సంవత్సరం సెప్టెంబర్‌లో ఆరంభం కాబోతున్నది.

2017 లో జరిగే న్యూయార్క్ మారథాన్‌లో పాల్గొనాలని, పూర్తి చేయాలని బ్రాండన్ లాబెల్లా కల. ఆ పరుగు పందెం ఇంకా మూడు రోజులు ఉందనగా అతను మోకాలి లోపల ఒక లిగమెంట్ తెగిపోయింది. ఊతకర్రలు లేకుండా నడవటం అతనికి అసాధ్యం అయి కూర్చున్నది. ఆ పరుగు పందెంలోనుంచి విరమించటానికి బదులు

ఊతకర్రల సాయంతో న్యూయార్క్ సిటీ మారథన్ ఎంతవేగంగా పరిగెత్తారో చదివి తెలుసుకున్నాడు. ఇప్పుడు ఊతకర్రల సాయంతో ఆ రికార్డ్ బ్రేక్ చేయాలని నిశ్చయించుకున్నాడు. అచంచల విశ్వాసము, అసాధారణ ప్రయత్నం జోడించి ఏదిఏమైనాసరే తను ఆ పరుగు పందెం పూర్తిగా పరిగెత్త బోతున్నట్లు నిశ్చయించుకున్నాడు. తనశక్తి సామర్థ్యాలన్నీ ప్రయోగించి అతను అంతకుముందు రికార్డ్ అధిగమించి ప్రపంచ రికార్డ్ స్థాపించాడు.

కారీ స్మోలేన్స్కి పద్నాలుగో ఏట ఒక DJ కంపెనీ ఆరంభించాడు. దంతవైద్యం చదువుతున్న రోజులలో అతను ఆ చదువు వదిలిపెట్టి తన పాశం అనుసరించటానికి నిశ్చయించుకున్నాడు. తన అచంచల విశ్వాసము, అసాధారణ ప్రయత్నమూ ప్రోద్బలంతో అతను సాంప్రదాయక మార్గం విడిచిపెట్టి వినోద కార్యక్రమ సృష్టిలో కాలుపెట్టాడు. నలభై సంవత్సరాల అనంతరం ఈనాడు ఆయన సంస్థల కుటుంబం విశ్వవ్యాప్తంగా ప్రదర్శనలు నిర్మిస్తూ ఉంటాయి. ఆయన వినోదాలు తిలకించినవారు మిలియన్ పైగా ఉన్నారు. ఆయన వ్యాపారాలు సాలీనా ఆయనకి మిలియన్ల కొద్దీ ఆదాయం సంపాదించి పెడతాయి. పాశాన్ని గురించి ఆయన ఒక పుస్తకమే వ్రాసి అద్భుత సమీకరణం ప్రయోగించారు. ఆయన స్వంత వార్షిక సమావేశం పేరే పాశ శిఖరం (Passion Summit.)

2016లో ఏంజెల్ మొరేల్స్ పదకొండు నెలలు ఒంటరిగా ప్రపంచయాత్ర చేశాడు. ఐదు ఖండాలలో ఆయన ఇరవై ఆరు దేశాలు దర్శించారు. ఈ కల నేరవేర్చుకోవటానికి ఆయన పొదుపు చేస్తూ, పరిశోధన చేస్తూ, ప్రయాణానికి తయారవుతూ రెండుసంవత్సరాలు శ్రమపడ్డారు. ప్రపంచపర్యటన చేయటానికి తను ఉద్యోగం వదిలిపెట్టి వెళ్తున్నానని చెప్పినపుడు ఎవరూ నమ్మలేదు. కానీ ఆయన మాత్రం అచంచల విశ్వాసంతో భూప్రదక్షిణకు టికెట్ కొన్నారు. అప్పుడు ఆయన కలలు నిజమయ్యాయి.

అలెస్ బ్యాకస్ డిప్రెషన్లో ఉండేవాడు. కిశోరప్రాయంలో ఆత్మహత్యా ప్రయత్నానికికూడా సిద్ధం అయ్యాడు. రోజంతా వీడియో గేమ్స్ ఆడుతూ ఉండేవాడు. అతను ఏరియల్ ఆర్ట్స్ కళాకారుడిగా, అధ్యాపకుడిగా

మారి పోయాడు. ఇప్పుడు ఆయన అన్ని వయసుల వ్యక్తులకూ వారివారి కలలు సాకారం చేసుకోవటానికీ, కష్టాలు ఎదిరించి నిలవటానికీ మార్గదర్శకులుగా, ప్రేరణగా రూపొందారు. అద్భుత సమీకరణం ప్రయోగించి గత పన్నెండు నెలలలో అయన తన ఆదాయం మూడింతలు చేశారు.

ఇరవైనాలుగు నెలలలో కెన్ విమ్బర్లీ ముప్పై పౌండ్లు బరువు తగ్గారు. 352,000 డాలర్ల అప్పులు తీర్చివేశారు. తన బ్రోకరేజ్ వ్యాపారం సాలీనా 20 మిలియన్ డాలర్లనుంచి 70 మిలియన్లకు వృద్ధి చేశారు.

వెంసేంట్ వలెన్టి తన స్వప్నసుందరిని వివాహమాడారు. తను కలగన్న ఇల్లు కొన్నారు. చిన్నపిల్లల పుస్తకం వ్రాశారు. రెండు సంస్థలు ప్రారంభించారు. (ఒకటి అమ్మేశారు.)

జెస్సీ వాల్టర్స్ ఆదుర్దాతో మంచం పట్టి ఉన్నది. ఆమె ఎస్టేట్ బ్రోకర్ గా సఫలత సాధించారు. దానికి తోడు తన చర్చ్ లో ప్రముఖవక్తగా పేరు పొందారు.

మైక్ ఈటన్ తొంభై పౌండ్లు బరువు తగ్గారు. హాస్యచతురులుగా తన కల నెరవేర్చుకున్నారు.

తెరిసా లొరికో ది మిరకిల్ మార్నింగ్ చిత్ర నిర్మాత. ఆ చిత్ర నిర్మాణం సగంలో ఉండగా ఆమె ఒక బస్ ప్రమాదానికి గురి అయ్యారు. ఆమె శరీరం ధ్వంసం అయి కూర్చున్నది.(అదే సమయంలో నేను క్యాన్సర్ వ్యాధికి చికిత్స పొందుతున్నాను.) మేము ఇద్దరమూ ఒకరికొకరు తోడుగా ఉండి సమకాలీనంగా అద్భుత సమీకరణం ప్రయోగించాము. ఇద్దరమూ పూర్తిగా కోలుకున్నాం.

ఈ కథలు సేకరిస్తున్న సమయంలోనే నాకు దుర్బుద్ధి పుట్టింది. ఇందుకు విరుద్ధంగా జరగటానికి అవకాశం ఉన్నదా అని నా సందేహం. అచంచల విశ్వాసము, అసాధారణ ప్రయత్నమూ లేకుండా తమ లక్ష్యాలు సాధించినవారు ఎవరైనా ఉన్నారా అని వెతికాను. కాని నాకు ఒక్కరుకూడా కనబడలేదు.

ఈ పుస్తకంలో ప్రపంచ ప్రఖ్యాతి చెందిన అద్భుత వీరుల కథలు ఇంకా చాలా చెబుతాను. మీకు తెలియని వారి కథలు, మీరు విని ఉండనివారి కథలు కూడా చెబుతాను. వీరందరూ అద్భుత సమీకరణం ప్రయోగించి కంటికి కనబడే అద్భుతాలు సాధించినవారే. మీకు ఏది సాధ్యమో చూపించటానికి ప్రతి ఒక్క కథా ఒక సాక్ష్యం చెబుతుంది. ఆ రెండు నిర్ణయాలు చేసి, వాటిని అంటిపెట్టుకొని ఉండేవారికి ఎవరికైనా సరే, చిన్నా, పెద్దా, ఏ లక్ష్యానికైనా సరే ఈ సమీకరణం పనిచేస్తుంది.

అద్భుత సమీకరణంలో మీ స్వీయ పయనం

మిగిలిన పుస్తకం అంతా మీరు కలలుగనే జీవితానికి వారధి కట్టుతుంది. ఇక్కడ కేవలం కోరికలు కోరి, కలలు కంటే చాలదు. ఆ కలలు ఎలా సాకారం చేసుకోవాలో అర్థం చేసుకొని ఆ మార్గాన ముందుకు సాగాలి. ఈ ప్రక్రియలో నేను మీకు దారి చూపుతాను. అది ఒక ప్రక్రియ. అప్పుడు కొలతకు అందే అద్భుతాలు సాధించటం మీకు ఒక అలవాటయి కూర్చుంటుంది. ఈ రెండు నిర్ణయాలూ అవగాహన చేసుకున్ననాడు మీరు స్వయంచాలకంగా అద్భుత వీరులు అయి కూర్చుంటారు. అప్పుడు మీ ఆలోచన, మీ జీవనం గతానికి భిన్నంగా ఉంటాయి, వర్తమానంలో, భవిష్యత్తులోనూ మిమ్మల్ని భిన్నమైన ఫలితాలకు ప్రచోదన చేస్తాయి.

మన అందరిలోనూ అంతరంగ సంఘర్షణ సహజంగా జరుగుతూ ఉంటుంది. సాధారణంగా మనకు ఆ సంఘర్షణ జరుగుతున్నదన్న అవగాహన ఉండదు. మనం ఆ సంఘర్షణ గుర్తించి దానిని అధిగమించాలి. అద్భుత మహారథులుగా రూపొందటానికి ఇది మొదటి మెట్టు. తర్వాతి అధ్యాయంలో మనం ఈ సంఘర్షణను గురించి తెలుసుకుంటాం. మన జీవితంలో అది ఎలా ప్రవేశిస్తుందో చూస్తాం. దాని కోరలలోనుంచి బయట పడటానికి మార్గం వెతుకుతాం. అప్పుడే మీరు కలలుకనే అద్భుతాలు సాధ్యమవుతాయి.

3

స్వాభావిక మానవ సంఘర్షణ

పరిమితి నుంచి అపరిమితికి పయనం

మనం నివసించే ఈ ప్రపంచం,
మనం దర్శించే జీవితం
మన వాస్తవ అంతరంగానికి
పరిపూర్ణ ప్రతిబింబం.

- ప్యాట్రిక్ కోనర్

చాలామంది లాగానే మీరు కూడా మిమ్మల్ని గురించిన ఒక ప్రాధమిక వాస్తవాన్ని మర్చిపోయి ఉంటారు: మీరు అనంత మూర్తులు.

మానవమూర్తులు ఘనతకు ప్రతిరూపంగా సృష్టి అయ్యారు. ఎటు చూసినా మీకు అందుకు సాక్ష్యం విరివిగా కనబడుతుంది. ప్రతిరోజూ ఎవరో ఒకరు మన అపార సంభావ్యశక్తిలోనుంచి ఒక కొత్త స్థాయి సృష్టిస్తారు. మనకు సాధ్యాసాధ్యాలు మరొకసారి దర్శన మిస్తాయి. అంతకు మునుపు ఉన్న పరిమితులు పటాపంచలవుతాయి. మరొకరు చేసినది ఏదైనా మీకుకూడా సాధ్యమనే నిదర్శనం చెప్పకనే చెబుతుంది. జీవితంలో మీరు కోరేది ఎదైనాసరే మీకు అందుబాటులో ఉన్నది. మీరు చేయవలసిందల్లా, మీకు కావలసింది ఏమిటో నిర్ణయించుకొని, దానిని వెంటాడటమే.

మీరు మీ బాల్యాన్ని వెనుదిరిగి చూస్తే, అప్పుడు మీలో ఉన్న ఈ అనుభూతి మీకు జ్ఞాపకం రావచ్చు. ఒక ప్రఖ్యాత నర్తకి కావటమో, ప్రసిద్ధిచెందిన బాస్కెట్ బాల్ క్రీడాకారులు కావటమో సాధ్యమనీ, అది మీ చేతిలో ఉన్నపని అనీ అనిపించింది. మీ మనసులో తోచిన భావనలు సాధించటం అసాధ్యమేమోనన్న ఆలోచనకూడా మీకు అప్పుడు కలగలేదు. ప్రతిఒక్కటీ సాధ్యమే. మీ భవిష్యత్తు అనంతం, అపారం. మనలో కొందరికి ఈ స్పృహ పూర్తిగా మరుగున పడిపోయింది. 'ఇది అలా ఉండి ఉండవలసింది.' అని మనకు ఎవరైనా తెలియచెపితేనో, జ్ఞాపకాలు నెమరు వేస్తేనో ఈ దృక్పథం తిరిగిరావచ్చు. అయినాకూడా, ఈ అనుభూతి ఎక్కడో దూరాన ఉండి మనలను కదిలించదు. మన ప్రస్తుత జీవనానికి సంబంధించినదిగా తోచదు. టేబుల్ మీద చెల్లించవలసిన బిల్లుల కట్టలు, అవి చెల్లించటానికి తగిన ప్రతిఫలం ఇవ్వని ఉద్యోగమూ, వదిలించుకోవటానికి వీలుగాని అధిక బరువు. వీటన్నిటిమధ్య మనకు ఆ సమాచారం గుర్తు ఉండనంత మాత్రాన, అది నిజం కాకపోదు. దానికీ మనకూ ఉన్న బంధం తెగిపోదు.

మరి ఇంత ముఖ్యమైన ఈ వాస్తవం మనం ఎలా మర్చిపోయాం?

మనతప్పు ఏమీ లేకుండానే, మనకు తెలియకుండానే మనల్ని మనం ధ్వంసం చేసుకుంటూ వస్తున్నాం. వయసు మీద బడుతున్నకొద్దీ ఆ విధ్వంసం మరింత వికృతం అవుతున్నది. అది ప్రోత్సాహకరమైన వార్త ఏమీ కాదని నాకు తెలుసు. కాని అది యదార్థం. మన మనసులలో, మన చుట్టూ ఉన్న

ప్రపంచంలోను, మనం కొన్ని కఠినమైన అవాంతరాలు ఎదుర్కుంటున్నాము. అవి ఉన్నవన్న విషయంకూడా మనకు తరుచు తెలియదు.

మనలో పుట్టుకతో వచ్చిన కొన్ని స్వభావాలు జీర్ణించుకుని ఉన్నాయి. ఘనత సాధించే మార్గానికి అడ్డుపడి అవి మనలను పక్కకు తోసివేస్తాయి. పుట్టుకతో వచ్చిన మానవ స్వభావం మనలను సుఖమార్గానికి చెయ్యి పట్టుకు నడిపిస్తుంది. మనమీద మనకే అనుమానం తెచ్చిపెడుతుంది. పరిస్థితులు కొంచెం కఠినం కాగానే చేతులెత్తేసే అలవాటు చేస్తుంది. సులువైన మార్గం తాత్కాలికంగా సౌకర్యంగా ఉంటుంది. ఆ సౌఖ్యాన్ని మన బుర్రలు నేను చేయవలసింది ఇదే అని అనువాదం చేస్తాయి.

మనం పెరుగుతూ ఉన్నపుడు సందేశాలు (నోటితో చెప్పినవీ, చెప్పనివీ) అర్థం చేసుకోగలిగిన స్థితిలో మనకు రూల్స్ పాటించాలనీ, నలుగురితో సమంగా నడవాలనీ, నియమాలు అతిక్రమించకూడదనీ మనకు బోధన జరుగుతుంది. ఇతరులు చెప్పే అర్థంలేని ప్రవర్తనకు మనంకూడా తలవంచుతాం. దానితో మనకు సాధ్యమనుకున్న మన భావనలు కూడా ఊపిరాడక గిలగిలలాడుతాయి. మనకు ఆప్తులయినవారు మన వీపు తట్టి "మంచి ప్రయత్నం చేశావు, శభాష్!" అంటారు. అంతేకాని మనం సర్వశక్తులూ ప్రయోగించి సాధించి తీరాలని ఎన్నడూ చెప్పరు. వారు తమ ఆశయాలు సిద్ధింప జేసుకోలేక పోవటమే ఇందుకు కారణం కావచ్చు. అంటే సామాన్యత్వంలో దిగబడి కూరుకు పోవటానికి మనం ఒకరికొకరం తోడ్పడుతూ ఉంటామన్నమాట.

కొంతకాలం తర్వాత, మనం కూడా గొర్రెలమందలో చేరిపోతాం. ఇంతకుమించి మనవల్లకాదు అనే నమ్మకాన్ని జీర్ణించుకుంటాం. మనలను పూర్తిగా ధ్వంసం చేసే ఆయుధాగారం నిర్మించుకుంటాం. ఆపని చేశామనికూడా మనకు తెలియకుండా జరుగుతుంది. ఏదో బతికి బట్టకట్టటానికి సరిపడ ప్రయత్నం చేస్తాము. మన రోజులు యాంత్రికంగా ఒక లక్ష్యము, గమ్యము అంటూ ఏమీ లేకుండా గడుపుతాము. మనం ఏమి చేయగలమో, ఏవి చేయలేమో ఇతరులు చెప్పినవి వింటూ కాలక్షేపం చేస్తాము. ఏతావాతా మన కోరికలు చంపుకొని, మన శక్తిసామర్థ్యాల మేరకు ప్రయత్నించకుండా యాంత్రికంగా జీవిస్తాము. అద్భుతమైన మన జీవితం మన బుర్రలకు, మన మేలుకోరే మన బంధుమిత్రుల, కుటుంబ సభ్యుల బోధనలకు బందీ అవుతుంది.

బాబోయ్! ఇలా అనుక్షణమూ అవాంతరాలు, హితబోధలూ అడ్డుతగులుతూ ఉంటే, ఎవరైనా ఆడ కానీయండి, మగ కానీయండి అసాధారణమైన జీవనం సృష్టించటం ఎలా సాధ్య మవుతుంది?

మంచి ప్రశ్న. స్వాభావికంగా జరిగే అంతరంగ మధనం అర్థం చేసుకోవటంలోనే ఆ ప్రశ్నకు సమాధానం ఉన్నది: అగాధమయిన మన అంతరంగంలో మన శక్తి సామర్థ్యాలు అపారం అని మనకు తెలుసు. కానీ మన బుర్రలు, మన చుట్టూ ఉన్న ప్రపంచమూ మనకు సంకెళ్ళు వేసి మనలను మనస్థాయికి తక్కువగా అల్పులుగా చేస్తాయి. ఈ సంఘర్షణే మనకు విచారాన్నీ, ఆదుర్దాను కలిగించుతుంది. ఈ ప్రపంచంలో మనము చేయవలసింది, చేయగలిగింది మరేదో ఉన్నది అనే అనుభూతి కలిగిస్తుంది. మనకు అది తెలుసు. కాని మనం ఏమి చేయాలో, ఎలా చేయాలో మాత్రం మనకు తెలియదు.

ఇప్పటివరకూ తెలియదు.

మీరు కోరుకున్న జీవితం, మీకు యోగ్యమయిన జీవితం, మీకు విహితమైన జీవితం – మీరు ఊహించగలిగిన అసాధారణ జీవితం సృష్టించాలంటే మీరు ఈ అంతరంగ ఘర్షణ అధిగమించాలి. మీరు కలలుగనే గమ్యానికి చేర్చే బాటన అనుసరించాలి. ఆ మార్గం సులువుకాక పోవచ్చు. దానికితోడు సుఖప్రదమూ, భద్రమూ కూడా కాకపోవచ్చు. మీ తలలో ఒక ఘర్షణ జరుగుతూ ఉండవచ్చు. మీరు పరిమితంగా (మీ గత అనుభవాల ఆధారంగా) ఉండాలా, అపరిమితంగా (మీ సంభావ్యశక్తి ఆధారంగా) ఉండాలా అన్న నిర్ణయం చేయవలసి వచ్చినపుడు, అపరిమితమే ఎంచుకోండి. నాన్యః పంథా.

అది అంత సులువైన నిర్ణయం కాదు. అది సులువుగా ఉంటుందని నేను ఎన్నడూ చెప్పలేదు. కాని అది సాధ్యం. ముఖ్యంగా అది మీకు సాధ్యమవుతుంది. ఈ అధ్యాయం చివరివరకూ చదవటానికి మీరు సమ్మతించితే, మీకు, యోగ్యులైన మీరు కలలుగనే అద్భుత జీవితానికీ మధ్య అడ్డంకి ఏమిటీ అన్న విషయంలో మీకు స్పష్టమైన అవలోకన కలుగుతుంది. అప్పుడు 'నేను ఇది చేయగలను' అని మీరు గ్రహిస్తారు.

మరి ఆలస్యమెందుకు? మొదలు పెడదాం పదండి.

మీతో మీ యుద్ధం

ఇక్కడ మనం ఒక దృక్పథం సంపాదిద్దాం. జీవితంలో ప్రస్తుతం మీరు ఎక్కడైనా – ఉన్నత స్థాయిలో గౌరవాభిమానాలు, లేదా పరీక్షించే పరిస్థితులు కష్టపెట్టే పరిస్థితులు, రెంటికీ మధ్యన ఎక్కడో - ఉండవచ్చు. ఇది గుర్తు ఉంచుకోండి: మీరు ఎక్కడ ఉండాలో (ఎవరుగా ఉండాలో) సరిగ్గా అక్కడే ఉన్నారు. మీరు తలచిన ప్రతి ఒక్కటీ సాధించగలిగిన యధోచితమైన వ్యక్తులుగా రూపొందటానికీ, అందుకు మీరు నేర్చుకోవలసింది నేర్చుకోవటానికీ, మీరు ఇక్కడ ఉన్నారు. అది చాలాపెద్ద ఆశయమే. కాని అందులో ప్రతి ఒక్క అక్షరమూ నేను నమ్ముతాను. మీరుకూడా నాలాగే నమ్ముతారని నా ఆశ. ఇప్పటివరకూ మీరు జీవితంలో చవిచూసిన ప్రతిఒక్క అనుభవమూ, చాలా కఠినమైన వాటితో కలిపి, చాలా విలువైన ఆస్తి. అందులోనించి మీరు ఎంతో నేర్చుకోవచ్చు.

ఇక్కడే వస్తుంది చిక్కు (మీరు ముందడుగు వెయవలసింది ఇక్కడే): మీరు కోరుకున్న జీవితం ప్రస్తుతం మీరు జీవించుతూ ఉండకపోతే, అది మీ తప్పు కావచ్చు, కాకపోవచ్చు. కాని తర్వాతి స్థాయి చేరటానికి అవసరమైన మార్పులు చేర్పులు చేయటం మాత్రం మీ బాధ్యత. మీ తరఫున, మీ బదులు ఎవరూ చేయబోవటంలేదు. మీ జీవితం అత్యున్నత స్థాయిలో పదవ అంతస్తులో జీవించటమా లేదా అన్నది అంతా మీ చేతిలో ఉన్నది. అక్కడికి చేరటానికి ఈ అంతరంగ ఘర్షణ అధిగమించటం మొదటి మెట్టు.

పరిమితమైన జీవితం జీవించటమా, లేదా అపారమైన జీవితం జీవించటమా అన్నది అనేక విధాలుగా దర్శనమిస్తుంది. ఇప్పుడు ఉన్న ఉద్యోగం వదిలిపెట్టి స్వంత వ్యాపారం మొదలు పెట్టాలా? ఇప్పుడు ఈ బంధం తెంచుకోవాలా? రాబోయే బంధం ఎలా ఉంటుందో ఎవరికి తెలుసు? పది పౌండ్లు బరువు తగ్గాలి. అంటే నాకు ఇష్టమైన తిండి తినటం మానేయాలా? ఈ నిర్ణయాలు అన్నీ మీ జీవితంలో ఒక్కొక రంగం మీద ప్రభావం చూపుతాయి. కాని ఇవన్నీకూడా – మీ గతం, మీ భయాలు, మీ పరాజయాలు, లేదా ఇతరులు – పరిమితమైన నిర్ణయాలు. అపార నిర్ణయాలు కావు. ప్రస్తుతం, ఈ క్షణాన మీ మనసులో మెదులుతున్న నిర్ణయాన్ని గురించి ఆలోచించండి. ఈ భూతద్దంలోనుంచి దానిని చూడగలరా? ఇప్పుడు అదేమైనా ప్రత్యేకంగా కనబడుతున్నదా?

నేను అద్భుత ప్రభాతం వ్రాస్తున్నప్పుడు, భయము, ఆత్మసంశయము నన్ను వేధిస్తూ ఉండేవి. అనుక్షణమూ ఈ వ్రాతపని వదిలిపెట్టుమని ప్రలోభ పెడుతూ ఉండేవి. నేను చాలా పోరాడవలసి వచ్చింది. ఆ భావనలో నాకు చాలా నమ్మకం. దానికితోడు స్వయంగా ఫలితాలు చూసి ఉన్నాను. నా అంతర్వాణి "తెల్లవారు జామునే లేవాలని జనానికి నచ్చచెప్పటానికి నేనెవర్ని? జీవితమంతా 'నేను పెందలాడే లేవలేను' అని ముద్ర వేసుకు కూర్చున్నవారిని (వారి ప్రవర్తన ఆ మోస్తరుగానే బలపడింది) ఆ నమ్మకం వదిలించుకోవాలని చెప్పటానికి నేనెవర్ని?" నేను చేస్తున్న పనిలో అదృష్ట వశాత్తూ అంతిమ నిర్ణయం నేను నా అంతర్వాణికి విడిచిపెట్టలేదు. నా చర్యలను నా భయాలు శాసించటం నేను తిరస్కరించాను.

మన జీవితాలలో ఈ సంఘర్షణ వందల వేలవిధాలుగా దర్శనం ఈయవచ్చు. కాని అతి తరుచుగా దర్శనం ఇచ్చే సంఘర్షణలు నాలుగు విధాలు. మనం అధిగమించ వలసినది ఈ నాలుగిటినే. అన్నిటికంటే ముఖ్యంగా మన మెదడు నూతన అవకాశాలను ప్రమాదకారులుగా చిత్రిస్తుంది. మనం కోరుకున్నదానికి మనం యోగ్యులమేనన్న భావన మనం తిరస్కరిస్తాం. దానితో మన ప్రయత్నాలూ అంతంత మాత్రంగానే ఉంటాయి. ఫలితాలుకూడా అందుకు తగినట్లుగానే ఉంటాయి. ఇది మన జీవితంలో ఒకదానికి కాదు, కొన్నిటికీ, అన్నిరంగాలకూకూడా వర్తిస్తుంది. పుట్టుకతో మనకు సంక్రమించిన కానుకలు, తద్వారా మనం సాధించగలిగిన విజయాలు మనం కాలదన్నుతాం. ఈ ప్రపంచం తన ప్రభావంతో మన ఆలోచనలు మార్చివేస్తుంది. మన శక్తిసామర్ధ్యాలపట్ల అపనమ్మకం కలిగిస్తుంది. అసమర్ధులం, అశక్తులం అనిపిస్తుంది. మీలో అంతర్గతంగా ఈ ప్రలోభాలనన్నిటినీ ఎదిరి నిలిచే ఆత్మవిశ్వాసం ఉన్నది. మీ సంభావ్యశక్తి ఇంకా మిగిలి ఉన్నది అని చెప్పే అంతర్వాణి. దాని ఫలితమే ఈ అంతరంగ ఘర్షణ.

మీ జీవిత పథకాలలో తూట్లు పొడవటానికి వీటిలో ఏ ఒక్క ఘర్షణ అయినా చాలు. అన్నీ కలిశాయంటే, మీరు కోరుకున్న మార్గాన మీ ప్రయాణం దాదాపు అసంభవం అని చెప్పవచ్చు. ఇక్కడ ఒక్కొక ఘర్షణ లోతుగా దర్శించి అది ఎక్కడినుంచి వస్తుందో, దానిని అధిగమించకపోతే దాని ప్రభావం ఏమిటో అర్ధం చేసుకుందాం. అధ్యాయం చివర్లో ఈ ఘర్షణలు

ఒక్కొకటి అధిగమించటం ఎలాగో చర్చించుదాం. అప్పుడు మీరు కోరుకున్న జీవితం సృష్టించే ప్రయత్నంలో ముందడుగు వేయగలుగుతారు.

అవకాశము – యథాతథం మధ్య అర్ధంలేని భయం

మనం అందరమూ ఒక లక్ష్యంపట్ల విపరీతంగా ఉద్రిక్తులమవుతాం. మధ్యలో ఏదైనా అవాంతరం ఎదురు అవటం వల్లనో, లేదా మొదలు పెట్టకుండానే హఠాత్తుగా ఆపివేస్తాం. అలా ఎందుకు జరుగుతుంది?

అంతా మన బుర్రలో మొదలవుతుంది. మనిషి మెదడు నమ్మటానికి వీలులేదు. మన శరీరాలకు అది శాసన కేంద్రం. మన ఊపిరి తిత్తులు శ్వాసించటానికి, మన గుండె కొట్టుకోవటానికి, మన శరీరం కదలటానికి, మూలకారణం అదే. మనకు సద్భావన కలిగించే అంశాలు, దుర్భావన కలిగించే అంశాలు బేరీజు వేసి మన జీవితం ఎలా ఉన్నదో నిర్ణయించే శక్తి కూడా మనకు కలిగించేది ఆ మెదడే. మనం చేసేది, చెయ్యనిది అంతా మెదడులోనే మొదలవుతుంది. జీవితం అనుభవించే శక్తి ప్రసాదించేది మన మెదడే. కాని మనం కోరుకున్న జీవితం సృష్టించటంలో అడ్డుపడేది కూడా మన మెదడే.

మనం అందరమూ అపారమైన సంభావ్యశక్తితో పుట్టాం. కాని మనం ఒక మెదడుతో పుట్టాం. ఆ మెదడు ప్రాచీనమైన, పురాతనమైన ఆలోచనలతో నిండి ఉంటుంది. పర్యావరణంలో ప్రమాదం ఎక్కడ పొంచి ఉన్నదో చూడుమని మన ఆలోచనలకు మనం కట్టుబడి ఉంటాం. ఎందుకంటే, మనిషి గుహలలో నివసిస్తున్న యుగంలో మీదికి దూసుకువస్తున్న సింహాన్ని గమనించకపోతే భయంకరమైన చావు తథ్యం. తెలియని ఆకులు, కాయలు తింటే మతి భ్రమించవచ్చు. రోజూ చావు బతుకుల మధ్య ప్రయాణం జరుగుతూ ఉండేది. ఈరోజు బతికి బయట పడితే చాలు నన్నట్లుగా ఉండేది జీవితం. అదృష్టవశాత్తూ ఈనాడు మనమెవరమూ ఆ పరిస్థితులలో జీవించటం లేదు. కాని మన మెదడుకు ఆ విషయం తెలియదు. దానికి ఎప్పుడూ అనుమానమే. మనలను భద్రంగా ఉంచటానికి అది అనుక్షణమూ సంభావ్య ప్రమాదాలు పసికట్టటంలో నిమగ్నమై ఉంటుంది.

చావును గురించిన భయం మాట వదిలిపెట్టండి. మన సుఖజీవితం దారి తప్పుతుందేమోనని మన మెదడు అనుక్షణమూ అతి మెలకువగా, అతి

చురుకుగా ఉంటుంది. మరణభయం స్థానంలో అపజయ భయము, అసౌఖ్య భయము చోటు చేసుకున్నాయి. ఈ అసౌఖ్యం శారీరకము కావచ్చు, భావావేశ పరము కావచ్చు. భద్రంగా ఉండటమంటే ఇప్పుడు క్రూరమృగాల నుంచి తప్పించుకోవటం కాదు. ఇప్పుడు మనం అవకాశాలను కూడా తప్పించుకుంటున్నాం. అన్నిటికంటే మించి మనం తెలియని దానిని గురించి భయపడుతూ ఉంటాం. మనకు ఒక అవకాశం ఎదురవుతుంది. మనం కోరుకున్న వ్యక్తిగా రూపొందటానికి ఆ అవకాశం మనకు ఒక వరం కావచ్చు. కాని మన మెదడు ప్రాణాపాయ హెచ్చరిక చేస్తుంది. వెంటనే మనం కాగల ప్రాణాపాయాలన్నీ సమీక్షిస్తాం. నేను విఫలం కావచ్చు. నాకు అవమానం కలగవచ్చు. నాకు నిరాశ కలగవచ్చు. ఈ ఒత్తిడి కారణంగా వివేచనామయమైన నిర్ణయాలు అసాధ్య మవుతాయి. మన భావావేశ స్థితి అస్తవ్యస్త మవుతుంది. భావావేశాలు మన అదుపులో ఉండటానికి బదులు మనం భావావేశాల అదుపులోకి వెళ్తాం.

మన బాహ్య పరిస్థితులు మన అంతరంగ స్థితిని నియంత్రిస్తాయి. మన ప్రతిస్పందన విపరీతమవుతుంది. పరిస్థితిని పరిష్కరించటానికి ప్రశాంతంగా ఆలోచించే శక్తి శూన్యమవుతుంది. మనం భావావేశాలకు బానిసలమయితే, ఎంత చిన్న సమస్య ఎదురయినా అది అభేద్యంగా దర్శనమిస్తుంది. మన లక్ష్యాలమీద మనసు లగ్నం చేయటం అసాధ్యమవుతుంది. వెంటనే ఆటవిక మానవుడు గుహలోకి దూరినట్లు, మనం మన సుఖారామంలోకి దూరుతాం. అక్కడ చిమ్మచీకటిగా ఉన్నాసరే, మనకు అందులోనే భద్రత, సుఖం, సంతోషం!

ఇప్పుడు మన మనసు, శక్తి అంతా ఆ ఒత్తిడిమయమైన ఆ ప్రతిస్పందన మూసివేయటంలోనే కేంద్రీకృతం అయి ఉంటాయి (దానివల్ల ఆ ప్రతిస్పందన మరింత వికృతం అవుతుంది). అప్పుడు ఆ అవకాశం చాల కఠినమైనదిగా, ప్రమాదకరమైనదిగా, మన శక్తికి మించినదిగా కనిపిస్తుంది. మనకు అలవాటయిన దారినుంచి పక్కకులాగేది ఏదయినాసరే తప్పించుకు పోవలసిన విషయంగా దర్శన మిస్తుంది.

మన అందరికీ తెలియని విషయం ఒకటి అద్భుత మహారథులు కనుక్కున్నారు. ఒత్తిడితో కూడిన ప్రతిస్పందన వదిలించుకోవటం ఎలా అన్నది. మరింత ఖచ్చితంగా చెప్పాలంటే, అది హానికరంగా, వారిని పట్టి వెనక్కు లాగుతున్న తరుణంలో దాని నోరు మూయటం ఎలా అన్న విషయం.

నిజంగా ప్రాణాపాయస్థితికి, అసౌకర్యస్థితికి మధ్య వ్యత్యాసం అర్థం చేసుకోవటంలో వారి మెదడుకు శిక్షణ ఇచ్చారు. అన్నీ అనర్థాలే జరుగుతాయన్న భయం స్థానంలో సచేతనంగా అంతా సవ్యంగా నడుస్తుందనే విశ్వాసం నెలకొల్పి, కొనసాగుతూ ఉంటారు. విఫలం అయ్యే అవకాశం సర్వదా ఉన్నాకూడా (అవకాశానికి రూపాంతరం అన్న అధ్యాయంలో వైఫల్యానికి అవకాశం శూన్యమని నేర్చుకుంటారు), వారు తమకు ఆనందం కలిగించి సంతృప్తి నిచ్చే అవకాశాలకోసం వెతుకుతూ, అనుసరిస్తూ సమయం వెచ్చిస్తారు. గత వైఫల్యాలను గురించి ఆలోచిస్తూ, భయపడుతూ కూర్చునే బదులు అద్భుతాల మహారథులు తమ సార్థకమైన లక్ష్యాలు యదార్థం చేసుకోవటానికి తగిన కర్తవ్యంపట్ల విశ్వాసం కలిగి ఉండాలని తెలిసి ఉంటారు. తమ మెదడు అదుపులో ఉంచుకొని వారు తమ జీవితాలు అదుపులోకి తీసుకున్నారు.

మనలో చాలామంది ఆపని చేయలేదు. ఉద్యోగాలలో చేరని హైస్కూలు విద్యార్థుల దగ్గరినుంచి, ఫార్చ్యూన్ 500 CEO లవరకూ మనం అందరమూ అర్థంలేని భయాలతో, అతి ఒత్తిడిమయమైన ప్రతిస్పందనతో సతమతమవుతూ ఉంటాము. అర్థంపర్థం లేని మన భయాలు మన జీవితాలలో, మన కలలో ప్రాణం ఊడ్చివేస్తున్నాయి. అవకాశాలను చూసి భయపడి పలాయనం చిత్తగించటానికి బదులు, గట్టిగా ఊపిరి పీల్చి ఆ అవకాశాలవెంట పరిగెత్తాలి. మనం విఫలం అవటానికి సిద్ధంగా ఉండాలి. అప్పుడు నేర్చుకొని మళ్ళీ ప్రయత్నించటానికి తయారుగా ఉండాలి. మన భయం స్థానంలో విశ్వాసం నింపాలి. (ఆ విషయంలో ఇంకా చాలా చెప్పాలి). ఈ సంఘర్షణ అధిగమించి విజయం సాధించటానికి వేరే మార్గం లేదు.

దారితప్పిన అధికారం – వివేచనామయ అధికారం

ఉన్నతస్థాయి సఫలతను మీరు ఎలా నిర్వచించినా, ఈ పుస్తకం చదువుతున్నారు గనక మీకు దానిని గురించి ఇంకా తెలుసుకోవాలని ఉన్నదని నా దృఢ అభిప్రాయం. మీరు ఏ స్థాయి సఫలతకు యోగ్యులని మీ అభిప్రాయం?

ఇక్కడ దురదృష్టం ఏమిటంటే, మనం కాని, మన సన్నిహితులుగాని మనకు ఉన్నదానికంటే మించి యోగ్యులమని మనకు నమ్మకమూ లేదు, ఆ

అనుభూతి లేదు. మనకు అలవాటయిన సఫలత, ఆనందము, సంతృప్తి మన ప్రమాణాలై కూర్చుంటాయి. భవిష్యత్తులో మనం ఆశించే సఫలతకు ఆదర్శమై ఉంటాయి. ఆ విధంగా మనం మన గతాన్ని నిత్యం చేస్తాము. అంతకుమించిన స్థాయి సాధించటానికి అడుగు ముందుకు వేయము. కనుక మనలో చాలామందిమి గేటు దాటి బయటికి పోము. ఎందుకంటే రోడ్డు చివర ఉన్నదానికి మనం యోగ్యులమని మనమీద మనకే నమ్మకం లేదు. అద్భుతాల ప్రవీణులులు కావాలంటే, మీ అత్యంత బృహత్ ప్రణాళికలు, కలలు సాధ్యమేనని, సంభావ్యమేనని, అనివార్యమేనని నమ్మటం మాత్రమే కాక, వాటిని సాధించటానికి మీరు యోగ్యులనికూడా మీరు నమ్మాలి. ఆ చివరి ఆలోచన లేకుండా మీరు లక్ష్యం చేరలేరు. ఎందుకంటే, మీరు అందుకు యోగ్యులనే నమ్మకం మీలో లేదు. ఆ ఘనతనుంచి దూరం కావటానికి మీరు సాకులు వెతుకుతారు. ఆ సఫలత మీ హక్కు అని మీరు నమ్మినప్పుడు, మీరు దానిని సాధించటం కోసం పోరాడుతారు.

అధికారం అనే పదం కొందరికి ఇరకాటంగా ఉంటుందని నాకు తెలుసు. అధికారం అనే పదం ప్రత్యేక హక్కులకు, వనరులకు తాము యోగ్యులమని తలిచేవారిపట్ల ప్రయోగించ బడుతుంది. వాటిని సాధించటానికి ప్రత్యేకించి వారు ఏమీ చేసి ఉండలేదు. అధికారం అనేది స్వానురక్తికి, దురహంకారానికి లంకెపడి ఉంటుంది. తనకు అధికారం ఉన్నదనుకునే వ్యక్తి ఒక పసిబిడ్డలాంటి వారు. ఆ పసిబిడ్డకు తాను ఈ ప్రపంచానికి కేంద్రం కాదనే విషయం తెలియదు, నేర్చుకోలేదు, పాపం! ఏమైనా ప్రయత్నం చేశారా లేదా అన్నదానితో సంబంధం లేకుండా, యోగ్యత అంటే ఏమిటో ఇది వివరిస్తుంది. అధికారం అంటే ఇదేనని చాలామంది అభిప్రాయం. కాని ఇంకా రెండు విధాలైన అధికారాలు ఉన్నాయి. ఆ రెండూ మీరు తెలుసుకోవాలి. ఒకదానికి మీరు చేరువ కావాలి. మరొకదానికి దూరంగా తొలగాలి.

వివేచానామయ అధికారం మనలో ప్రతిఒక్కరూ యోగ్యులేనని, జీవితంలో మనం కోరింది సృష్టించి సాధించటానికి సమర్థులేనని విశ్వసిస్తుంది. మనమేకాదు ఈ భూమిమీద ఎవరైనా తాము తలచినది సృష్టించి సాధించటానికి సమర్థులేనని (ఆ లక్ష్యం సాధించటానికి తగిన ప్రయత్నమూ, కృషి జరుగుతాయని నమ్మకం) ఆ వివేచన నమ్ముతుంది. ఘనతకెక్కిన విజయం వెనుక ఒక వ్యక్తి ఉంటారు. ఆ విజయం సాధించటానికి

తగిన కృషి, ప్రయత్నమూ తానూ చేయగలననే నమ్మకము, ఆ సఫలతకు తాము యోగ్యులనే నమ్మకము వారిలో ఉంటాయి. ఈ విధమైన అధికారికత ఆరోగ్యకరం. కొలతకు అందే అద్భుతాలు జరగాలంటే, ఇది పూర్వాపేక్షిత యోగ్యత. అది మన సంభావ్యశక్తిలో మన నమ్మకాన్ని దృఢపరుస్తుంది. దానికి తోడు ఆ సంభావ్యశక్తి గుర్తించామన్న విశ్వాసం కలిగిస్తుంది. స్పష్టంగా చెపాలంటే ఇది చాలామందికి (నాకు కూడా) కష్టమైన పని. మన కృషిని, శ్రమను మనం గుర్తించలేము. ఎవరైనా మన శ్రమను మెచ్చుకున్నా, మన సహాయానికి ధన్యవాదాలు తెలిపినా, మనం సిగ్గుపడిపోతాం. కొన్నిసార్లు "అదేమీ పెద్ద విశేషమేం కాదు." అంటూ వారి ప్రశంసను తోసిపారేస్తాం. మీరు యోగ్యులుకారు అనుకున్న లక్ష్యాన్ని వెంటాడటం ఎంత కష్టమైన పనో మీరే ఆలోచించండి. మీరు యోగ్యులు కారు అనుకున్నప్పుడు, అద్భుత ఫలితాలు సాధించటానికి అనువైన కృషి, శ్రమ వెచ్చించటం వాస్తవానికి అసాధ్యమవుతుంది.

చాలా సమయాలలో మీరు వివేచనామయమైన అధికారం ప్రయోగిస్తారు. అది మీ అచంచల విశ్వాసాన్ని ఎగసన తోస్తుంది. మీరు సాధించగలరా లేదా అనేదానికంటే, దాని ఫలితానికి మీరు యోగ్యులనే నమ్మకం సులభంగా ఏర్పడుతుంది. ప్రతి ఒక్కరికీ, ప్రతిఒక్క అద్భుతానికీ ఇది వర్తించక పోవచ్చు. నా మటుకు నాకు ఇందుకు నేను యోగ్యుడిని అనే అనుభూతి లోపలినుంచి పెళ్లగించటం సులువైన పనికాదు. అదృష్ట హీనులలను, జీవితంలో అవస్థపడేవారిని చూసినప్పుడు నాకు "వారికంటే ఆనందంగా, సఫలుడిగా ఉండటానికి నేను ఏవిధంగా యోగ్యుడిని?" అనిపిస్తూ ఉంటుంది. ఆ అధికారంలో వివేచన సంపాదించటానికి మీరు మీ అసాధారణ కృషి పునఃపునః చేయవలసి ఉంటుందని మనసులో ఉంచుకోండి. నిర్విరామ శ్రమ చేస్తూ ఉంటే, క్రమంగా ఆ వివేచన కళ్ళుతెరుస్తుంది. మీ కృషి తీవ్రత పెరుగుతున్నకొద్దీ, ఆ సఫలతకు మీరు యోగ్యులనే అనుభూతి మీలో సహజంగా పెరుగుతూ వస్తుంది. అద్భుత సమీకరణం పనిచేయాలంటే, మీరు అందుకు యోగ్యులనీ, దానికి తగిన కృషి చేయటానికి మీరు సిద్ధంగా ఉన్నారనీ మనఃపూర్వకంగా మీరు నమ్మటం ముఖ్యం. అద్భుతాల ప్రవీణులు తమ సర్వశక్తులూ ధారపోసి కృషి చేస్తారు. తమ శ్రమకు తగిన ఫలితానికి తాము యోగ్యులమని అనుభూతి చెందుతారు.

ఈ వర్ణమాల ఆ చివర దారితప్పిన అధికారం గంతులు వేస్తూ

ఉంటుంది. యోగ్యతా అనుభూతి అనే ముసుగులో బద్ధకం వేషాలు వేస్తూ ఉంటుంది. "తినటంలో నాకు మంచి నేర్పు ఉన్నది. కనుక ఆ కుకీ తినటానికి నేను యోగ్యుడిని." అని మనకు మనమే చెప్పుకుంటాం. లేదా, "నిజానికి నాకు ఇది అవసరం లేదు. కాని నేను ఇది కొనాలి. ఖర్చు చేయటంలో నేను నేర్పరిని." అనో, లేదా 'ఇవాళ జిమ్ కు నాగా పెడతాను. వ్యాయామం చేయటం నాకు బాగా తెలుసు." వీటిలో ఏవైనా మీకు పరిచితంగా కనబడు తున్నాయా? అప్పుడప్పుడు మనమందరమూ ఈ పని చేస్తూఉంటాం. కాని అది ప్రమాదకరమైన వైఖరి.

ఈ ప్రవర్తన సామాన్యతకు పాలుపోసి పెంచుతుంది. బాగా చేసినందుకు మనం మన వీపు చరుచుకుంటాం. బాగా అన్నది ఘనమైనదేమీ కాదు. అద్భుత ఫలితాల ఛాయలకు కూడా మనలను చేరనీయదు. మీరు చేసిన చవకబారు పనికి వీపు చరుచుకునే అవకాశం మాత్రం ఇస్తుంది. అది మీ బద్ధకానికి అనుమతి ఇస్తుంది. నిస్త్రాణ వచ్చేవరకూ కిందపడిపోయేవరకూ అతిగా పనిచేయటం అనారోగ్యకరం. అదేవిధంగా మీరు అనుకున్నదానికంటే తక్కువ కృషి చేయటం లక్ష్యాలు చేరటానికి సహాయకారి కాబోదు. వికటించవచ్చుకూడా.

మీరు సగటుస్థాయి కృషి చేస్తే, మీకు 10 స్థాయి సఫలత లభ్యం కాకపోగా, అందుకు అడ్డు పడుతుంది. మీ కృషి మీరు ఆశిస్తున్న ఫలితానికి అనుగుణంగా ఉండాలి. మారథన్ పరుగు పందెంలో పాల్గొనే వ్యక్తి వారానికి ఐదు రోజులు పరిగెత్తటం ప్రాక్టీస్ చేసి తీరాలి. ఆరోగ్యం దృష్ట్యా వ్యాయామం చేసే వ్యక్తి వారంలో కొన్ని రోజులు ఒక అరగంట నడిస్తే చాలు. మీరు ఎంత కృషి చేస్తున్నారో మీకే తెలుసు. ఎవరూ చూడనక్కర్లేదు, చెప్పనక్కర్లేదు. 10 స్థాయి సఫలత అంటే అది మీకు, మీరు సాధించదలచిన లక్ష్యానికి ప్రత్యేకం. ఇక్కడ ముఖ్యమైన విషయం ఏమిటంటే మీ కృషి మీ లక్ష్యానికి తగినట్లుగా ఉండాలి. అప్పుడే మీరు దానికి అర్హులు, యోగ్యులు అనే అనుభూతి కలుగుతుంది. బద్ధకం వలలో పడకుండా జాగ్రత్త పడటం చాల ముఖ్యం.

నిజం చెప్పుకుందాం. బద్ధకంగా ఉంటే బాగా అనిపిస్తుంది. ఏ బాదరబందీ లేకుండా, బాధ్యతలు లేకుండా, తప్పుచేసిన ఫీలింగ్ లేకుండా హాయిగా టెలివిజన్ చూస్తూ కూర్చోవటం, లేకపోతే ఇంట్లో ఎక్కడో ఒకచోట పడుకొని ఉండటం ఎవరికి నచ్చదు? అందరికీ నచ్చుతుంది. తప్పుచేసిన అనుభూతి లేకుండా బద్ధకంగా పడి ఉండాలంటే, ఆ బద్ధకం

సంపాదించటానికిముందు మీరు ఏదైనా సాధించి ఉండాలి. నేను మా పిల్లలతో కాలక్షేపం చేయటానికి, భార్యకు సహాయం చేయటానికి, నా ఉద్యోగవ్యాపారానికి సంబంధించిన పనులన్నీ పూర్తిచేయాలని ఒక నియమం ఏర్పరుచుకున్నాను. అప్పుడు నేను పాపభీతి లేకుండా ఆ బద్ధకం అనందించ గలుగుతాను. మీరు నెట్ ఫ్లిక్స్ మీద విందు ఆరగించబోతూ ఉంటే అందుకు అభ్యంతరం ఏమీ లేదు. కాని అది చేసేముందు ఆ రోజుకు మీ అతిముఖ్యమైన పనులన్నీ పూర్తి చేశారని రూఢి చేసుకోండి.

బద్ధకంతో ఒక పెద్ద సమస్య ఉన్నది. బద్ధకంగా పడుకోబోయేముందు ప్రయోజనకరమైన పని ఏదీ చేసి ఉండకపోతే, మీరు సఫలతకు యోగ్యులు అనే అనుభూతి మీకు కలగనివ్వదు. నిరంతర ప్రయత్నం లేకుండా మీరు కోరినది పొందటానికి మీరు అర్హులు కారు. అది మీకు కూడా తెలుసు. అందువల్ల ప్రస్తుతం మీకు ఉన్నదానికి మించి మీరు దేనికైనా అర్హులా అన్న విషయం లో మీపైన మీకే నమ్మకం సడలుతుంది. కనుకనే అర్థంలేని అధికారం ప్రమాదకరం.

మనదారికి మనమే అడ్డం పెట్టుకునే ఆటంకం మరొకటి ఉన్నది. అర్థంలేని అధికారానికి అది మరొక అవతారం. దానిపేరే 'బిజీగా ఉండటం'. కొత్తగా ఎదురైన అవకాశాలు మీరు అందిపుచ్చుకోలేరు. మీరు కలగంటున్న బృహత్కార్యం చేపట్టటానికి మీకు తీరిక లేదు. ఎందుకని? మీరు చాలా బిజీగా ఉన్నారు!! అలా ఎన్నిసార్లు జరిగి ఉంటుంది? బిజీగా ఉండటం అంటే పనికిరాని పనులన్నీ చేస్తూ కూర్చోవటం. మనం ఏదో ఘనకార్యం చేస్తున్న అనుభూతిలో ఉంటాం. అది మనలను మనం మాయపుచ్చుకోవటం తప్ప మరేమీ కాదు. డజన్లకొద్దీ ఇ మెయిల్స్ కు సమాధానాలు ఇవ్వటంవల్ల మనం చాలా ఉత్పాదకులం అన్న అనుభూతి కలగవచ్చు. కనుక మనం యోగ్యులం అన్న అనుభూతికూడా కలుగుతుంది. కాని మన అంతరాంతరాలలో అది అబద్ధమని మనకు తెలుసు.

కాల్ న్యూపోర్ట్ రచన డీప్ వర్క్: రూల్స్ ఫర్ ఫోకస్డ్ సక్సెస్ ఇన్ ఎ డిస్ట్రాక్టెడ్ వరల్డ్ (Deep Work: Rules for Focused Success in a Distracted World) అపూర్వమైన రచన. తీక్షణంగా పని చేయటానికి, ఒకపని మీద మనసు లగ్నం చేయటానికి చాలా మేధాశక్తి కావాలి. ఆ మేధాశక్తి చాలాసేపు ఆ స్థాయిలో నిలబడగలగాలి. ఈ నైపుణ్యం ఒక ఆస్తి అవుతున్నది. కాని కాలం గడుస్తున్నకొద్దీ ఈ శక్తి మనలో సన్నగిలి పోతున్నది

అంటారు ఆయన. ఈ నైపుణ్యం వృద్ధి చేసుకోగలిగినవారు తగిన ప్రతిఫలం పొందుతారు. తమచుట్టూ వికర్షణలకు అతీతులుగా ఉండగలిగినవారు, పనికిమాలిన విషయాలలో కాలక్షేపం చేయనివారు, శక్తి అంతా ఒకే పనిమీద లగ్నం చేసి చిరకాలం పనిచేయగలిగినవారు మాత్రమే కొలమానానికి అందే నిజమైన అద్భుతాలు సాధించ గలుగుతారు. అనవసరమైన పనులమీద కాలయాపన ఇందుకు పూర్తిగా విరుద్ధం.

మనం చేయవలసిన పనుల జాబితా పరిశీలిస్తే, అందులో ఎక్కువగా అవసరంకాని పనులు, ప్రమాదం లేని పనులు, ఎక్కువగా దర్శనమిస్తాయి. వాటివల్ల కలిగే ప్రయోజనంకూడా అంతంత మాత్రమే. ఇ-మెయిల్ చెక్ చేయటం, సామాజిక మాధ్యమాలలో కబుర్లు నింపటం, ఆన్ లైన్ పరిశోధనలు, క్రమబద్ధం చేయటము (భౌతికం కావచ్చు, యాంత్రికం కావచ్చు), వ్యక్తిత్వ వికాస కార్యక్రమం, - ఇవన్నీ ముఖ్యమైన పనులు వాయిదా వేయటానికి సాకులు. ముఖ్యం కాని పనులలో బిజీగా ఉండటంవల్ల, అసలయిన పనులకు, మన కలలు లక్ష్యాలు నెరవేర్చే ముఖ్యమైన కార్యకలాపాలకు దూరమవుతాము. అతి ప్రాముఖ్యమైన పనులు చేపట్టటమంటే మనకు భయం. ఎందుకంటే వాటి ఫలితాలుకూడా విపరీతమైన ప్రభావం చూపుతాయి. అవి మన జీవితాలకు అర్థము, పరమార్థము కలిగించవచ్చు. నేను యోగ్యుడిని అనే భావం కొంచెం సడలించవలసి రావచ్చు. అలా కాక, అనవసరమైన పనులతో బిజీగా ఉంటే, మనం సఫలతకు యోగ్యులం అనే అనుభూతికి కొంచెం దూరమవుతాం.

సంభావ్యశక్తి, భ్రమ – యథార్థం

ముప్పై ఏడు ఏళ్ల వయసులో నాకు ఒక అసాధారణమైన క్యాన్సర్ వ్యాధి సోకింది. అది ఉధృత లక్షణాలు గల క్యాన్సర్. దీనిని గురించి మీరు తర్వాత చదవబోతున్నారు. నా క్యాన్సర్ చికిత్స మొదలైనప్పుడు నా బరువు 167 పౌండ్లనుంచి 127 పౌండ్లకు పడిపోయింది. మొదటి మూడువారాలలో 30 పౌండ్లు బరువు పడిపోయింది. దాదాపు ఆరడుగుల ఎత్తు ఉన్న నా పక్కటెముకలు, దవడ ఎముకలు, పిర్ర ఎముకలతో సహా బయటపడ సాగాయి. నా ఒంటిమీద జుట్టుకూడా రాలిపోయింది. అద్దంలో చూసుకుంటే నాకునేను జుట్టు లేకుండా దర్శనమిచ్చాను అంతే. ఎముకలు, తోలు మాత్రమే

మిగిలి ఉన్న క్యాన్సర్ రోగి నాకు కనబడలేదు. నాకు నేను ఎప్పటిలాగానే కనిపించాను.

నా శరీరం భిన్నంగా కనిపిస్తుందని మేధాపరంగా నాకు తెలుసు. అసలే సన్నగా ఉండే మనిషి 40 పౌండ్లు బరువు కోల్పోవటమంటే మామూలు విషయం కాదు. కొద్దివారాలలో నా శరీరం బరువులో నాలుగోవంతు మాయమయింది. నేను ఎప్పటిలాగే ఉన్నానని నా భార్య ఉర్సులాతో అన్నప్పుడు అది నిజం కాదని ఆమె ముఖం చెప్పకనే చెప్పింది. నా శ్రేయస్సు కోరే నా తల్లిదండ్రులు వీలు దొరికినప్పుడల్లా నన్ను మేపటానికి ప్రయత్నించే వారు. బయటి ప్రపంచాన్నుంచి వచ్చే సందేశాలకు నా అంతరంగ అవగాహనకు చాలా వ్యత్యాసం ఉన్నది. ప్రస్తుత పరిస్థితిలో నా అవగాహన వక్రించి ఉన్నది. శరీరంలోపాలు ఉన్న వారు – శరీరంలో చిన్న లోపం కనబడితే, దానిని గురించి విపరీతంగా వ్యథ చెందేవారు – ఇలాగే, విపర్యయ మార్గంలో అవమానాలు అనుభూతి చెందుతారు అని నా ఆలోచన. వారి బరువు ఆరోగ్యకరంగానే ఉన్నదని తులాదండం చూపిస్తున్నది. కాని వారు మాత్రం తాము భారీగా ఉన్నామని అనుకుంటారు. వారు నీరసంతో పడిపోయేవరకూ వ్యాయామం చేస్తారు. వారి ముక్కు మామూలుగానే ఉన్నది. అందులో ఎవరికీ విపరీతం ఏమీ కనిపించలేదు. కాని వారికి మాత్రం తమ ముక్కు తమ ముఖానికి మరీ పెద్దదిగా తోస్తుంది. కనుక ఎదటివారిధ్యాస తమ ముక్కునించి మళ్ళించటానికి వారు అనుక్షణమూ శతవిధాల శ్రమపడుతూ ఉంటారు. వారు తమ శరీరాన్ని సక్రమంగా చూడలేరు. నేనూ అంతే.

దురదృష్ట మేమిటంటే మనం మన సంభావ్యశక్తితోకూడా ఇదేపని చేస్తూ ఉంటాము. మన అసలైన సమర్థత ఏమిటి అని మనం గమనించం. వాస్తవానికి, మీరు ఒక్క క్షణం ఆగి మీ ఆలోచనలు గమనిస్తే, మీకు చాలా విముఖ వ్యాఖ్యలు వినిపిస్తాయి. మనలో చాలామందిమి ఈ వ్యాఖ్యలే అచేతనంగా పునశ్చరణ చేస్తూ ఉంటాము. నేను అయోగ్యుడిని. నేను దురదృష్టవంతుడిని. నేను బిజీగా ఉన్నాను. నేను బద్ధకస్తుడిని. ఎక్కడ మొదలుపెట్టాలో నాకు తెలియదు. అతను/ఆమె నాకంటే మెరుగు అయినవారు. నా జీవితంలో ఈ అంశం మెరుగు పరచటానికి ప్రయత్నించాను. కాని ఆ ప్రయత్నం కొనసాగించలేదు. మన బుర్రలలో ఈ విముఖ వ్యాఖ్యలే అరిగిపోయిన రికార్డ్ లాగా నిరంతరం వినబడుతూ ఉంటాయి. అవి విన్నకొద్దీ మనం నమ్ముతాము. తదనుగుణంగా ప్రవర్తిస్తాము.

గతంలోని వైఫల్యాలు చూపించి, "అందులో నేను వేలు పెట్టబోవటంలేదు." అంటాము. మన సామర్థ్యాలమీద వచ్చిన వ్యాఖ్యలు మన మనసులలో నాటుకు పోతాయి. మన లోపాలు ఎత్తి చూపటానికే కాదు, వాటిని నిరూపించటానికి మనం నానా తిప్పలూ పడతాం. అంతా జరిగిన తర్వాత, మన గతం ఆధారంగా కలిగిన దృష్టితో మనం దేనికి యోగ్యులమో, మనం ఏమి సాధించగలమో నిర్ణయిస్తాము. మన సామర్థ్యం ఉన్నదానికంటే తక్కువ అని మనం నమ్ముతాము. గతంలోకి తొంగిచూసి అక్కడ తమ వైఫల్యాలు దర్శించని వారు ఈ భూమిమీద ఎవరూ లేరంటే, అది అతిశయోక్తి ఎంతమాత్రమూ కాదు. మీరు ఆ విధంగా జీవించ నవసరం లేదు అన్నదే ఇక్కడ ముఖ్యం. మీ అపారమైన, అనంతమైన భవిష్యత్తును గురించి మీరు సచేతనంగా నిర్ణయాలు చేయవచ్చు.

అద్భుత ప్రభాతంలో బోనస్ గా నేను ఒక అధ్యాయం చేర్చాను. "ది ఇ-మెయిల్ దట్ విల్ చేంజ్ యువర్ లైఫ్" అని దాని శీర్షిక. నా బలాబలాలను గురించి నాకు సరయిన అవగాహన లేదని నాకు తెలిసింది. ఆ విషయం అందులో చెప్పాను. ఆ ఇ-మెయిల్ ఇరవై మందికి పైగా ఉన్న నా పరిచయస్తులకు పంపాను. అందులో నా కుటుంబము, నా స్నేహితులు, సహోద్యోగులు, శ్రేయోభిలాషులు, ఇంకా మాజీ గర్ల్ ఫ్రెండ్స్ ఇద్దరు కూడా ఉన్నారు. వారందరికీ నన్ను గురించి బాగా తెలుసు. నన్ను గురించి వారి అభిప్రాయం నిష్కర్షగా చెప్పాలని అభ్యర్థిస్తూ ఆ ఇ-మెయిల్ పంపాను. నాకు వచ్చిన సమాధానాలు నా కళ్ళు తెరిపించాయి. నాకు ప్రేరణ కలిగించాయి. బాధ కూడా కలిగించాయి. నన్ను నేను 3D లో చూసినట్లు అయింది. అప్పుడు నాకు నేను పూర్తిగా కనబడ్డాను. నన్ను నేను ఎలా చూస్తున్నాను, విభిన్న రంగాలలో వివిధ వ్యక్తులకు నేను ఎలా కనబడుతున్నాను అని తెలిసింది. ఆ అభ్యాసం నా జీవితాన్ని మార్చివేసింది. నాకు వచ్చిన ప్రతిపుష్టి నేను మనస్పూర్తిగా సమ్మతించాను. అది వ్రాసి పెట్టుకున్నాను. తదనుగుణంగా నా ప్రవర్తన మలుచుకున్నాను. ఈ అభ్యాసం ప్రయత్నించిన వారందరి జీవితాలనూ మార్చివేసింది. మీరు కూడా మిమ్మల్ని సంపూర్ణంగా దర్శించటం లేదు అనిపిస్తే (బహుశ మీరు చూడలేరు కూడా) మీరుకూడా ఈ అభ్యాసం ప్రయోగించవచ్చు.

సగటు స్థాయినుంచి అసాధారణ స్థితికి ఎదిగిన వారంధరూ గతంలోకంటే తమను తాము మెరుగుగా చూడటంతో మొదలు పెట్టారు.

తమ అపార శక్తిసామర్ధ్యాల ఆధారంగా తమకు ఒక భవిష్యత్తును దర్శించారు. ఆ దర్శనానికి అనుగుణంగా జీవించటం మొదలుపెట్టారు. అది ప్రామాణికంగా తోచదు కనుక మొదట్లో అది అనుసరించటం కష్టసాధ్యమయిన పని (సులభ సాధ్యమయినవి చాలా తక్కువ). కాని ఆ దృశ్యాన్ని పదేపదే చూస్తే – అది మీరే కనుక – క్రమేణా అది వాస్తవం అన్న అనుభూతి కలుగుతుంది, దృఢపడుతుంది. కొంతకాలం తర్వాత చివరికి మీరు దర్శించిన దృశ్యమే మీ నూతన వ్యక్తిత్వ మవుతుంది. అనివార్యంగా మీ నూతన వ్యక్తిత్వం యథార్థమవుతుంది.

ప్రపంచం – మీరు, మీ నిర్వచనం

మీరు ఎప్పుడైనా చిన్నసైజు జీన్స్ లో దూరటానికి ప్రయత్నించారా? అలా దూరితే ఎంత ఇరకాటంగా ఉంటుందో తెలుస్తుంది. ఆ బటన్ మీ పొట్టలో గుచ్చుకుంటూ ఉంటుంది. ఆ బట్ట మీ కాళ్ళకు కరుచుకొని ఉంటుంది. ఆ జీన్స్ ధరించి మామూలుగా నడవటం కూడా కష్టమే అవుతుంది. చూడటానికి విపరీతంగా ఉండటమేకాదు, అది చాలా అసౌకర్యం కూడా.

యదార్థం ఏమిటంటే మనం జీవితాలతోకూడా అలాగే ప్రవర్తిస్తూ ఉంటాము. మనం ఎలా ఉండాలో ఇతరులు నిర్ణయిస్తే, మనం మన సహజగుణాలు వదిలి మారువేషాలు వేస్తాం. మనం తలుచుకున్న పనులు చేయటానికి, మనకు కావలసినదానికోసం పోరాడటానికి మనం ఇతరులు నిర్ణయించిన మూసలోకి ఇమడటానికి ప్రయత్నిస్తాం. అప్పుడు మనం అనుకున్న విధంగా స్వేచ్ఛగా కదలలేము. ఇతరుల అపేక్షలకు నిర్బంధమై, పరిమితమై, నియంత్రితమై, ఊపిరాడదు. అది నిజంగా క్లిష్ట పరిస్థితి.

దాదాపు సర్వకాలసర్వావస్థలలోను మనం పెద్దపెద్ద ఆలోచనలు చేయకూడదనీ, కట్టుబాట్లను అనుసరించాలనీ, నిబంధనలు (ఇతరుల ఆంక్షలు) పాటించాలనీ మనకు హితబోధ జరిగింది. ఈ నిబంధనలన్నీ మనం సమాజంలో ఇమడటానికి అనువుగా మలిచినవి. కాని మన కోరుకునే 10 స్థాయి సఫలత సాధించటానికి అవి వ్యతిరేకంగా పనిచేస్తాయి. సంప్రదాయ బద్ధమైన నా చదువులో నాకు ఎవరూ, ఎన్నడూ బయటికి చూడుమనిగాని, నా ప్రత్యేక శక్తులు పరిశీలించుమనిగాని, విశ్వవిఖ్యాతి చెందిన వ్యక్తులు ఏ నియమాలు అనుసరించారో చూడుమనిగాని చెప్పలేదు.

అలా చేసి ఉంటే, వారితో కలిసి నడవటానికి ఒక మార్గం కనపడేది. కాని ఆ శిక్షణ ఎక్కడ ఉన్నది?

స్కూలుకు పోవటం, మంచి ఉద్యోగం సంపాదించటం, అరవై ఐదు వయసు వచ్చేవరకూ పని చేయటం. అప్పుడు బహుశ మీకు మామూలుగా విశ్రమించటానికి కావలసిన సొమ్ము ఉండవచ్చు. అదీ మన సాధారణ జీవన మార్గం. నలుగురిలో ఇమిడిపోవటానికి మనం బాధ్యులుగా, వినయ వంతులుగా, సగటు మనుష్యులుగా ఉండటానికి శిక్షితులం అయ్యాం. ఇదంతా మనం నేర్చుకున్న ప్రవర్తన. మీ అసలు వ్యక్తిత్వానికీ, మీరు కోరుకో గల వ్యక్తిత్వానికీ దీనికీ సంబంధం లేదు.

చివరికి మనల్ని, మన స్వభావాన్ని మనమే నమ్మలేని పరిస్థితికి చేరుకుంటాం. అసాధారణ విజయాలు సాధించేవారు మనకు మానవా తీతులుగా దర్శన మిస్తారు. వారి పద్ధతే వేరు! పసితనం నుంచీ సంవత్సరాల తరబడి మనకు ఏది సాధ్యమో ఇతరులు చెప్పినదానిమీద ఆధారపడి పెరిగాం. ఈ మూసలో బలవంతంగా వచ్చి చేరినా అది ఎదురులేని మార్గం. కనుకనే మనం ప్రస్తుతం ఇక్కడ ఉన్నాం. నేను ఇంతకంటే ఎక్కువ సాధించ గలను అన్న దురద గోకటానికి దారి కనపడదు.

చర్యలో పరిమితుల అధిగమనం

నాకు ఇటీవల ఒక అత్యంత ప్రేరణాత్మకులైన వ్యక్తితో పరిచయం కలిగింది. ఆయన పేరు నిక్ సాన్తోనస్తాస్సో. ఆయన హాన్ హార్ట్ సంలక్షణంతో పుట్టారు. అది చాలా అరుదైన సంలక్షణం. ఆయనకు కాళ్ళు లేవు. కుడి చేయి పూర్తిగా ఏర్పడలేదు. ఎడమచేతికి ఒక వేలు మాత్రమే ఉన్నది. 2014 లో ఆయన మై లైఫ్ స్టోరీ అన్న పేరున యు ట్యూబ్ లో ఒక వీడియో పెట్టారు. హాన్ హార్డ్ సంలక్షణం ఉన్న కేసులు పన్నెండు మాత్రమే ఉన్నాయని వ్రాశారు. ఆ వైకల్యంతో ఇంకా బతికి ఉన్న నలుగురిలో నిక్ ఒకరు.

కాని ఆయన ఈ భౌతిక పరిమితులను తన కలలకు, అభిరుచులకు అడ్డం రానీయలేదు. నిక్ స్కేట్ బోర్డ్ చేస్తారు. పడవల వెంట వెక్ సర్ఫ్ చేస్తారు. ఆయన తన స్కూల్ కుస్తీ టీంలో ఉన్నారు.

ఫిట్ నెస్ పోటీలలో ఆయన పాల్గొన్నారు. ఆయన ఒక ఫిట్ నెస్ మోడల్ కూడా. ఆయన CNN, Fox టివి లలో దర్శనం ఇచ్చారు. ఉల్లాసమయమైన తన వీడియోలతో యు ట్యూబ్ లో ఆయన ప్రఖ్యాత తార అయ్యారు. పన్నెండు ఏళ్ల వయసులో ఆయన టుడే ప్రదర్శనలో కనిపించాడు. అప్పుడు ఆయనను ఈ అపారత్వ అనుభూతి ఎలా కలిగింది అన్న ప్రశ్నకు ఏదైనా సాధ్యమేనని తనకు తెలుసునని ఆయన చెప్పాడు. సరదా పుట్టించేవి, తనకు ఇష్టమైనవి తను ప్రయత్నించానని ఆయన చెప్పాడు. ఆయనకు కింద పడతాననే భయం లేదు. ఎందుకంటే తను మళ్ళీ లేచి మరొకసారి ప్రయత్నించ వచ్చునని తనకు తెలుసు నన్నాడు.

తన పరిస్థితులు ఎంత విరుద్ధంగా ఉన్నా, తను ఎవరో, తనకు ఏమి కావాలో అన్న విషయంలో నిక్ ఎన్నడూ పొరబడలేదు. తనకు తాను అసాధారణ జీవితం సృష్టించుకున్నాడు. ప్రపంచదృష్టి ననుసరించి తనను చిత్రించుకోవటానికి ఆయన తిరస్కరించాడు. తను ఎవరో ఆయనకు క్షుణ్ణంగా తెలుసు. ఏది ఏమైనా సరే తను ఘనతకు సృష్టి అయినాడు అని ఆయనకు సర్వదా తెలుసు. వేరు దారి లేదు. ఆయన ఒక బాడీ బిల్డర్. ఒక ఫిట్ నెస్ మోడల్. అదికాక ఆయన ప్రేరణాత్మక వక్తగా ఆయన తన ప్రేరణా సందేశం అందరికీ పంచిపెడుతున్నాడు. ఆ మాటకు వస్తే, వచ్చే సంవత్సరం బెస్ట్ యియర్ ఎవర్ అన్న ప్రత్యక్ష కార్యక్రమంలో ముఖ్యవక్తగా ఆయనను బుక్ చేశాను.

నిక్ గ్రహించినట్లుగానే మన అందరికీ లోలోపల మనం ఇంతకుమించి సాధించగలము అని తెలుసు. మనకు ఇంకా కావాలి. మన జీవితం సార్థకం కావాలి. మనం ఈ ప్రపంచంలో ప్రత్యేకంగా ఏదైనా చేసి మన ప్రత్యేకత చూపించాలి. మనలో చాలామందికి ఆ అంతర్వాణి మనం రెండూ చేయటానికి సమర్థులమని ఘోషిస్తూ ఉంటుంది. ఆ స్వరం నిశ్శబ్ద స్వరం కావచ్చు. మన భయాలలో, మన అభద్రతలలో అది మునిగిపోయి ఉండవచ్చు. కాని అది అక్కడ ఉన్నది. మీరు ఈ స్వరం మీ లోపల నుంచి విని ఉండవచ్చు. కదా?

మరి మిమ్మల్ని మీరు ఎలా నిర్వచిస్తారు?

ఆ ప్రశ్నకు మీ దగ్గర సార్థకమైన సమాధానం లేకపోతే విచారించకండి. చాలామంది ఆ ప్రశ్నకు సమాధానం చెప్పలేరు. ఇతరులు అందరూ మనకు అతికించిన చీటీలు మనం వేదవాక్యాలుగా నమ్ముతాం. ఈ ప్రశ్నకు సమాధానంగా ఆ చీటీల మీది వ్యాఖ్యలు వల్లె వేస్తాం. నేను భార్యను/భర్తను, తల్లిని/తండ్రిని, న్యాయవాదిని/ విద్యార్థిని, సృజనాత్మకుడిని/విశ్లేషకుడిని, గృహిణిని/పోషకుడిని. ఈ చీటీలు ఎన్నైనా ఉండవచ్చు. వాటికి అంతు లేదు. కాని ఈ చీటీలు ఏవైనా మీలోని అనంత వ్యక్తిత్వాన్ని ప్రదర్శించ గలవా?

బాల్యంలో మన అందరకీ ఏదోఒక చీటీ అంటించారు. అది ఏదైనా వ్యాధి నిర్ణయం కావచ్చు. లేదా మన కుటుంబం మనకు పెట్టిన మారుపేరు కావచ్చు. ఇక్కడ వచ్చిన చిక్కు ఏమిటంటే మనం ఆ పేర్లకు తగినట్లుగా ఎదిగాం. మనలో కొందరు దేవతలు (మా సహోదరి). మిగతావాళ్ళు గడుగ్గాయలు (నేను). మరికొందరు మంచి క్రీడాకారులు కావచ్చు, కళాకారులు కావచ్చు.

మన చుట్టూ ఉన్నవారు వారివారి అభిప్రాయాల ప్రకారం మనకు ఆ చీటీలు, మారుపేర్లు తగిలించారు. మనం ఆ చీటీలు, మారుపేర్లే మన స్వభావంగా, మన గుర్తింపుగా మారాము. ఇతరుల ఉద్దేశాల ననుసరించి మనమెవరమో మనం తెలుసుకున్నాం. అదీ త్వరగా తెలుసుకున్నాం. ఆ చీటీల ద్వారానే మన స్నేహితాలు, మన చురుకుదనం, మన కార్యశీలత, మన ఇష్టాయిష్టాలు ఇంకా భవిష్యత్తును గురించి మన ఆకాంక్షలు రూపు దిద్దుకున్నాయి. బాల్యంలో సంక్రమించిన ఆ మారుపేర్లు, వైద్య వ్యాధి నిర్ణయాలు తప్పని నేను చెప్పటం లేదు. మారుపేర్లు సాధారణంగా ముద్దుకు పెట్టినపేర్లు (పదిహేనేళ్ళ వయసులో నేను రేడియో డిస్క్ జాకీ గా పని చేశాను. మా అమ్మ నన్ను ముద్దుగా "యో, పాల్ హాల్!" అని పిలిచేది. ఇప్పటికీ కొందరు నన్ను అలాగే పిలుస్తారు). వ్యాధి నిర్ణయాలు మనల్ని సరయిన వైద్యసహాయం దిశగా నడిపిస్తాయి. కానీ ఆ మారుపేర్లు, వైద్య చీటీలు మన వ్యక్తిత్వాన్ని నిర్ణయించి, పరిమితం చేసినప్పుడే సమస్య తలెత్తుతుంది. ఆ పరిమితులు, అవరోధాలు మనల్ని పెద్దయిన తర్వాత కూడా వెంటాడతాయి. మనం ఎవరమో తెలుసుకోవటానికి మనం ఇతరులవంక ఆశగా చూస్తాము.

ఈ విషయం ముఖ్యంగా మా పిల్లల విషయంలో నాకు బాగా తెలుసు. ఆ చీటీలు, ముద్రలు వాళ్ళను పరిమితం చేయకుండా వాళ్ళను కాపాడటానికి నా ప్రయత్నం నేను చేస్తాను. ఉదాహరణకు మా అమ్మాయి తనకు ADHD (సావధానత లోపం, అతి చురుకు వికారం) ఉన్నదని అనుకుంటుంది. ఎందుకో నాకు తెలియదు. డాక్టర్లు ఎవరూ పరీక్షచేసి చెప్పిన విషయం కాదు. ఆమె టీచర్లు ఎవరూ ఆ ముద్ర ఆమెకు వేయలేదు. బహుశ నా ADHD ని గురించి నేను చెబుతున్నపుడు ఆమె విని ఉండవచ్చునని నా ఊహ (పెద్ద అయిన తర్వాత నాకు ఆ దోషం ఉన్నదని నిర్ణయించారు). ఆమె బుర్రలోకి అది ఎలా ఎక్కి ఉన్నా సరే, స్వయంగా జరిగిన ఆ వ్యాధి నిర్ణయం ఆమె శక్తిసామర్థ్యాలను పరిమితం చేయకూడదు.

మేము ఇద్దరమూ ఆ విషయాన్ని గురించి మాట్లాడినప్పుడు, ADHD ఒక వ్యక్తిత్వ లక్షణం మాత్రమే నని నేను ఆమెకు వివరించి చెబుతాను. ఆ లక్షణం ఉండటం కూడా కొందరి అదృష్టం అని చెప్తాను. అది మన సృజనాత్మకతకు దోహదం చేస్తుంది. ఘనమైన ఆలోచనలకు తోడ్పడుతుంది (మన మనసులు సదా ఒక ఆలోచన నుంచి మరొక ఆలోచనకు గంతులు వేస్తూ ఉంటాయి కనుక). ADHD ఉన్నప్రఖ్యాత వ్యక్తులను/ విజయాలు సాధించినవారిని గూగుల్ లో వెతికి పట్టుకుని వారి విజయగాధలు ఆమెకు వినిపించాను. ఆ వ్యాధికి అతీతంగా ఎదిగి ఘనవిజయాలు సాధించినవారిని గురించి ఆమెకు చెప్పాను. అ వ్యాధి ఒక సులక్షణం అని ఆమెకు నచ్చచెప్పటానికి ఇదంతా చేశాను. ఇక్కడ మనసు లగ్నం చేయటానికి కొంత శ్రమ అవసరం కావచ్చు. కాని అది అసాధ్యం మాత్రం కాదు. ఇదంతా ఆమెకు వివరించి చెప్పాను. తను ఎవరో, తన శక్తిసామర్థ్యాలు ఏమిటో నిర్ణయించ వలసినది తనే కాని మరెవరూ కాదు అని బోధించటమే నా ఉద్దేశం. కొన్నిసార్లు ఆమె నా బోధనలు సులువుగా అంగీకరించుతుంది. పెద్దవారు అందరిలాగానే కొన్నిసార్లు తన పరిమితులకోసం పోరాడుతుంది.

పరిమితులు – మన సమర్ధన

గాయాలు, దగా, నిరాశ ...మనం అందరమూ వీటిని చవి చూశాము. ఒకవిధంగా జరుగుతాయని మనం ఆశించిన పరిస్థితులు మరొక విధంగా నడిచాయి. అవన్నీ మనకు బాధ కలిగించినమాట నిజమే. కానీ అంతకంటే

బాధాకరమైన విషయం ఏమిటంటే, మనం ఈ ప్రపంచాన్ని ఆ అనుభవాల దృష్టితోనే చూస్తాము. మరొకసారి గాయపడతామేమో, మరొకసారి దగా పడతామేమో, మరొకసారి నిరాశ ఎదురవుతుందేమో నన్న భయంతో మనం రిస్క్ తీసుకోవటానికి వెనకాడుతాం. ఎదురుపడిన అవకాశాలు జారవిడుస్తాం. ఏతావాతా మన జీవితం అధమస్థాయిలో సాగుతుంది.

అంతకు మించిన ఉపద్రవం ఏమిటంటే, ఆ గాయాలతో మనం మన పరిమితులను, అసమర్ధతను గురించి వాదించి, ఆత్మవిధ్వంసక మార్గం పడతాం. అంటే మన చేతగాని తనాన్ని దృఢపరుస్తూ సాగుతాం. మనం కోరుకున్నవి మనకు దొరకవు అన్న భావం మనసులో గాఢంగా నాటుకు పోతుంది. ఇదంతా కేవలం ఒక్క దుర్ఘటనతో కలిగే పరిణామం. ఒక కొత్త అవకాశం ఎదురయినప్పుదల్లా మనకు అర్హత లేదనో, మనకు సమర్ధత లోపించిందనో, లేకపోతే అది జరిగేపని కాదనో ఆ అవకాశాన్ని కాలదన్నుతాం. ఆ తర్వాత మన కలలు ఆశించినట్లుగా ఎందుకు పండలేదా అని బుర్ర గోక్కుంటూ ఏడుస్తాం.

కొందరు ప్రతిదానికీ వంకలు పెడుతూ ఉంటారు. ఆ పైన " నేను తప్పులు వెతకటంలేదు. ఉన్నమాట చెబుతున్నాను. అంతే." అని తమను తాము సమర్ధించు కుంటారు. ఇటువంటి వారిని మీరు చూసే ఉంటారు. మీ పరిమితులను సమర్ధించుకోవటానికి ఇది అద్భుతమైన కేసు. అక్కడ తర్కం అంటూ ఏమీ లేదు. ఇది ఆలోచించి చూడండి: అపారమైన మన శక్తిసామర్థ్యాల మీద మనసు లగ్నం చేసి (అది మనకు శక్తినిస్తుంది. అభివృద్ధి చేసుకునే శక్తి మనలో ఉన్నది, ఏదైనా సాధించ గలమని గుర్తు చేస్తుంది) మన సత్తా చాటకుండా, మన పరిమితులు పేరుపేరునా వర్ణించి విమర్శించటం (ముందడుగు వేయటానికి అవసరమైన ప్రయత్నం చేయకుండా అడ్డుపడి, నిరాశ పరుస్తుంది) 'ఉన్నమాట' ఎలా అవుతుంది? ఆలోచించండి. రెండూ 'ఉన్నమాట' లే. కాని, మీరు దేనిమీద మనసు లగ్నం చేస్తారు అన్న విషయం మీ ప్రస్తుత జీవన నాణ్యతను, మీ భవిష్యత్తును ప్రభావితం చేస్తుంది.

అంతేకాక, ఏది సాధ్యమో, ఏది కాదో నిజానికి ఎవరికీ తెలియదు. మనకు తెలియనిది ఎలాగూ తెలియబోవటంలేదు. ఒకనాడు అసంభవం అనుకున్న విషయాలు ప్రతిరోజూ సంభవం అవుతున్నాయి. తర్వాత మామూలు అవుతున్నాయి. మనిషి (స్త్రీ/పురుషుడు) నాలుగు నిమిషాలలోగా

ఒకమైలు పరిగెత్తటం అసంభవం అని ఒకనాడు పెద్దలు, అనుభవజ్ఞులూ అందరూ నమ్మారు. 1954 లో రోగర్ బ్యానిస్టర్ ఆ మైలు 3 నిమిషాల 59.4 సెకన్లలో పరిగెత్తి ఆ అసంభవాన్ని సంభవం చేశారు. నలభై ఆరు రోజుల తర్వాత బానిస్టర్ రికార్డ్ ను జాన్ లాండీ తుడిచి వేశారు. ఇప్పుడు హైస్కూల్ పిల్లలు కూడా రోజూ మైలుదూరం నాలుగు నిమిషాలలోగా పరిగెత్తుతున్నారు.

ఇ-మెయిల్, టెక్స్ట మెసేజ్, ఫాక్స్ మెషిన్లు రాకమునుపు కాలం మనలో కొందరికి గుర్తు ఉండి ఉండవచ్చు. ఒకరి నుంచి ఒకరికి ఉత్తరాలు, వ్యాపార పత్రాలు పంపటానికి నత్తగుల్ల నడకతో ప్రయాణం చేసే తపాల ఒక్కటే సాధనం. GPS రాకమునుపు కొత్త చోట్లకు (ముఖ్యంగా రాత్రిపూట) ఎలా డ్రైవ్ చేస్తూ వెళ్ళామా అని గుర్తు చేసుకోవటం కూడా నాకు కష్టంగా ఉన్నది. ప్రస్తుతం మన చేతులకు అతుక్కొని ఉంటున్న సెల్ ఫోన్లు ఒకనాడు లేవు. ఇప్పుడు మా ఇంట్లో మాట్లాడే మరబొమ్మ ఉన్నది. దానిపేరు అలెక్సా. అలెక్సా మాకు సంగీతం వినిపిస్తుంది. మేము చేయవలసిన పనులు గుర్తు చేస్తుంది. వంటకాలు ఎలా చేయాలో చెబుతుంది. మా పిల్లలకు కథలు చెబుతుంది. లైట్లు వేస్తుంది, తీస్తుంది. మాకు ఆన్ లైన్ వస్తువులు కొని పెడుతుంది. ఇంకా చాలా ఇతర పనులు కూడా చేస్తుంది. కొన్ని సంవత్సరాల క్రితం అది కేవలం విజ్ఞానశాస్త్ర కల్పనా కథలలో కనపడేది. ఇప్పుడు అది దైనందిన వాస్తవం. ఈ పురోగతి సాధించిన పెద్దలందరూ తమ సంశయాత్మలకు తలవంచి ఉంటే ఈనాడు మన ప్రపంచం మరో విధంగా ఉండేది.

భవిష్యత్తులో ఏమి జరుగుతుంది? ఈ విశాలవిశ్వం ఎలా పని చేస్తుంది అన్న ప్రశ్నలకు వస్తే, మనకు ప్రస్తుతం తెలిసినదానికంటే, తెలియనిదే చాలా ఉన్నదని ఒప్పుకోవాలి. కనుక మన అపార స్వభావం మీద అనుమానం ఉండటం శుభసూచకమే. కాని ఆరోగ్యకరమైన ఆశాభావం అంతకంటే మంచిది.

సంఘర్షణలు అధిగమించే మార్గం

మనముందు ఇన్ని ఆటంకాలు అవాంతరాలు ఉంటే మనం ఈ అంతరంగ సంఘర్షణ తప్పించుకొని, జీవితంలో అన్ని రంగాలలోను అనంత విజయాల సోపానాలు ఎలా ఎక్కగలం? చాలామంది సంవత్సరాల తరబడి చికిత్సలో గడుపుతారు. మరికొందరు వ్యక్తిత్వవికాస శిక్షణలో లెక్కకు అందని డాలర్లు

ఖర్చు చేస్తారు. తలకాయ గోడకేసి కొట్టుకుంటూ చాలాకాలం గడుపుతారు. ఇదంతా ఆనందాన్వేషణలో జరిగే పెట్టుబడి. చికిత్సగాని, వ్యక్తిత్వశిక్షణగాని నేను కొట్టిపారేయటంలేదు. నేను రెండూ గట్టిగా నమ్ముతాను. కాని జీవితాన్ని మార్చివేసే రెండు సరళమైన నిర్ణయాలను అనుసరించి జీవిస్తే వారికి చెప్పుకోదగిన ప్రయోజనం కలుగుతుందని నా నమ్మకం. ఈ రెండు నిర్ణయాలూ మనం పరిశీలిస్తూ వచ్చాం. వాటిని గురించి ఇప్పుడు మీకు బాగా తెలుసు" అచంచల విశ్వాసం, అసాధారణ ప్రయత్నం. మొదటి అధ్యాయంలో మనం చర్చించిన ప్రతిపుష్టి ఆవృతం గుర్తు ఉన్నదా? ఇప్పుడు అది కీలకం అవుతుంది.

మీరు వివేచనామయమైన అధికారంలోకి అడుగు పెట్టారు. మీరు కోరుతున్న ప్రతిఒక్కదానికీ మీరు యోగ్యులని, అర్హులని నిర్ణయించారు. అందుకు తగిన కృషి చేయటానికికూడా మీరు సిద్ధంగా ఉన్నారు. స్వయంగా విధించుకున్న పరిమితులు అధిగమించారు. మీ అపార శక్తిసామర్ధ్యాలలో మీకు నమ్మకం కుదిరింది. జీవితం మెరుగుపరుచు కోవటానికి అవసరమైన శక్తి, ప్రేరణ సాధించారు. మీరు ఇలా చేస్తున్న కొద్దీ, అందులోని యదార్థం మీకు బోధపడుతుంది. అప్పుడు మీలో మీకే నమ్మకం దృఢపడుతుంది, పెరుగుతుంది. మీరు ఏమి చేయగలరు, చేయలేరు అన్నది నిర్ణయించేది/శాసించేది మీరే కనుక, మీకు ఏదైనా సాధ్యమేనని తెలుసుకుంటారు. మీ గతం కాదు. మీ తల్లిదండ్రులు కాదు. సమాజం కాదు. కేవలం మీరు. మీరు మాత్రమే. అపారశక్తి సామర్ధ్యాలకు, ఊహించిన పరిమితుల మధ్య సంఘర్షణలోనుంచి విడుదల పొందాలంటే, ఈ రెండు నిర్ణయాలు చేసి, చిరకాలం వాటికి కట్టుబడి ఉండటమే పరిష్కారం.

ఈ ప్రతిపుష్టి ఆవర్తం స్వయంచాలకంగా మిమ్మల్ని కొలతకు అందే అద్భుతాలు ప్రత్యక్షం చేసే బాటన నిలబెడుతుంది. జీవితాంతం వెంటాడుతున్న సంఘర్షణలనుంచి బయట పడటానికి ఇక్కడ రెండు నిర్ణయాలు మాత్రమే ఉన్నాయి. అంటే ఇది విలోమ పరాకాష్టగా తోచవచ్చు - ఇంతకాలము ఉన్నతస్థాయి సఫలత మీకు అందకుండా పోవటానికి ముఖ్య కారణం ఇదే – కాని అందుకు కావలిసింది ఇదే. అవకాశం ఎదురైనప్పుడు కలిగే అర్థంలేని భయంతో ఈ అనుభవ పరాకాష్టను కాలదన్నకండి.

మనిషిలో సహజంగా ఉన్న నాలుగురకాల సంఘర్షణలు ఏమిటో, వాటిని అధిగమించటం ఎలాగో మీరు అర్థం చేసుకున్నారనుకుంటాను.

ఇప్పుడు మనం తర్వాతి అధ్యాయానికి కదలవచ్చు. అక్కడ అద్భుత సమీకరణం పనిచెయ్యటానికి అనువైన భావావేశ స్థితికి చేరటం ఎలాగో చెబుతుంది. సూచన: మిమ్మల్ని పట్టుకుని వెనక్కు లాగే ప్రతిఒక్క విముఖ భావావేశాన్నీ మీరు విడుదల చేయాలి. ఇప్పుడు అది ఎలాగో చదవబోతున్నారు. అది ఐదు నిమిషాలలో జరిగే పని. ఒట్టు.

4

ఉద్వేగాలకు అతీతులు

కల్పననుంచి వాస్తవికతకు మిమ్మల్ని పట్టి వెనక్కు లాగుతున్న ప్రతి ఒక్క విముఖ ఉద్వేగాన్నీ విడుదల చేయటం ఎలా

ఇప్పుడు మీరు సృష్టించే నొప్పి సదా
ఒకవిధమైన అసమ్మతి.
ప్రస్తుత స్థితికి అది అచేతనమైన
ఒక ప్రతిఘుటనారూపం.
ఆలోచనా స్థాయిలో ఆ ప్రతిఘుటన
ఒక విధమైన తీర్మానం.
ఉద్వేగ స్థాయిలో అది ఒక వ్యతిరేకతారూపం.

-ఎఖార్ట్ టోల్

అప్పటికే మీకు ఆలస్యమయింది. మీరు మీ డ్రైవ్ వే నుంచి బయటికి వచ్చిన వెంటనే ఫ్రీ వే మీద కారుప్రమాదం జరిగిందని, ట్రాఫిక్ అంతా స్తంభించి ఉన్నదని తెలిసింది. మీరు ఎక్కడికో వెళ్ళాలి. ఆ ఉదయం ఎట్టి పరిస్థితులలోను బంపర్‌కు బంపర్ తగిలి కదిలే ట్రాఫిక్ మీరు ఆశించరు. ఇంకా దారుణం – ఒకరు ఆలస్యంగా బయలుదేరారు. హడావిడిగా ఉన్నారు. కాని కారు ప్రమాదంలో ఇరుక్కున్నారు. పాపం! అంటారు మీరు. నాకంటే దురదృష్టవంతులు అనుకుంటారు. ఒక్క క్షణం వారు క్షేమంగా ఉండాలని కోరుకుంటారు. వెంటనే మీ దృష్టి మీ పరిస్థితి వైపు, అంతులేని మీ సమస్యలవైపు మళ్ళుతుంది.

మీరు ఒక ఒక పెద్ద బేరం కుదురుతుందని ఆశిస్తున్నారు. ఆ విషయంలో మీరు నెలల తరబడి కుస్తీ పడుతున్నారు. ఆ బేరం మీ సంస్థకు చాలా సొమ్ము తెచ్చిపెడుతుంది. పరిశ్రమలో మీ సంస్థ పరపతి పెరుగుతుంది. అన్ని వివరాలూ చక్కగా కుదిరాయి. ఇప్పుడు ఒడంబడికపత్రం మీద సంతకాలు చేయటం ఒక్కటే మిగిలి ఉన్నపని. అనుకున్న రోజుకు ఆ ఒడంబడిక పత్రం మీకు చేరలేదు. ఆ విషయం గురించి మీరు అవతలి పార్టీని కదిలించారు. మీకు భయంకరమైన ఇ–మెయిల్ వచ్చింది. అవతలి పార్టీ పెడముఖం పెట్టారు. ఓరి దేవుడా!! ఆ ఇ–మెయిల్ మూడుసార్లు చదివాక, మీ ఆఫీసు తలుపు మూశారు. బెడిసికొట్టిన ఆ బేరాన్ని గురించి రోజంతా చిరచిరలాడుతూనే ఉన్నారు.

సంగీత కచేరికి మీరు రెండు టిక్కెట్లు కొన్నారు. మీ భాగస్వామితో కలిసి వెళ్లాలని మీ ఆలోచన. ఇది మీకు అభిమాన బృందం. ఈ సాయంత్రం కోసం మీరు ఇద్దరూ నెలలతరబడిగా కాచుకొని ఉన్నారు. మీ ఇద్దరికీ డిన్నర్ రిజర్వేషన్లు కూడా ముందుగానే చేసుకున్నారు. ఆ ప్రత్యేక సాయంత్రం కార్యక్రమం కోసం కొత్త దుస్తులుకూడా కొన్నారు. ఈ అనుభవం మీ భాగస్వామితో తప్ప మరెవరితోనూ పంచుకోవటం మీ అభిమతం కాదు. ఈ కచేరీకి వెళ్ళకుండా మిమ్మల్ని ఎవరూ ఆపలేరు. కాని – ఆ కచేరికి ఒక వారం ముందుగా మీ భాగస్వామి తను ఆఫీసుపనిమీద టూర్ వెళ్ళవలసి ఉన్నదని చెప్తారు. అంతే. తర్వాత చాలారోజులపాటు మీరు మీ నిరాశను కనపడిన ప్రతిఒక్కరికీ వెళ్ళబోసుకుంటారు.

కొన్నిసార్లు జీవితం కరుకుగా ఉంటుంది. జీవితంలో మన అదుపులో లేని విషయాలు చాలా ఉన్నాయి. అదుపులేని స్థితి ఎవరికీ నచ్చదు. కాని ఇక్కడ ఆ చిమ్మచీకటిలో ఒక వెలుగు కిరణం ఉన్నది. ఐదు నిమిషాలలో మన ఉద్వేగాలను అన్నిటినీ నిర్మూలించగల పరిష్కారం అందుబాటులో ఉన్నది. ఇప్పుడు ఒక్క అడుగు వెనక్కువేసి విముఖ భావోద్వేగాలకూ కొలతకు అందే ప్రత్యక్ష అద్భుతాలకూ చేయి కలపటం ఎలాగో చూద్దాం. మనం ఇంతకూ మునుపు చర్చించినట్లుగా, అద్భుతాలు సాధ్యతలోనుంచి పుట్టుకు వస్తాయి – ఏదైనా సంభవమేననే సంకల్పం, మీ కృషివల్ల కలిగే సఫలతకు మీరు పూర్తిగా యోగ్యులనీ మీ భావన. కాని మీ భావోద్వేగ స్థితి అనుకూలంగా లేకపోతే, మీరు ఒత్తిడి, భయము, చింత, పశ్చాత్తాపము, నిరసన, ఇంకా ఏదైనా విచారకరమైన భావోద్వేగం అనుభవిస్తూ ఉంటే, అప్పుడు మీరు సాధ్యాసాధ్యాలను గురించి ఆలోచించరు. మీరు మీ పథకాలకు పదును పెట్టరు. మీ సమస్యలకు సృజనాత్మక పరిష్కారాలు వెతకరు. మీకు శక్తి లోపించింది. మీరు మీ విముఖ భావోద్వేగాలలో మునిగి తేలుతున్నారు. అంటే, మీ గాయాలనుంచి కోలుకుంటున్నారు. మీ మెదడులో విముఖ భావోద్వేగాలకు తప్ప మరి దేనికీ స్థానం లేదు. కనుక సాధ్యతలు మీ పక్కనుంచి తొలిగి వెళ్ళిపోతున్నాయి.

మీ విముఖ భావోద్వేగాలకు మూలకారణమేమిటో ఎప్పుడైనా ఆలోచించారా? నేను ప్రతి ఒక్క భావోద్వేగం – కోపం, ఆగ్రహావేశం, నిరాశ, నిస్పృహ, విచారం, దుఖం, భయం, నిరాశ, విసుగు, ద్వేషం, చిరాకు, ఇరకాటం, నేరభావం, చింత, మీరు ఏదంటే అది - గురించీ మాట్లాడుతున్నాను. కొంచెం ఆలోచిస్తే, మీకు విముఖ భావోద్వేగం కలిగిన ప్రతిసారీ మీరు వేరువేరు కారణాలతో దిగుతారు. మన భావోద్వేగానికి మనకు ఎప్పుడూ ఎవరో, ఏదో కారణంగా దొరుకుతారు. ఆయన అన్నమాటకు నాకు కోపం వచ్చింది. ఆ జరిగినదానికి నేను తలకిందులయ్యాను. (దానిని/వారిని) పోగొట్టుకున్నందువల్ల నేను విచారంగా ఉన్నాను. నాకు భారం ఎక్కువగా ఉన్న కారణంగా నేను ఒత్తిడిలో ఉన్నాను. నేను అనుకున్నట్లు జరగక పోవచ్చునని నాకు బెంగగా ఉన్నది. మన భావోద్వేగ బాధలకు పరిస్థితులు, పరిసరాలు, మన అపేక్షలకు తగని జనము కారణమని మన అపోహ. అంతకు మించిన మిధ్య ఉండబోదు.

మన భావోద్వేగ బాధ, మనకు బాధ కలిగించిన సందర్భాలు మన

చుట్టూ ఉన్నవాటికి సంబంధించినవి కావు. మన లోపల సుడులు తిరుగుతున్న భావనలే వాటన్నిటికీ మూలకారణం. ఈ అధ్యాయం చదివిన తర్వాత మీకు ఎన్నడూ ఆ విముఖ అనుభూతి కలగదు. ఇప్పుడు మీరు నేర్చుకో బోయేది మానవ స్వభావాన్ని ధిక్కరిస్తుంది. మన భావోద్వేగాలకు కారణమని మన నమ్మకాన్ని కూడా ధిక్కరిస్తుంది. మన భావోద్వేగాలకు అజేయంగా మెలగటానికి అది కీలకం. భావోద్వేగాలకు అజేయులు కావట మంటే, మీ భావోద్వేగాలు మీ అదుపులో ఉంటాయి. అప్పుడు మీరు – కోరుకుంటే తప్ప – ఆ భావోద్వేగాల చిత్రహింసకు గురికానక్కరలేదు. (అప్పుడుఅప్పుడు ఆ హింస మీరు కోరుకుంటారు. అది ఎలాగో త్వరలోనే తెలుసుకుంటారు).

విముఖ భావోద్వేగాలు – బాధ్యత

ఇది కరుకుగా, కఠినంగా ధ్వనిస్తుందని నాకు తెలుసు. కాని చెప్పక తప్పదు: మీరు గతంలో అనుభవించిన, ఇప్పుడు అనుభవిస్తున్న, భవిష్యత్తులో ఎప్పుడైనా అనుభవించబోతున్న బాధాకరమైన భావోద్వేగం ప్రతిఒక్కటీ స్వయంగా మీరు సృష్టించుకున్నదే. పూర్తిగా మీ ఇష్టానుసారం జరిగేది. నేను చెప్పేది మీకు అంతరంగంలో క్షోభ, పెనుగులాట బాధ, కలిగించే ప్రతి ఒక్క పరిస్థితిని గురించి.

గతంలో నుంచీ, వర్తమానంలో నుంచీ భావోద్వేగాల బాధ తుడిచివేసే శక్తి, భవిష్యత్తులో ఇక సృష్టించకుండా ఆపగల శక్తీ మీ సొత్తు అని చెబితే మీకు ఎలా ఉంటుంది? ఈనాటితో మొదలుపెట్టి మీరు ఈ విముఖ భావోద్వేగాలు స్వయంగా సృష్టించటం ఆపివేసే శక్తి మీ చేతులలో ఉన్నది. ఈ ఉద్వేగాల బాధనుంచి ఈనాడే బయటపడి జీవితాంతం స్వేచ్ఛగా బతకవచ్చు. భావోద్వేగాలనుంచి అప్రతిహతులు కావటమంటే అర్థం అది.

బాహ్య పరిస్థితులు ఎంత కఠినంగా ఉన్నాసరే, ఈ విముఖ భావోద్వేగాలనుంచి మనం పూర్తిగా విడుదల కావచ్చునని నాకు కనువిప్పు కలిగించిన కథ ఒకటి ఇప్పుడు చెబుతాను.

నాకు ఇరవై ఏళ్ల వయసులో విముఖ భావోద్వేగ వెల్లువ నామీదికి ఉరుకులెత్తింది. కట్కో సమావేశం ఒకదానిలో ప్రసంగం చేసి నేను ఇంటికి తిరిగి వస్తున్నాను. తాగిఉన్న ఒక డ్రైవర్ గంటకు 70 మైళ్ళ వేగంతో డ్రైవ్ చేస్తూ సూటిగా వచ్చి నా కారు గుద్దాడు. సుమారుగా అదే వేగంతో వస్తున్న మరొక కారు వచ్చి పక్కనించి గుద్దింది. ఆ తాగి ఉన్న డ్రైవర్ కారు గాక, ఆ రెండవ కారు నా డ్రైవర్ సైడ్ తలుపు గుద్దింది. అదే ఎక్కువ డామేజ్ చేసింది. అదృష్టవశాత్తూ ఇంకా ఎవరికీ ఎక్కువ గాయాలు కలగలేదు. దురదృష్ట వశాత్తూ నాకు ఆ అదృష్టం కలగలేదు.

ఆ రెండో కారు దెబ్బతో నాకారు తలుపు ఎడమవైపు నుంచి నా శరీరంలోకి తోసుకు వచ్చింది. తొడ ఎముక, కంటి ఎముక, కటి ఎముకలో మూడు చోట్ల, అంతా కలిపి నా ఎముకలు పదకొండు విరిగాయి. ఆ విధ్వంసం జరిగిన తర్వాత యాభై నిమిషాలకు అగ్నిమాపక దళం వారు జాస్ ఆఫ్ లైఫ్ అన్న పరికరం ప్రయోగించి నా ముస్టాంగ్ కారునుంచి నన్ను బయటికి తీశారు. అప్పుడు నాలో ఉన్న రక్తం అంతా కారిపోయింది. చావుకు చేరువ అయ్యాను. ఆరు నిమిషాలపాటు నా గుండె కొట్టుకోవటం ఆగిపోయింది. అదృష్టవశాత్తు నన్ను బతికించి, విమానంలో హాస్పిటల్ చేర్చారు. అక్కడ నేను ఆరురోజులు కోమాలో గడిపాను.

నేను కొమాలోనుంచి కోలుకున్న తర్వాత, మా డాక్టర్లు నేను బతికి ఉన్నంతకాలము వీల్ చెయిర్‌కు అంటుకు పోయి బతకాలని చెప్పారు. (కళ్ళు తెరవగానే వినవలసిన శుభవార్త కాదు!). నన్ను నేను నమ్మలేక పోయాను. ఏ వయసులో ఉన్నా ఆ సమాచారం శుభవార్త ఏమీ కాదు. అప్పుడు నావయసు ఇరవై సంవత్సరాలు. ఇలా జరగటానికి వీల్లేదు. నాకు చాలా లక్ష్యాలు ఉన్నాయి. వాటిని సాధించాలంటే నేను నడిచి తీరాలి. అని నా ఆలోచన.

గట్టిగా ఒకసారి గాలి పీల్చాను. డాక్టర్లు చెప్పిన వార్తవల్ల కలిగిన ప్రతిస్పందన మర్చిపోవటానికి ప్రయత్నించాను. ఆ హాస్పిటల్ పడక మీద ఆ క్షణంలో ఆ పరిస్థితికి బదులు చెప్పే అవకాశము, బాధ్యతా రెండూ నా చేతిలోనే ఉన్నాయని నాకు నేనే గుర్తు చేసుకున్నాను. ఇది న్యాయం కాదు. నాకు ఇలా జరిగి ఉండకూడదు. నాకు చెప్పరాని అన్యాయం జరిగింది. నా జీవితం ధ్వంసమయింది అని ఏడుస్తూ కూర్చోవచ్చు. అందువల్ల నాకు మరింత నిరుత్సాహం కలిగి, నీరుకారి పోతాను. దానికి బదులు నాకు

ప్రోత్సాహం కలిగించి, శక్తినిచ్చే ప్రతిస్పందన ఎంచుకోవచ్చు. నేను ఇది మార్చలేను. నా పరిస్థితిని గురించి ఏడుస్తూ కూర్చోవటంవల్ల కలిగే ప్రయోజనం ఏమీ లేదు. బతికి ఉన్నందుకు నేను కృతజ్ఞతలు తెలుపుకోవాలి. ఇప్పుడు నా జీవితం ఎలా గడుపుతాను అన్నది నా చేతిలో ఉన్నది. నేను యదార్థాన్ని తిరస్కరించి నా విముఖ ఆలోచనలు పట్టుకు వేలాడుతూ బతకవచ్చు. లేదా నా యదార్థం సమ్మతించి భావోద్వేగ నరకం నుంచి బయట పడవచ్చు. నేను రెండవదే ఎంచుకున్నాను.

నా ప్రస్తుత పరిస్థితి అవ్యాజంగా సమ్మతించటానికి నిశ్చయించుకున్నాను. నేను ఒక కారు ప్రమాదంలో చిక్కుకున్నాను. నా పదకొండు ఎముకలు విరిగాయి. నా మెదడులో కొంతభాగం శాశ్వతంగా దెబ్బతిన్నది. నేను ఇక ఎన్నడూ నడవబోవటం లేదని డాక్టర్ల నమ్మకం. ఐదు నిమిషాల వ్యవధిలో నేను ఆ పరిస్థితి సమ్మతించాను.

ఐదు నిమిషాలా? నేను నమ్మలేకపోతున్నాను. అని మీ ఆలోచన కావచ్చు. లేకపోతే, ముందుగానే ఆయన అలా ఎలా చేయగలిగాడు? అని మీరు ఆశ్చర్యపడుతూ ఉండవచ్చు. ఆ ప్రమాదానికి పూర్వం పద్దెనిమిది నెలలు నేను అమ్మకాల రంగంలో పనిచేశాను. నాకు తెలియకుండానే నేను నా మెదడును ఆ క్షణానికి సిద్ధం చేస్తూ వచ్చాను. సమ్మతి అంగీకారం (అసమ్మతి అనంగీకారానికి విరుద్ధం) నా సహజ భావోద్వేగం అయి కూర్చున్నది.

ఐదు నిమిషాల నియమం

హాస్పిటల్ పడక మీద ఉన్నపుడు హటాత్తుగా ట్రెయినింగ్ సమయంలో మా మేనేజర్ జెస్సీ లేవైన్ చెప్పిన మాటలు గుర్తుకు వచ్చాయి. కట్కో లో ఆయన నా మొదటి మేనేజర్. ఆయన నిజమైన అద్భుతాల ప్రవీణులు. దానిపేరు "ఐదు నిమిషాల నియమం." ఆ నియమం "అనుకున్న ప్రకారం జరగనప్పుడు బాధపడటం సహజమే. కాని ఆ బాధ ఐదు నిమిషాలకు మించకూడదు." అని చెబుతుంది. ఏదైనా వైఫల్యం, నిరాశ, లేకపోతే మరేదైనా అవాంఛనీయ సంఘటన జరిగితే వెంటనే మేము ఒక టైమర్ తో ఐదు నిమిషాల అలారం ఏర్పాటు చేసుకోవాలి. ఆ విషాద సంఘటనను గురించి ఆ ఐదునిమిషాలు మాత్రమే చింతించాలి.

మేము దుర్భాషలాడవచ్చు, మూలగవచ్చు, ఏడవవచ్చు, ఫిర్యాదు చేయవచ్చు, బాధ వెళ్ళబోసుకోవచ్చు, తల గోడకేసి కొట్టుకోవచ్చు – ఏమైనా చేయవచ్చు. కాని ఐదు నిమిషాలు మాత్రమే. ఆ ఐదునిమిషాలూ మేము మా బాధ ఏ విధంగానైనాసరే వెళ్ళగక్కవచ్చు. కాని ఆ నియమంవల్ల మాకు ఐదు నిమిషాలకు మించి అనవసరంగా, అనారోగ్యకరంగా ఆ ప్రతిఘటన, దుర్ఘటనను గురించి మితిమీరి విచారించటానికి వీలులేదు. ఆ నియమం మమ్మల్ని ఆ భావేద్వేగాల అగాధంలో పడకుండా ఆపింది. చాలామంది ఆ అగాధంలో పడి చాలాకాలం గిలగిల లాడుతూ ఉంటారు.

టైమర్ ఆగిపోయిన తర్వాత మేము "అది మార్చలేము." అని చెప్పుకోవాలని మాకు బోధించారు. దానిని మార్చలేకపోతే, దానిని నిరోధించటం – అది మరొక విధంగా ఉండాలని ఆశిస్తూ ఉద్వేగశక్తి అంతా దానిమీద ధారపోయటం – నిరర్థకం, బాధాకరం. మీకు బాధకలిగించిన సంఘటనను అది ఏవిధంగానూ మార్చలేదు. మీకు భావోద్వేగ వ్యథ, బాధ కలిగించుతుంది. అంతే.

మొదటిసారిగా ఆ ఐదునిమిషాల నియమం నేర్చుకున్నపుడు "ఆహా... ఐదు నిమిషాలా? ఏదైనా దుర్ఘటన జరిగినప్పుడు చింతించ టానికి ఐదు నిమిషాలు ఎలా సరిపోతాయి? ఇంకా చాలా ఎక్కువ కావాలి." అని నా ఆలోచన. అప్పుడు నేను దానిని అమలు పరచటం మొదలుపెట్టాను. నా ఖాతాదార్లు ఒకరు కాల్ చేసి వారు అంతకు మునుపు ఇచ్చిన ఆర్డర్ క్యాన్సెల్ చేశారు. ఆ కాల్ ముగియగానే నేను నా ఫోన్ మీద ఐదు నిమిషాల బటన్ నొక్కుతాను. కిందికి మీదికి నడుస్తూ నేను తిడతాను, కేకలు పెడతాను. నానా భీభత్సం చేస్తాను. జరిగిన దుర్ఘటన జరగలేదని నన్ను నేనే మభ్యపెట్టుకుంటాను. అది జరగకుండా అడ్డుపడతాను. అప్పుడే ఆ అలారం టంగ్ మని మోగుతుంది. అప్పుడేమవుతుందో తెలుసా? సరిగ్గా నేను అనుకున్నట్లుగానే జరుగుతుంది. నాలో ఇంకా ఆ ఘోష తగ్గలేదు. ఐదు నిమిషాలు చాలవు! లోలోపల నేను రంకెలు వేస్తాను. కానీ నేను వదలకుండా దానిని పట్టుపట్టి అభ్యాసం చేశాను. కొద్దివారాలలో అంతా మారిపోయింది. ఆశ్చర్యం!

నా ఫోన్ మీద టైమర్ సెట్ చేస్తాను. ఆ తర్వాత తిట్టుకుంటూ, కిందికి మీదికీ నడుస్తాను. ఫోన్ చేతిలోకి తీసుకుంటాను. నా కోపతాపాలు అనుభవించటానికి ఇంకా నాలుగు నిమిషాల పదిహేడు సెకన్లు ఉన్నాయి!

జరిగిందేదో జరిగిపోయింది. అది గతం. ప్రస్తుతం నా అధీనంలో లేదు. ఆ యదార్థాన్ని నిరోధించటమా, లేకపోతే, సమ్మతించటమా అన్నది నా చేతిలో పని. అ నిర్ణయం చేయవలసింది నేను. నేను సమ్మతి ఎంచుకోసాగాను. ఇంకా మిగిలి ఉన్న నాలుగు నిమిషాలూ తలకిందులుగా తపస్సు ఎందుకు? చేయగలిగింది ఏమైనా ఉంటే చేయటానికి ఆ నాలుగు నిమిషాలూ ఉపయోగించవచ్చు కదా! ముందడుగు వేయవచ్చు కదా! భావోద్వేగాలను జయించసాగాను. అవ్యాజంగా సమ్మతి ఎంచుకోసాగాను. అది సాధ్యం అయింది.

ఐదునిమిషాల నియమం చాలా ప్రభావశాలి. భావోద్వేగాలు కలిగించే బాధకు ఒక మంచి పాఠం చెబుతుంది: భావోద్వేగ బాధ కలిగించేది అనుభవము, పరిస్థితి, ఆ సంఘటన కావు. జీవితాన్ని యథాతథంగా అంగీకరించటానికి, ముందుకు సాగటానికి, కావలసింది మన తిరస్కారం. మనం గాలిలోకి మట్టి తన్నుతూ ఇలా జరగటానికి వీల్లేదు అని కేకలు పెడుతూ ఉంటే బాధాకరమైన, నిష్ప్రయోజనమైన ఉద్వేగాలు మనలోకి తోసుకు వస్తాయి. ఆ సంఘటన ఐదు నిమిషాలక్రితం, ఐదు నెలల క్రితం, ఐదు దశాబ్దాల క్రితం జరిగిఉన్నా ఎప్పుడు జరిగి ఉన్నాసరే ఈ సూత్రం వర్తిస్తుంది. అదికాదని, మరొక విధంగా జరిగి ఉండాలని మీరు ఆక్రోశించినంతకాలము మీరు ఈ భావోద్వేగ సంకటం సృష్టిస్తూ ఉంటారు, నిత్యకృత్యం చేస్తూ ఉంటారు. మీరు యథార్థాన్ని అంగీకరించిన మరుక్షణం మీరు విడుదల పొందుతారు. స్వేచ్ఛావాయువులు పీలుస్తారు.

జరిగిన సంఘటనవల్ల కలిగిన సరికొత్త యథార్థం పట్ల ఆనాడు నేను ఐదునిమిషాలపాటు అపనమ్మకంలో ఉన్నాను. అప్పుడు దానిని మార్చటం నాతరం కాదని, కనుక దానిని నిరోధించటం నిరర్థకమని నాకు నేను చెప్పుకున్నాను. ఆ యదార్థాన్ని పూర్తిగా అంగీకరించాలని నేను మనస్ఫూర్తిగా నిశ్చయించుకున్నాను. అవును, ఐదంటే ఐదు నిమిషాలలో! చెప్పుట సులభము, చేయుట కష్టము అని మీ ఆలోచన అయితే, ఆ మాట నిజమే. కొత్తవిషయం ఏదైనా చెప్పటం సులభం, చేయటం కష్టం. నా ప్రమాదానికి ముందు ఆ ఐదు నిమిషాల నియమం నేను ఏడాదిన్నరగా ప్రాక్టీస్ చేస్తూ వచ్చాను. కనుకనే నేను దానిని త్వరగా అమలుపరచ గలిగాను. అది ఐదు నిమిషాలు కాక ఐదు గంటలు పట్టినా, ఐదు రోజులు పట్టినా ఉన్న పరిస్థితిని యథా తథంగా అంగీకరించటం మేలవుతుంది. అలా జరగకుండా ఉంటే

బాగుండేదని ఏడుస్తూ కూర్చొని జీవితమంతా నాశనం చేసుకుండే బదులు ఇది చాలామేలు.

అలా హాస్పిటల్ బెడ్ మీద పడుకొని తర్వాత రెండురోజులు ఈ కొత్త పరిణామాన్ని గురించి తలపోశాను. చక్రాల కుర్చీలో కూర్చొని జీవించటం! కారు ఎక్కటం దిగటం ఎలా? నా ఉద్యోగం చేయటం ఎలా? డేటింగ్ చేయటం ఎలా? ఒకటి కాదు, ఎన్నో సమస్యలు. తిరిగి తిరిగి అన్నీ ఒకే నిర్ణయానికి దారి తీశాయి. ఇంతవరకు జరిగినదానికి నేను ఎంతో కృతజ్ఞుడిగా ఉండాలి. జీవితం నేను ఎలా తలుచుకుంటే అలా నడుస్తుంది.

ఇది సంతోషదాయకం కాదు

ఇక్కడ ఒక మాట చెప్పాలి. ఇక జీవితాంతము వీల్ చెయిర్‌లో ఉండబోతున్నానన్న వార్త నాకు సంతోషకరం ఏమీ కాదు. అలా జరగవచ్చునన్న యదార్థంతో నేను రాజీ పడ్డాను. రెంటికీ మధ్య చాలా తేడా ఉన్నది.

ఆనందమే మన జీవిత లక్ష్యం అని చాలా తత్వాలు బోధిస్తాయి. అందులో తప్పేమీ లేదు. ఆనందంగా ఉండటం నాకూ ఇష్టమే. కాని ఆనందం కూడా ఒక ఉద్వేగం. ఉద్వేగాలు అన్నీ క్షణికాలు. మీరు సంతోషంగా ఉన్నారు. అప్పుడు హటాత్తుగా ఒక సంభాషణ ఆ ఆనందాన్ని తారుమారు చేసింది. ఇలా మీకు జరిగిందా లేదా? మీరు ఒక నిమిషం ఆనందంగా ఉండవచ్చు, మరునిమిషం చింతాక్రాంతులు కావచ్చు. కనుక, మనం అనుకున్నట్లు ఆనందమే జీవిత పరమావధి కాకపోవచ్చు.

ఈ విభాగానికి "ఇది సంతోషదాయకం కాదు" అని పేరు పెట్టాను. అవాంఛనీయ సంఘటన ఏదైనా జరుగుతుంది. అది మీరు అంగీకరించారు, అంతమాత్రాన మీరు సంతోషంగా ఉన్నారని అర్థం కాదు కదా! కారు ప్రమాదంలో ఇరుక్కుని, ఇక నేను నడవబోవటం లేదని చెప్పినప్పుడు నాకు సంతోషం కలగలేదు. నాకు క్యాన్సర్ సోకిందని తెలిసినప్పుడు, పరిస్థితి విషమంగా ఉన్నదని తెలిసినప్పుడు, నేను ఆనందంగా లేను. ఆఫీసుకు ఆలస్యంగా వెళ్తున్న సమయంలో బంపర్‌కు బంపర్ తగుల్తూ నడిచే ట్రాఫిక్ ఆనందం కలిగించదు. అదృష్టవశాత్తూ, సమ్మతి వల్ల ఆనందాన్ని మించిన మరేదో శక్తివంతమైన ప్రక్రియ నడుస్తుంది.

ఉద్వేగాలు రెండు రకాలు. సుముఖ శక్తితో కూడినవి, విముఖశక్తితో

కూడినవి. సుముఖ ఉద్వేగాలు ఆనందం, సంతోషము, ఉద్రేకము, ఆవేగం, కృతజ్ఞత, ప్రేమ, వగైరా సృష్టించే శక్తి మనలో మంచి అనుభూతి కలిగిస్తుంది. భయము, కోపము, ఈర్ష్య, అసూయ, పశ్చాత్తాపము, నిరసన వంటి విముఖ ఉద్వేగాలు సృష్టించే శక్తి మనలో చెడు అనుభూతి కలిగిస్తుంది. ఈ సుముఖ ఉద్వేగాలకూ, విముఖ ఉద్వేగాలకూ మధ్య అంతరంగ శాంతి విస్తరించి ఉన్నది. మనం అందరమూ వెంటాడుతున్నది ఆ అంతరంగ శాంతినే. అది ఒక ఉనికి, స్థితి. అందులో ఉద్వేగ, ఆవేగాలు లేవు. అది తటస్థం.

అంతరంగ శాంతి ఒక స్థాయి చైతన్యం. ఇంకా సూక్ష్మగా చెప్పాలంటే, సచేతనమైన మెలకువ. ఆ స్థానం నుంచి మనం ఎప్పుడైనా, ఏ ఉద్వేగమైనా అనుభవంలోకి తెచ్చుకోవచ్చు.అంతరంగ శాంతి మనం కోరుకున్న దేదైనా సృష్టించే ఉద్వేగ శక్తి ప్రసాదిస్తుంది. అద్భుతాలు సృష్టించటానికి అదే జన్మస్థానం. అది ఒక అచంచల స్థితి. బాహ్యపరిస్థితి అంగీకరించితే మీరు ఆ స్థితి ఎప్పుడైనా చేరుకోవచ్చు. మన జీవితాలలో మన స్వాధీనంలో లేనివి, మార్చటానికి సాధ్యం కానివి అనేక పరిస్థితులు, సన్నివేశాలు ఉన్నాయి. వాటిని మనసా అంగీకరించిన మరుక్షణం మీకు ఆ అంతరంగశాంతి అందుబాటులోకి వస్తుంది. మరోవిధంగా చెప్పాలంటే, ఉద్వేగాలను జయించటానికి అంగీకారమే కీలకం. నా అధీనంలో లేని ప్రతి ఒక్కటీ (కారు ప్రమాదం, విరిగిన నా ఎముకలు, మెదడు చెరుపు, హాస్పిటల్ లో నివాసం, నేను ఇక నడవక పోవచ్చుననే సంభావ్యత, ముఖం మీద, చేతులమీద, ఒంటిమీద, ఇంకా ఎన్నో చెరగని గాట్లు) అంగీకరించినందువల్ల నాకు మనశ్శాంతి కలిగింది. స్వయంగా సృష్టించుకున్న ఉద్వేగబాధనుంచి విముక్తి లభించింది. అంగీకారం వల్ల నాలో నిరోధం, అనవసరమైన బాధ విడుదల అయ్యాయి. తద్వారా నా శక్తి అంతా నా అధీనంలో ఉన్న విషయాలమీద కేంద్రీకరించి, నేను ఊహించిన జీవితం సృష్టించు కోవటానికి అవకాశం కల్పించింది. కొత్తగా వచ్చిన పరిస్థితులు, అనూహ్యమైన సన్నివేశాలు దానికి అడ్డుపడలేకపోయాయి.

ఇటువంటి ప్రమాదాలు ఎదుర్కొన్నవారు అనేకమంది ఉండవచ్చు. నాకు చెప్పిన శుభవార్తలే వారికి చెబితే వారి స్పందన ఇలా ఉండదు. దాదాపు అందరూ సహజంగా తమ వాస్తవాన్ని నిరాకరిస్తారు. అందులో లోపాలు చూస్తారు. వారు కలలు గన్న జీవితానికి, వారు ఆశించిన జీవితానికి మెటికలు విరుస్తారు. వారి విముఖ భావోద్వేగాలలో మునిగిపోతారు. ఇది నన్ను చూసిన డాక్టర్లు చెప్పిన సమాచారం. అది సహజంగా పరిగణించ బడుతుంది. మనం 3 వ అధ్యాయంలో నేర్చుకున్నట్లుగా, మన మెదళ్ళు ప్రమాదం వెతికి పట్టుకొని, దానిమీద కేంద్రీకరించటంలో శిక్షణ, అనుభవం, గడించాయి. మనం ఆశించిన దానికంటే భిన్నంగా జరిగితే, వెంటనే మన విముఖ ఉద్వేగాలు కదను తొక్కుతాయి. మనం అలా తయారయ్యాం. ఏదైనా ఒక పరిస్థితిని గురించి, సన్నివేశాన్ని గురించి విముఖంగా అనుభూతి చెందటం ఒక హక్కుగా మారితే, తాగుబోతు డ్రైవర్ వచ్చి గుద్దినపుడు , ఇకమీదట నువ్వు నడవబోవటం లేదు అని చెప్పబడినవారు ఆ జాబితాలో ప్రధమ స్థానం ఆక్రమిస్తారు. అందులో సందేహం లేదు.

కొత్తగా ఏర్పడిన పరిస్థితి ఆకళింపు చేసుకుని నేను ముందుకు సాగుతున్నాను. కాని మా డాక్టర్లు మాత్రం ఇటువంటి అతిబాధాకరమైన పరిస్థితితో మిగతా అందరూ ఎలా తలపడతారా అన్న దృష్టితోనే కుస్తీ పడుతున్నారు. నా ప్రమాదం జరిగిన మూడువారాల తర్వాత, నా కోమానుంచి నేను కోలుకున్న ఒక వారం తర్వాత, మా మానసిక వైద్యులు డాక్టర్ లేబ్బీ హాస్పిటల్ లో మా అమ్మానాన్నలను పలకరించి తన ఆఫీసుకు రమ్మని తీసుకు వెళ్ళారు.

“హలో, మార్క్, జూలీ! నామాట మన్నించి వచ్చినందుకు థాంక్స్. శారీరకంగా, మానసికంగా, ఉద్వేగపరంగా హాల్ పరిస్థితి మీకు వివరంగా చెబుదామని ఇక్కడికి పిలిచాను.” తన ఎదురుగా కూర్చుంటున్న మా తల్లిదండ్రులకు ఆయన ఉపోద్ఘాతం. శారీరకంగా నేను బాగానే ఉన్నానని ఆయన వారికి చెప్పారు. “మీకు, హాల్ కు కూడా ఈ గత రెండు వారాలూ అనూహ్యంగా గడిచాయని నాకు తెలుసు. ప్రస్తుతానికి గండం గడిచిందనే నా నమ్మకం. హాల్ ఆరోగ్యంగా, చిరకాలం జీవించబోతున్నాడు.”

మా అమ్మ ఏడవటం మొదలు పెట్టింది. మా నాన్న కళ్ళలో నీళ్ళు. ఆయన అమ్మ వీపు మీద చేయివేసి ఆమెను హత్తుకున్నారు.

డాక్టర్ లేబ్బీ చెప్పసాగారు. "కాని మాకు ఒక సమస్య ఉన్నది. అక్కడ మీ సహాయం కావాలి. ఆయన మానసిక, ఉద్వేగ స్థితి పరిశీలించితే ఆయన ఒక నిరాకరణ స్థితిలో ఉన్నారనిపిస్తుంది." ఆయన కాని, హాస్పిటల్ ఉద్యోగులుకాని నాతో మాట్లాడినప్పుడు, నేను ఎప్పుడూ సంతోషంగా, హుషారుగా ఉండేవాడిని. అవకాశం దొరికినప్పుడల్లా నేను పరాచకాలాడి వారిని నవ్విస్తూ ఉండేవాడిని. అదంతా ఏకరువు పెట్టి ఆయన తన అనుమానం నిజమేనని వారికి నచ్చజెప్ప సాగారు. "ప్రమాదాలలో ఇరుక్కున్నవారితో నేను చాలాసంవత్సరాలుగా వ్యవహరిస్తున్నాను." ఆయన చెప్పసాగారు. "హాల్ ప్రవర్తన పూర్తిగా మామూలు ప్రవర్తన కాకపోయినా, అంత బాధాకరమైన అనుభవంలోనుంచి బయటపడిన వారికి అది సర్వసాధారణం అని చెప్పాలి. కొత్తగా ఏర్పడిన పరిస్థితితో వారు సర్దుకోలేక పోతున్నారు. బహుశ హాల్ తన విచారం, భయం, కోపం, కున్గుబాటు అన్నీ అణిచిపెడుతున్నాడని నా అభిప్రాయం." ఆ ఉద్వేగాలు అనుభవించటం ఇష్టంలేక, నేను ఆపని తెలిసే చేస్తున్నానని ఆయన అభిప్రాయం వ్యక్తపరిచారు. లేదా అది పూర్తిగా అసంకల్పిత చర్య కావచ్చు. "ఏది ఏమైనా," ఆయన చెప్పారు, "ఆ ఉద్వేగాలు ఏదో ఒకనాడు దారి చేసుకొని వెలికి వస్తాయి. అప్పుడు అతను యదార్థం రుచి చూడవలసి వస్తుంది. ఆపని ఇక్కడే హాస్పిటల్ లో జరిగితే క్షేమం. ఇక్కడ మేము పరీక్షించి, అతనికి సహాయం చేయగలుగుతాం. ఆ ఉద్వేగాలతో సర్దుకు పోవటానికి తోడ్పడుతాం. ఆయన ఒక్కడే ఉన్నప్పుడు ఆ ఉద్వేగాలు వెలికి వస్తే, అది డిప్రెషన్ కు అంతకంటే విపరీత పరిణామాలకు దారి తీయవచ్చు."

నా ప్రమాద సంఘటనతో, పరిణామాలతో నేను సుముఖ వైఖరితో వ్యవహరిస్తున్నానని మా తల్లిదండ్రుల అభిప్రాయం. నా సుముఖ వైఖరి అంతా భ్రమ అని ఇప్పుడు వారికి తెలియజెబుతున్నారు. వారు ఇద్దరూ కుర్చీలలో ముందుకు జరిగి, "మీరు చెప్పే ఆ 'విపరీతపరిణామాలు' ఏమిటి? మా నాన్న అడిగారు.

"ఇటువంటి ప్రమాదాలలో చిక్కుకున్నవారు మామూలుగా ఆ బాధనుంచి తప్పించుకోవటానికి తాత్కాలిక ఉపశమనంకోసం పలుమార్గాలు అవలంబిస్తారు. మత్తుమందులకు లోనుకావటం, తాగుడుకు అలవాటు పడటం చాలా సాధారణమైన మార్గాలు. ఈ ప్రమాదాల బాధితులు ఆత్మహత్యకు ఒడిగట్టటం క్రమంగా పెరుగుతున్నది." డాక్టర్ లేబ్బీ నేను ఆ

దారిన నడుస్తున్నట్లు చెప్పటం లేదనీ, కాని నేను నా అంతరాంతరాలలో నిజంగా ఎలా అనుభూతి చెందుతున్నానో తెలుసుకోవటం ముఖ్యమనీ చెప్పారు. అప్పుడు డాక్టర్లు ఆ ఉద్వేగ అరణ్యంలో నుంచి బయట పడటానికి సహాయం చేయగలరని ఆయన అభిప్రాయం. అది హాస్పిటల్ లో ఉండగానే జరిగితే మరీ మంచిది.

"మరి మీరు చెప్పినట్లు హాల్ అణిచిపెడుతున్న ఉద్వేగాలు బయట పెట్టాలంటే మేము ఏమి చేయాలి?" మా అమ్మ అడిగింది.

మ అమ్మ, నాన్నా నాతో మాట్లాడి నేను నిజంగా ఎలా అనుభూతి చెందుతున్నానో కనుక్కోవాలి. అది డాక్టర్ లేబ్బీ సూచన. విచారము, భయము, కోపము, డిప్రెషన్ అనుభూతి చెందటం సామాన్యమే నని అమ్మా నాన్నా నాకు భరోసా ఇవ్వాలని ఆయన సూచన. ఆ ఉద్వేగాలు హాస్పిటల్ లోనే వెలిబుచ్చటం క్షేమం అని నాకు తెలియాలి అని ఆయన అభిప్రాయం.

ఆ రోజు మానాన్న హాస్పిటల్ లో నా గదిలోకి వచ్చారు. నేను నా బెడ్ పైన కూర్చుని ఉన్నాను. నా సైజుకు మించిన హాస్పిటల్ గౌన్ లో మునిగి ఉన్నాను. హాస్పిటల్ గోడకు తగిలించి ఉన్న 28 ఇంచ్ టెలివిషన్ మీద ఓప్రా కార్యక్రమం చూస్తున్నాను. ఆయన ముఖంమీదికి నవ్వు తెచ్చిపెట్టుకున్నా, ఆయన ముఖం కంది ఎర్రగా ఉన్నది. వాచిఉన్న ఆయన కళ్ళలో నీళ్ళు. ఏదో ఎక్కడో సవ్యంగా లేదని నాకు వెంటనే స్ఫురించింది.

"హాల్, ఎలా ఉన్నావు?" నా బెడ్ పక్కనే ఉన్న కుర్చీలో కూర్చుంటూ ఆయన అడిగారు.

"చక్కగా ఉన్నాను డాడ్! ఎందుకు? ఏమైంది?" ఆయన ముఖం పరిశీలనగా చూశాను. ఏమి జరిగిందో ఊహించటానికి ప్రయత్నిస్తూ.

చుట్టూ మనుషులు ఉన్నపుడు నేను బాగానే ఉంటున్నానని ఆయనకు తెలుసు. ఆ మాటే చెప్పారు. ఆ తర్వాత నేను ఒంటరిగా ఉన్నపుడు ఆ ప్రమాదాన్ని గురించి ఆలోచిస్తూ, నాకు ఏమి జరిగిందో తలుచుకొని చింతిస్తూ ఉంటే, నిజంగా నామనసులో ఎలా ఉంటున్నదో తెలుసుకోవాలని ఆయన కోరిక. నేను విచారిస్తున్నానా? భయపడుతున్నానా? కోపపడుతున్నానా? కుంగిపోతున్నానా?

ఆయన ప్రశ్నలు వింటూ తల ఆడించాను. కానీ నాకు తల తిరుగుతున్నట్లు అనిపించింది.

డాక్టర్ గారి ఆందోళన నాకు వ్యక్తం చేశారు. మళ్ళీ నడవబోవటం లేదని తెలిసి నేను ఎంత బాధపడుతానో, నా పరిస్థితి తలుచుకుని ఎంత కుంగిపోతానో, ఆ తాగుబోతు డ్రైవర్ మీద ఎంత కోపం వస్తుందో తనకు అర్థం అవుతుంది. అని చెబుతూ నాపట్ల సానుభూతి వ్యక్తం చేశారు. నాకు కలుగుతున్న అనుభూతులు సహజమేనని, అందులో తప్పేమీ లేదని ఆయన నన్ను ఓదార్చటానికి ప్రయత్నం చేశారు.

ఆయన ప్రశ్నలు తిరగవేస్తూ నేను కొద్ది క్షణాలు మౌనంగా ఉన్నాను. నేను విచారంగా ఉన్నానా?...భయపడుతున్నానా?... కుంగిపోతున్నానా? నా పరిస్థితిలో ఉన్నవారికి ఈ అనుభూతులు సామాన్యం అని డాక్టర్ గారి అభిప్రాయం. నేను ఆ అనుభూతులను దాచిపెట్టి మామూలుగా ఉండటానికి ప్రయత్నిస్తున్నానా? కోమాలోనుంచి బయటకు వచ్చిన తర్వాత గత ఆరురోజులుగా నేను నా ప్రస్తుత పరిస్థితి బేరీజు వేస్తూ కాలక్షేపం చేశాను. నా అసలు అనుభూతులు ఏమిటో చెప్పటానికి ఎక్కువసేపు పట్టలేదు.

"నాన్నా, నన్ను గురించి మీకు బాగా తెలుసు ననుకున్నాను."

మా నాన్న కనుబొమలు పైకి ఎత్తారు. ఏమీ మాట్లాడలేదు.

"నేను ఆ ఐదునిమిషాల నియమం అనుసరించి నడుచుకుంటానని మీకు తలుసు కదా?"

మానాన్న తల ఆడించారు. "అవును. ఆ విషయం మాట్లాడటం ఇంతకు మునుపు విన్నాను."

"ఇప్పటికి రెండు వారాలు గడిచాయి. నా ఐదు నిమిషాలు గడిచి చాలాకాలం అయింది."

మా నాన్న ప్రసన్నంగా నవ్వారు. "నేను మార్చలేని దానిని గురించి చింతించటం మాని ఎంతోకాలమయింది. అందుకు బదులుగా నా కృతజ్ఞత తెలుపు కుంటున్నాను. మీరు ఆ చితికి పోయిన ఫోర్డ్ ముస్తాన్గ బొమ్మలు చూపిన తర్వాత, నేను బతికి ఉన్నందుకే నేను చాలా కృతజ్ఞుడుగా ఉన్నాను. జరిగే ప్రతి ఒక్క సంఘటనకూ వెనుక ఒక కారణం ఉంటుంది. కాని ఆ కారణం ఏమిటో తెలుసుకోవటం మన బాధ్యత అని నా విశ్వాసం. ఈ అనుభవం ద్వారా నేర్చుకున్నది ఏమిటో తెలుసుకోవటం ప్రస్తుతం నా కర్తవ్యం. ఆ నేర్చుకున్నది ఎలా సద్వినియోగం చేయాలో తెలుసుకోవటం తర్వాతి కార్యక్రమం." అని చెప్పాను నేను.

నేనేమీ దాచిపెట్టటం లేదని మా నాన్నకు భరోసా ఇచ్చాను. నిజానికి నేను అందుకు వ్యతిరేకంగా నడుస్తున్నాను. నాకు జరిగిన వాస్తవం దాచిపెట్టటానికి బదులు, నేను అది – జరిగింది, జరుగుతున్నది, జరగబోయేది – పూర్తిగా అంగీకరించాను. కనుక ఈ పరిస్థితి నన్నేమీ కుదిలించ బోవటంలేదు. నేను ఇకముందు నడవబోవటం లేదని డాక్టర్లు చెప్పినమాట నిజం కావచ్చు. ఆ విషయాన్ని గురించి విచారించి కుంగిపోవచ్చు. లేదా జీవితంలో ఇంకా మిగిలిఉన్న అవకాశాలకు కృతజ్ఞుడిగా ఉండవచ్చు. ఏది ఏమైనా నేను మాత్రం వీల్ చెయిర్‌కు పరిమితం కాబోతున్నాను. "అలా జరుగుతుందని తెలిసి నేను ఆ పరిస్థితి స్వీకరించాను. జీవితాంతము వీల్ చెయిర్‌కు అంకితమై ఉంటే, వీల్ చెయిర్‌కు అతుక్కుపోయిన వారందరిలోకి నేను అత్యంత కృతజ్ఞుడిగా ఉండటానికి నిశ్చయించుకున్నాను." అని మా నాన్నకు చెప్పాను.

ఇకమీదట నేను నడవటం సంభావ్యం కాకపోవచ్చు. కానీ అది సాధ్యం కావచ్చునని నా హేతువాదం. డాక్టర్లు చెప్పింది నేను కాదనటం లేదని మీరు గమనించాలి. నేను నా పరిస్థితిని ఏమీ కాదనటంలేదు. అవకాశాలు అల్పంగా తోస్తున్నాయి కనుక నేను ఇకమీదట నడవబోవటం లేదని డాక్టర్లు అభిప్రాయ పడవచ్చు. నాకు మాత్రం మళ్ళీ నడవటం సాధ్యమేనని తోస్తున్నది. అది జరిగే పనో కాదో, ఒకవేళ జరిగితే ఎలా జరుతుందో నాకు తెలియదు. కాని నాజీవితలక్ష్యం...నడవటం సాధ్యము చేయటానికి...సంభావ్యం చేయటానికి... అనివార్యం చేయటానికి నా చేతనయినదంతా చేయటానికి నేను నిశ్చయించుకున్నాను.

కనుక నేను నడుస్తున్నట్లుగా మొదట ఊహించి దర్శించాను. దానికోసం ప్రార్థించాను. దానిని గురించి ఆలోచించాను. దానిని గురించి కనపడిన వారందరితోనూ మాట్లాడాను. నడవటం సాధ్యమేనని నా అచంచల విశ్వాసం. ప్రతిరోజూ శారీరక చికిత్సకు వెళ్ళేవాడిని. చికిత్స పూర్తయిందని అంగ వైద్యులు చెప్పినప్పుడల్లా, మరికొంత చేయమని నేను అడిగేవాడిని. కొన్నిసార్లు పట్టుపట్టేవాడిని. అదే నా అసాధారణ ప్రయత్నం. నా కారుప్రమాదం జరిగిన మూడువారాల అనంతరం, ఒక అద్భుతం జరిగిందని చెప్పవచ్చు. డాక్టర్లు నా విరిగిన కాలు, కటి ఎముకల x రేల తో వచ్చారు. ఆ కారు ప్రమాదం జరిగిన మూడు వారాలలోనే నా శరీరం ఎలా

కోలుకున్నదా అని వారి ఆశ్చర్యం. నేను అడుగు తీసి అడుగు వేయగల స్థాయికి కోలుకున్నది. నేను ఆ పని చేశాను. మొదటి అడుగు వేశాను.

అదంతా సాధ్యమయిందంటే, మార్చటానికి సాధ్యంకాని నా పరిస్థితులు నేను యథాతథంగా అంగీకరించాను. తద్వారా భావోద్వేగాల బాధనుంచి విముక్తి కలిగింది. అప్పుడు నాకు కావలసినదానిమీద నా శక్తి అంతా నేను ఏకాగ్రం చేశాను. అవ్యాజంగా పరిస్థితులు అంగీకరించటం వల్ల నాకు భావోద్వేగాల మీద అధీనం లభించింది. ఆ విధంగా కొలమానానికి అందే అద్భుతం – నడవటం – ప్రత్యక్షం చేసుకోవటం సాధ్యమయింది.

మీ భూత, వర్తమాన, భవిష్యత్తుల నుంచి ఉద్వేగ బాధ విడుదల

నా దగ్గర శిక్షణ పొందినవారు, నా ప్రసంగాల తర్వాత నాతో మాటలాడేవారూ చాలామంది ఈ భావన మానసికంగా అర్థం చేసుకుంటారు. కాని అది పనిచేస్తుందా లేదా అనే విషయంలో వారికి నమ్మకం కుదరటం కష్టం అవుతుంది. సంవత్సరాల తరబడి ఉద్వేగబాధ వారి నరనరాలలోను జీర్ణించుకు పోయింది. "దుర్భరమైన ఈ ... (ఖాళీ పూర్తీ చేయండి) పరిస్థితి అంగీకరించటం ఎలా?" అని వారి ఆశ్చర్యం. వాళ్ళు నాతో మాట్లాడేటపుడు వారి చెవులు భుజాలదాకా లేచి ఉంటాయి. కళ్ళు మసకగా ఉంటాయి. వారి సవాలు ఏమిటో తెలుస్తూనే ఉంటుంది. వాళ్ళు నిజంగానే బాధ అనుభవిస్తూ ఉన్నారు. వారి బాధ ప్రగాఢం.

ఆ ఉద్వేగ యాతనకు కారణం ఒక్కటేనని వారికి వివరిస్తాను. ఒక్కమాటలో చెబితే, అది నిరోధం. ఒక్క మాటలో చెబితే, గతంలో మనం అనుభవించినదీ, ప్రస్తుతం అనుభవిస్తున్నదీ, భవిష్యత్తులో అనుభవించ బోయేదీ ఉద్వేగ బాధ అంతా మన వాస్తవానికి మన నిరోధం వల్ల స్వయంగా మనం సృష్టించుకున్నదే. ఈ నిరోధం ప్రస్తుత పరిస్థితి ఇలా కాకుండా మరొకలాగా ఉండాలి, ఉంటే బాగుంటుంది అన్న కోరికలవల్ల వెలువడుతుంది. ఇలా జరిగితే బాగుండేది, ఇలా జరగకుండా ఉంటే బాగుండేదని చింతిస్తూ, ప్రస్తుతం జరుగుతున్నదానికి అడ్డుపడుతూ, భవిష్యత్తులో ఇలా జరగదేమో, లేదా ఇలా జరుగుతుందేమో అని చింతిస్తూ కూర్చోవటం – ఇదే మన నిరోధం. వాస్తవానికి మన ఉద్వేగబాధ తీవ్రత

మన నిరోధ స్థాయికి – మన అధీనంలో లేని విషయం ఎలా ఉండాలి అని మనం ఎంత తీవ్రంగా కోరుతామో – అనుగుణంగా పెరుగుతూ తరుగుతూ ఉంటుంది.

ఇది ఆలోచించండి: కాఫీ షాప్ దగ్గర మీరు ఒక పెద్ద లైన్లో ఇరుక్కున్నారు. కాని మీరు త్వరగా మరొక చోట ఉండాలి. కాఫీ షాప్ కౌంటర్‌లో పనిచేసేవారి వేగం మీరు మార్చలేరు. తప్పదు అన్నట్లు తలవంచి ఒప్పుకుంటారు. మీలో చిరాకు, అసహనం, నిరాశ వంటి విముఖ ఉద్వేగాలు తలెత్తుతాయి. కాని అవి మీ నిరోధానికి అనులోమంలో ఉంటాయి. ఇప్పుడు వర్ణమాల మరొక అంచుకు వెళ్దాం. హఠాత్తుగా అనుకోకుండా, మిమ్మల్ని ఉద్యోగంలోనుంచి తీసివేశారు. ఆ ఉద్యోగం మీకు, మీ కుటుంబానికి ఆర్థిక ఆధారంగా ఉండేది. మీకు వెనక ఆధారం ఏమీ లేదు. ఈ వాస్తవానికి మీ నిరోధం చాలా తీవ్రంగా ఉంటుంది. ఆలస్యం అవుతున్నందుకు కలిగిన నిరోధం కంటే అతి తీవ్రంగా ఉంటుంది. ఇక్కడ కోపం, నిరసన, ఆశారాహిత్యం, తెలియని దానిని గురించి భయం అతి భయంకరమైన మోతాదులో ఉంటాయి.

ఒక పరిస్థితిలో కలిగే బాధ ఏ స్థాయిలో ఉంటుంది అన్న విషయం పక్కన పెట్టండి. పైన చెప్పిన రెండు ఊహాసందర్భాలలోనూ మనం అనుభవిస్తున్న ఉద్వేగబాధకు/మనోవ్యథకు కారణం ఆ సంఘటన అనుకుంటాం. అది పొరపాటు. ఆ సంఘటన ఎన్నటికీ కారణం కాదు. ఆ సంఘటనకు మన ప్రతిస్పందన/మన నిరాకరణ మన బాధకు మూలం. ఇందుకు నిదర్శనం నిజ జీవితంలో మనకు సదా దర్శనం ఇస్తూ ఉంటుంది. ఇద్దరు వ్యక్తులకు ఒకే విషాద సంఘటన ఎదురైంది. ఒకరు దానికి ఎదురు తిరుగుతారు, ప్రతిఘటిస్తారు. తమకు జరిగిన అతి ఘోర సంఘటనగా తలపోస్తారు. తమ జీవితం దానివల్లనే ధ్వంసం కాబోతున్నదని విలపిస్తారు. మరొకరు దానిని ప్రశాంతంగా అంగీకరిస్తారు. ఆ సంఘటనవల్ల తాము నేర్చుకుని ఎదగబోతున్నామని, పూర్వం కంటే మేలైన వ్యక్తులు కాబోతున్నారని తలపోస్తారు. విషాద సంఘటన అదే. కాని రెండు పూర్తిగా పరస్పర విరుద్ధమైన ప్రతిస్పందనలు. విభిన్న ఉద్వేగ అనుభవాలు.

గతంలో జరిగిన దానినీ, తర్వాత జరగబోయే దానినీ పూర్తిగా అంగీకరించటానికి సచేతనంగా సిద్ధంగా ఉండండి. అప్పుడు అవాంఛనీయమైన మనోవ్యథ మిమ్మల్ని ఎన్నడూ దరిచేరదు. ఈ సూత్రం

నేను నా మరణానికి కూడా అమలు పరిచాను. అందరిలాగానే నాకూ చావు అంటే చచ్చే భయం! కాని మరణం అనివార్యం. కనుక దానిని గురించి భయపడటం నిష్ప్రయోజనమని గ్రహించాను. చావు, పుట్టుక అనేవి బొమ్మ, బొరుసు లాంటివి. జీవితంలో మీరు మార్చలేని వాటిని యథాతథంగా అంగీకరిస్తే (మరణం తప్పకుండా ఈ కోవలో చేరుతుంది) మీ జీవనం ప్రశాంత మవుతుంది. అదే మీరు మీకు ఇచ్చుకో గలిగిన బహుమతి. భూత భవిష్యత్, వర్తమానాలలో మార్చటానికి సాధ్యం కానిది ఏదైనా మరొక విధంగా ఉండాలని మీరు ఆశిస్తే మీకు మనోవ్యథ తప్ప మరేమీ మిగలదు. ఒక విషయం మాత్రం గుర్తు ఉంచుకోండి. మీరు మార్చలేని విషయాలను గురించి మీరు సంతోషపడ నక్కరలేదు. కాని వాటిని అంగీకరించి, వాటితో రాజీపడితే, అనవసరమైన మనోవ్యథనుంచి బయట పడతారు.

క్రియాపూర్వక అంగీకారం

నేను నా ప్రసంగ జీవితం మొదలుపెట్టినపుడు ముఖ్యంగా కాలేజ్ ఆవరణలలో ప్రసంగించాను. టొరంటో (కెనడా) లో ప్రసంగం జరిగిన రెండువారాల తర్వాత డేవన్ టేలర్ అనే యువతి దగ్గరనుంచి ఒక ఇ-మెయిల్ వచ్చింది. ఆమె వయసు ఇరవై ఏడు సంవత్సరాలు. ఆమె నా ప్రసంగానికి హాజరయ్యారు. ఆ ఇ – మెయిల్ కు ఒక ఫోటో జోడించి ఉన్నది. అది ఆమె మణికట్టు ఫోటో. దానిమీద ఒక పచ్చబొట్టు ఉన్నది. ఆ పచ్చబొట్టు మూడు పదాల పచ్చబొట్టు. అది మార్చటం అసాధ్యం. అవి నేను నా ప్రసంగంలో బోధించిన మాటలు. ఆ ఇ – మెయిల్ చదివిన తర్వాత నాకు కళ్ళనీళ్ళు వచ్చాయి. అంగీకారంలో ఉన్న అనంత శక్తికి నా కళ్ళు తెరుచుకున్నాయి.

ఆమె ఆ పచ్చబొట్టు ఆనాడు వేయించుకున్నది. ఎందుకంటే ఆమె తండ్రి మరణించి ఆ నాటికి సరిగ్గా పది సంవత్సరాలవుతున్నది. వివరంగా చెప్పాలంటే ఆ పది సంవత్సరాలూ ఆమె విపరీతంగా కుంగిపోయి, మానసిక వైద్యం పొందుతూ, కుంగుబాటుకు మందులు సేవిస్తూ గడిపింది. తన తండ్రి చనిపోయిన కారణంగా తను అలా

కుంగిపోయిందన్న భావంతో ఆమె జీవిస్తూ వచ్చింది. ఆమె జీవితంలో ప్రతిఒక్కరూ ఆమె నమ్మకాన్ని దృఢపరిచారు. "అయ్యో పాపం, నీకు ఎలా ఉంటుందో నేను చెప్పలేను." వంటి అనునయ వచనాలతో ఆమె అలా అనుభూతి చెందటం సహజమేనని చెప్పటంతో తండ్రి గతించి సంవత్సరాలు గడిచినా ఆమె అదే నమ్ముతూ వచ్చింది.

అంగీకారము, ఐదు నిమిషాల నియమం, 'అది మార్చటం అసాధ్యం.' మంత్రము నేను చెప్పటం విన్న తర్వాత ఆమె ఆలోచించ సాగింది. తన కుంగుబాటుకు కారణం తన తండ్రి మరణం కాదేమో. ఇంతకాలమూ ఆయన వెళ్లిపోయారనే వాస్తవాన్ని నిత్యమూ నిరోధిస్తూ వచ్చింది. తన డిప్రెషన్ కు కారణం అదే కావచ్చు. తండ్రి చనిపోయారన్న వాస్తవాన్ని మనసా అంగీకరించాలని, అలా జరగలేదని చెప్పుకొని వాస్తవాన్ని మార్చలేమని, వాస్తవాన్ని అంగీకరించటంవల్ల మనశ్శాంతి దొరుకుతుందనీ ఆమెకు చెప్పినవారు లేరు.

నా ప్రసంగం విన్నతర్వాత, గత రెండు వారాలుగా ఆమె డిప్రెషన్ అనుభూతి చెందలేదని అన్నది. పరిచితమైన బాధాకరమైన ఆ ఉద్వేగాలు కమ్ముకుంటున్నపుడు ఆమె ఒక్క క్షణం ఆగి, గట్టిగా ఊపిరి పీల్చి, "అది మార్చలేము." అని అనేది. ప్రశాంతంగా ఉండటానికి నిశ్చయించు కున్నది. తన తండ్రి జ్ఞాపకాలు తనను బాధించకుండా ఉండటానికి "అది మార్చటం అసాధ్యం" అని శాశ్వతంగా జ్ఞాపకం ఉండటానికి ఆ పచ్చబొట్టు పొడిపించుకున్నది. తండ్రిని కోల్పోయిన విచారంతో బాధపడటానికి బదులు తండ్రితో గడిపిన మధుర క్షణాలు గుర్తుకు తెచ్చుకొని, అందుకు కృతజ్ఞతా అనుభూతి చెందటానికి ఆమె నిర్ణయించుకున్నది.

ఇది గమనించండి

ఒక అనుభవం "మంచీ", "చెడూ" మీరు ఆ క్షణంలో ఖచ్చితంగా నిర్ణయించలేరు. ఒక అనుభవం మంచో చెడో అనుకోగానే మన నిరోధం మొదలవుతుంది. మనకు చేదుగా తోచిన అనుభవాలను మనం అడ్డుకుంటాం. ఒక అనుభవం కలుగుతున్నపుడు గాని, కలిగిన వెంటనేగాని అది మంచో చెడో నిర్ణయించటం అసాధ్యం. మనకు విపరీతంగా ప్రతికూలమైన

సంఘటనలు/పరిస్థితులే మన అత్యుత్తమ ప్రబోధకులవుతాయి. మన పురోభివృద్ధికి మూలకారణాలవుతాయి. నామటుకు నేను నాకు జరిగిన కారుప్రమాదం నాకు చెప్పరాని మేలు చేసిందనుకుంటాను. అది నాకు బలం ఇచ్చింది. రచయితగా, ప్రవక్తగా నా జీవితానికి దోహదం చేసింది. నాకు క్యాన్సర్ సోకిందని చెప్పిననాడు నేను నాభార్య ఉర్సులాతో "ఇది నాకు జరుగుతున్న మరొక ఉత్తమ పరిణామం." అని చెప్పాను. మనకు ఎదురైన సవాళ్లలో విలువ గుర్తించటానికి సమయంతోబాటు పర్యావలోచన, వెనకచూపు కావాలి. ఉదాహరణకు మీ బాంధవ్యం ఒకటి వీగిపోయింది. మీరు అతలాకుతలం అయ్యారు. నెలలతరబడి, సంవత్సరాల తరబడి ఆ వేదనలో కుమిలి పోతున్నారు. తిరిగి మీరు మరొక ప్రణయ బాంధవ్యాన్ని పొందవచ్చు. అప్పుడు అంతకు మునుపు వీగిపోయిన బాంధవ్యం అలా విడిపోయినందుకు మీరు సంతోషించటమేగాక, కృతజ్ఞులు కూడా కావచ్చు. అది విడిపోయినందువల్లనే కదా అంతకంటే మేలైన బాంధవ్యం కలిసి వచ్చింది? వెనక చూపు సదా 20/20 అనే అంటారు. నిజమే. కాని ప్రస్తుత ప్రతికూల పరిస్థితులను గురించి భవిష్యత్తులో ఎప్పుడో తెలుసుకొని, ఎదగటానికి ఇప్పుడు అవస్థ పడటం ఎందుకు? బేషరతైన అంగీకారం ప్రస్తుతం మీ సవాళ్ళతో ప్రశాంతంగా ఉండటానికి తగిన అవకాశము, స్వేచ్ఛ ప్రసాదిస్తుంది.(కనీసం ఐదు నిమిషాలలో).

సమస్యలు అనేవి లేవు: సమస్య అంటూ ఏమీ లేదు. సమస్య అనేది ఒక పరిస్థితికి మనం అంటించిన చీటీ. ఉన్నవి పరిస్థితులు, సన్నివేశాలు మాత్రమే. మన దృక్పథాన్ని అనుసరించి అవి సమస్యలుగా మారుతాయి. ఒక పరిస్థితికి మనం సమస్య అనీ, అవకాశం అని, 'తర్వాత చూద్దాం..' అని మన ఇష్టం వచ్చిన చీటీ అతికించవచ్చు. మనం అతికించిన చీటీని అనుసరించి ఆ పరిస్థితిపట్ల మన దృక్పథము, అనుభవము మారిపోతూ ఉంటాయి. ఒత్తిడి పెంచుకొని జీవితాన్ని ఉన్నదానికంటే దుర్భరము, కష్టతరము చేసుకోవాలనుకుంటున్నారా? మీకు నచ్చని పరిస్థితులన్నిటికీ సమస్యలు అని చీటీ తగిలించండి. ఉన్న సమస్యలకుప్ప మీద ఇవి కూడా చేర్చండి. 10 స్థాయి జీవితం సృష్టించటంలో మీరు ఊపిరాడనంత బిజీగా ఉంటారు.

భావోద్వేగాలను మంచీ, చెడూ అని తీర్మానం అసాధ్యం: ఉద్వేగాలు అనివార్యాలు. మనం మానవులం. మానవులు ఉద్వేగ పూరిత జీవులు. ఎవరైనా మీకు చెరుపు చేస్తే, మొదట ఆ వ్యక్తిపట్ల మీకు కోపం, విచారము, నిరాశ, నిస్పృహ కలగవచ్చు. మీకు ఆప్తులైనవారు ఎవరైనా వెళ్ళిపోతే, మీకు విచారము, నిరాశ, నష్టపోయిన బాధ కలగవచ్చు. ఈ ఉద్వేగాలన్నీ సహజం. ఇక్కడ మీ విముఖ ఉద్వేగాలు తొలగించటం ధ్యేయం కాదు. వాటితో మీ సంబంధం మార్చటమే లక్ష్యం.

మన ఉద్వేగాలు సమస్యలు కావు. ఆ తొలి అనుభూతి తర్వాత మనం వాటితో ఏమి చేస్తాము అనేదానిమీద ఆధారపడి ఉంటుంది. అప్పుడు ఆ పరిస్థితి మనకు మేలు చేయవచ్చు, మనలను ధ్వంసం చేయవచ్చు. మీకు విముఖ ఉద్వేగాలు కలిగించే అనుభవం ఎదురయింది. మీరు ఆ అనుభవాన్ని అంగీకరించి, ప్రశాంతంగా ఉండగలిగితే, మామూలుగా ప్రవర్తించగలిగితే, మీరు సజ్జనులు. ఇక్కడ సమస్య ఏమిటంటే, ఉద్వేగాలను నిరోధించి, తీర్మానించటం. మొదట మన నిరోధం వల్ల ఉద్వేగబాధ కలుగుతుంది. ఆ ఉద్వేగాన్ని తప్పు అని మనం తీర్మానిస్తాం. ఆ ఉద్వేగం నిరోధించటంలో మనం మిగతా సమయం గడుపుతాం. అంటే ఆ ఉద్వేగంలోనే మునిగి ఉంటాం. అదే మనకు నిరంతర బాధ కలిగిస్తుంది. మనం మన తీర్మానానికి మన నిరోధానికి మధ్య ఊగులాడుతూ ఉంటాం. అదే మన బాధకు మూలకారణం.

మన ఉద్వేగం తప్పు అనో, చెడు అనో తీర్మానించినప్పుడు ఆ ఉద్వేగం ప్రభావం మనమీద విస్తృతమవుతుంది. ఎప్పుడైనా మీరు విచారం ఫీల్ అవుతూ మేలుకున్నారా? ఆ విచారానికి కారణం ఏమీ లేకపోవచ్చు. కానీ మీ అంతర్వాణి నా అనుభూతి ఇలా ఎందుకు ఉన్నది? ఏదో ఎక్కడో పొరబాటు జరిగింది. అని వంతపలుకుతుంది. మీరు గ్రహించేలోపల మీ విచారం ఒక ఉత్పాతమై కూర్చున్నది. నేను కుంగిపోయి ఉన్నానేమో! ఆ అనుభూతి మీద మనసు ఎంత లగ్నంచేసి ఆలోచిస్తే మనకు అంత దుర్భరమైన బాధ.

విముఖ అనుభూతులు మన శత్రువులేమీ కాదు. అన్ని అనుభూతులలోను ఒక విలువ ఉన్నదన్నమాట వాస్తవం. మీరు ఏదో కోల్పోయారు. లేదా మీకు ముఖ్యులైన వ్యక్తి ఎవరో పోయారు. ఆ సమయంలో విచారించటం, లేదా దుఃఖించటం సహజమే కాదు, ఆరోగ్యకరం కూడా. కొన్నిసార్లు మనం చేసిన పొరబాటు కారణంగా మనం బాధ అనుభూతి

చెందాలి. అప్పుడు ఆ పొరబాటు మరొకసారి జరగకుండా ఉండటానికి అవకాశం మెరుగు పడుతుంది. ఇక్కడ ముఖ్య విషయం ఏమిటంటే మీ ఉద్వేగాలు మీ అదుపులో ఉంటాయి. మీ అదుపులో లేని సంఘటనలు, పరిస్థితులు మీ ఉద్వేగాలను పాలించకూడదు.

రేపటి జీవితం పరిపూర్ణమని ఆశించకండి. ఈనాటి జీవితంలో పరిపూర్ణత చూడండి. పరిపూర్ణతకోసం పాకులాట (నేర స్వభావం) మనం చేసే మరొక కసరత్తు. వాస్తవాన్ని మనం కలలుకనే వాస్తవంతో పోల్చి చూస్తూ ఉంటాం. ఇది మరొక నిరోధ రూపం. అసలు వాస్తవాన్ని మీరు కలలుగన్న పరిపూర్ణ వాస్తవంతో పోలుస్తున్నారు. అదే మీ ఉద్వేగక్షోభకు కారణం. నా జీవితం యథాతథంగా ప్రస్తుతం పరిపూర్ణంగా ఉన్నది. అన్న దృష్టితో వీక్షించండి. క్యాన్సర్ తో నేను అత్యంత క్లిష్టజీవితం గడుపుతున్నపుడు నా జీవితం సదా పరిపూర్ణం. నేను జీవితంలో కోరుకున్న ప్రతిఒక్కటీ సృష్టించటానికి ఎక్కడ ఉండాలో నేను సరిగ్గా అక్కడే ఉన్నాను. అన్నది నా అభిమాన మంత్రం. నా వ్యాధినిర్ధారణ నేను మార్చలేను. కనుక నేను అది అంగీకరించటానికి, దానితో రాజీపడటానికి సిద్ధపడ్డాను. ఈ అత్యంత క్లిష్ట సమయంలో నేను అమిత ఆనందంగా, కృతజ్ఞుడిగా ఉండటానికి నిశ్చయించు కున్నాను. నా వ్యాధి నిర్ధారణ, తద్వారా అనివార్యంగా ఫలితాలు పరిపూర్ణ జీవితంలో అంశాలుగా చూడటానికి నిశ్చయించుకున్నాను. పరీక్షా సదృశ పరిస్థితులలో మీరు కూడా అదేపని చేయవచ్చు.

నా కారుప్రమాదం, హాస్పిటల్ బెడ్ మీద ఉండి నేను నా పరిస్థితులు అంగీకరించిన విధానం కథగా విన్న శ్రోతలు సాధారణంగా అనుమానంతో చూస్తారు. ఆ తాగి నడిపిన డ్రైవర్ మీద నాకు కోపం రాలేదంటే విని ఆశ్చర్య పడతారు. "వాడు చేసిన పనికి మీకు వాడిమీద కోపం ఎలా రావటంలేదు?" కొందరు అడుగుతారు. కొన్నిసార్లు నా బదులు కూడా వాళ్ళే ఆగ్రహావేశ పూరితులవుతారు. కాని నాకు అతనిమీద కోపం రాదు. అతనిపట్ల నాకు

ఎటువంటి విముఖ అనుభూతులూ కలగవు. ఒకవేళ ఏదైనా కలిగితే, అది సహానుభూతి మాత్రమే.

అతని జీవితం ఎలా ఉన్నదో నాకు తెలియదు. ఒకవేళ నేను అతనిలాగే జీవిస్తూ ఉంటే, నేను కూడా ఆనాడు తాగి డ్రైవ్ చేసేవాడినేమో. మన జీవితానుభవాలూ, మన వ్యక్తిత్వాలూ ఆధారంగా ఇతరులను తప్పుపట్టటం సులభం. ఇప్పుడో ఇంతకూ మునుపో మీరు ఒకరి మీద ఆగ్రహించారు. వారిని తప్పు పట్టారు. వారిని గురించి ఆలోచించండి. మీరు వారి జీవితం గడిపి ఉంటే, వారి మెదడుతో పుట్టి ఉంటే, వారి తల్లిదండ్రుల పెంపకంలో పెరిగి ఉంటే, వారి స్నేహితుల ప్రభావంలో పడి ఉంటే, మీరు కూడా సరిగ్గా వారిలాగానే ఆలోచిస్తారు, వారిలాగానే ప్రవర్తిస్తారు. ఆ దృక్పథంతో మన తీర్మానాలు చేసి, తప్పుపట్టటానికి బదులు వారిపట్ల సహానుభూతి, ప్రేమ వ్యక్తపరచవచ్చు. వాళ్ళు బాగుపడటానికి అవకాశం ఇస్తూ, వారిని యథాతథంగా సమ్మతించవచ్చు.

మీరు ఏమి మార్చగలరో, ఏమి మార్చలేరో ఎలా తెలుస్తుంది? అన్నది నాకు సామాన్యంగా ఎదురయ్యే మరొక ప్రశ్న. జరిగిన దానిని మీరు ఎన్నటికీ మార్చలేరు అన్నది సరళమైన సమాధానం. ప్రస్తుతం మీ చర్యలు మార్చగలరు. అప్పుడు భవిష్యత్తు సంఘటనలు వేరుగా ఏర్పడటానికి సాధ్యమవుతుంది. మీ గతమూ, వర్తమానమూ నిర్ణయమై ఉన్నాయి. మార్చటానికి వీలయింది మీ భవిష్యత్తు ఒక్కటే.

మీ బేస్ మెంట్ వరద నీటితో నిండి ఉన్నది. ఆ వరదను మీరు వెనుతిప్పలేరు. కారుప్రమాదం తర్వాత బంపర్‌కు పడిన సొట్ట వెనక్కు తిప్పలేరు. మీరు గాని, మరెవరుగాని అన్నమాట వెనక్కు తీసుకోలేరు. జరిగింది ఏదో జరిగిపోయింది. కాలచక్రంలో వెనక్కు వెళ్లి మీరు దానిని మార్చలేరు. మీరు కాలచక్రాన్ని వెనక్కు తిప్పగల మార్టీ మెక్ ఫ్లై అయితే తప్ప మీరు ఆ పని చేయలేరు. మీరు గతాన్ని అవ్యాజంగా అంగీకరిస్తే, మీ నిరోధం సృష్టించిన ఆగ్రహం, అసహ్యం, నేరభావం, ఇంకా ఇతర విముఖ ఉద్వేగాలూ అన్నీ సమసి పోతాయి. జరగబోయే సంఘటనలన్నీ మీరు అంగీకరిస్తే, (జరగక మునుపే జీవితం సమ్మతించండి) అనవసరమైన మీ భయము, ఆదుర్దా, చింత, అన్నివిధాల ఉద్వేగ బాధలూ అన్నీ విడుదల పొందుతాయి.

జరిగినదానికీ, ఇకముందు జరగబోయేదానికీ, ఆ సమయంలో అది ఎంత బాధాకరంగా ఉండి ఉన్నా, జరగబోయేది ఎంత భయంకరంగా

దర్శనం ఇచ్చినా వాటిపట్ల మీ మానసిక నిరోధం, వ్యతిరేకత పూర్తిగా విడిచిపెట్టాలి. అప్పుడు మీకు మనశ్శాంతి లభిస్తుంది. ఉద్వేగాలపట్ల అజేయులవుతారు. మీ వాస్తవాన్ని యథాతథంగా, అవ్యాజంగా అంగీకరిస్తే, మీరు ఇది సాధించగలరు. మీ అదుపులోలేని సంఘటనలు, పరిస్థితులు అంగీకరించటానికి, ఉద్వేగాలపట్ల అజేయులుగా నిలవటానికీ మీరు ప్రయోగించగల మూడు టెక్నిక్ లు ఇక్కడ చెప్పబోతున్నాను:

1. **ఐదు నిమిషాల నియమం:** ఈ ప్రక్రియలో ఈ సూత్రం అమలు జరపటం మొదటిమెట్టు. మీ టైమర్ సెట్ చేసుకోండి. మీ ఉద్వేగాలు పూర్తిగా అనుభూతి చెందటానికి ఐదు నిమిషాలు ఇచ్చుకోండి. తన్నుకోండి, అరవండి, కేకలు పెట్టండి, ఏడవండి, ఫిర్యాదు చేయండి – మీకు తోచినవన్నీ చేయండి. టైమర్ అమయం ముగియగానే, ఆ సందర్భం అంగీకరించటానికి మూడు శక్తివంతమైన పదాలు వల్లించండి.
2. **అది మార్చటం అసాధ్యం:** ఐదు నిమిషాలు, ఐదు నెలలు, ఐదు దశాబ్దాలవెనక జరిగి ఉన్నా జరిగిపోయిన దానిని మీరు మార్చలేరు అన్న విషయం గుర్తు ఉంచుకోండి. కనుక అది ఇలా ఉంటే బాగుణ్ణు, అలా ఉంటే బాగుండేది అని ఏడవటం నిష్ప్రయోజనం. మీరు గతాన్ని సరిదిద్దలేరు. వర్తమానంలో కాని, భవిష్యత్తులో కాని మార్చరాని విషయాలను మార్చలేరు. ఒక సంఘటన, పరిస్థితి మార్చలేకపోతే, దానిని గురించి విచారించటం, నిరోధించటం వల్ల ఉద్వేగబాధ తప్ప మిగిలేది ఏమీలేదు. ఆ బాధ ఆపటానికీ, భవిష్యత్తులో అనుభూతి చెందకుండా ఉండటానికీ తగిన శక్తి మీ చేతులలో ఉన్నది.

మీ ఉద్వేగ ప్రవృత్తులు మారటానికి, వాటినుంచి విడుదల పొందటానికి మీరు పైన చెప్పిన రెండు పద్ధతులు కొన్నిసార్లు పునరావృతం చేయవలసి రావచ్చు.

3. **రానున్న జీవితాన్ని సమ్మతించండి:** అంగీకారం అనంతర పరిణామం ఇది. ఐదు నిమిషాల నియమం, అది మార్చటం అసాధ్యం అన్న మంత్రము కొన్నిసార్లు అభ్యాసం చేసిన తర్వాత,

> ఇది సులభం అవుతుంది. ఉద్వేగబాధ అంతా స్వయంకృతం, అది మీ చేతిలో ఉన్న పని అని మీకు ఇప్పుడు తెలుసు కదా! మీరు మార్చలేనిది ఎన్నడూ నిరోధించబోనని మీరు సచేతనంగా నిర్ణయించుకుంటే భవిష్యత్తులో మీరు ఉద్వేగబాధనుంచి విముక్తి పొందగలరు. వెనుదిరిగి చూసి అది అనవసరం అని గ్రహిస్తే, మీరు ఉద్వేగబాద అనుభవించ వలసిన పనిలేదు. మనశ్శాంతి కోసం వెనుదిరిగి చూడటానికి కాచుకు కూర్చోకండి. జీవితంలో ఏదీ జరగక మునుపే జీవితాన్ని యథాతథంగా అంగీకరించటానికి సిద్ధపడండి. అప్పుడు మీకు అన్నివేళలా, అన్నివిధాలా శాంతి లభ్యమవుతుంది.

తర్వాత రాబోయే అధ్యాయంలో లక్ష్యాలు నిర్దేశించుకోవటానికి ఒక వినూత్న పథకం పరిశీలించ బోతున్నాం. వైఫల్యం గురించి భయపడకుండా ఉండటానికి దానిని ఎలా ప్రయోగించవచ్చునో చూస్తాం. కాని ముందుకు వెళ్లబోయే ముందు ఈ ఉద్వేగ అజేయ స్థితిని గురించి మీరు కొంత పర్యాలోచన చేయాలని నా అభిలాష. మీ ఉద్వేగబాధ దేనివల్ల కలుగుతుంది? గతంలో జరిగింది, భవిష్యత్తులో జరగబోయేది అంగీకరించినందువల్ల మీ జీవితం ఎలా మారబోతున్నది? ఈ ఒత్తిడి, కోపము, విచారము, లేదా ఇంకా ఏదైనా విముఖ ఉద్వేగము లేకపోతే, మీకు ఇంకా ఎంత శక్తి ఉంటుంది? ఆలోచించండి.

సిద్ధాంతాన్ని నిజజీవితంలో ప్రయోగించి చూడండి. ఈ ప్రశ్న పరిశీలించండి: మీ చక్రాల కుర్చీ ఏమిటి? మీ జీవితంలో, లేదా గత జీవితంలో మార్చటానికి వీలుకాని సంఘటన, పరిస్థితి ఏమిటి? అయినా మీరు దానిని నిరోధిస్తూనే ఉన్నారు. అనవసరమైన ఉద్వేగ బాధకు లోనవుతున్నారు.

ఇప్పుడు గట్టిగా ఊపిరి పీల్చండి. ఆ పరిస్థితి, సంఘటన అవ్యాజంగా అంగీకరించండి. దానితో రాజీ పడండి. అప్పుడు ఉద్వేగాలకు అజేయులవుతారు. అదే మీరు మీకు ఇచ్చుకోగల పెద్ద పురస్కారం.

5

సాధ్యతకు రూపాంతరం

మీ లక్ష్యం లక్ష్యం కాదు

లక్ష్యం పెట్టుకోవటంలో ఉద్దేశం అది సాధించటానికి
మీరు ఏమి చేయాలి అని తెలుసుకోవటానికే.
మీరు పొందబోయే దానికంటే, ఆ తెలుసుకునే
దానిలో చాలాఎక్కువ విలువ ఇమిడి ఉన్నది.

-జిమ్ రాన్

మన అందరికీ కలలు ఉంటాయి. మన జీవితం ఎలా ఉండాలో అన్న బ్రహ్మాండమైన దృశ్యాలు. వాటిని గురించి ఆలోచించినపుడు మనకు సంతోషం కలుగుతుంది. సాధ్యమైన వన్నీ మనం ఊహిస్తాం. కొన్నికొన్ని సార్లు ఆ ఊహలు నిజం చేసుకునే ఆశతో ఆమార్గాన మనం లక్ష్యాలు ఏర్పరుచుకోవటానికి కూడా కొంత సాహసిస్తాం. కాని సార్థకమైన లక్ష్యాలు ఏర్పరుచుకునేవారు చాలాకొద్దిమంది. ఆ కొద్దిమందిలో తమ లక్ష్యాలు నిజంగా సాధించేవారు ఇంకా బహుకొద్దిమంది. కొత్త సంవత్సరానికి సంకల్పాలు చేస్తారు. జనవరి ముగియక మునుపే ముగిసిపోయే ఆ సంకల్పాలను గురించి ఆలోచించండి.

ఇక్కడ విషాదం ఏమిటంటే దాదాపు ఎవరి జీవితమూ ఆ బ్రహ్మాండమైన దృశ్యంతో సరిపోలదు. ఆ మిలియన్ డాలర్లు ఎన్నటికీ కనిపించవు. మనం కలలుగన్న వ్యక్తి ఎన్నడూ మన తలుపు తట్టరు. మనం కలగన్న ఉద్యోగం ఎన్నడూ మనకు దక్కదు. ఏతావాతా మనం నిత్యమూ మనకు అందని పండ్లకోసం ఆశపడుతూ, అర్రులుజాస్తూ కూర్చుంటాం. కాలం గడుస్తున్న కొద్దీ, మనకు వయసు మీదపడుతున్నకొద్దీ మన ఆశలు అడియాసలు అవుతాయి. మన అనుభూతులు బాధాకరం అవుతాయి.

అంతకంటే మేలైన మార్గం ఉండి తీరాలి.

మీకు పరాజయము, వైఫల్యము ఎదురుకాని బాటలో మీరు పయనించ గలిగితే? మీ కళ్ళముందు దృశ్యం మారితే? మీరు చేయిపెట్టిన ప్రతిఒక్క లక్ష్యమూ ఫలిస్తుందని తెలిస్తే ఎలా ఉంటుంది?

ఈ దృక్పథంవల్ల మీరు మీ లక్ష్యాలను చేపట్టే పద్ధతి మారుతుందా? మీరు ఇంకా ఉన్నత లక్ష్యాలను వెంటాడుటారా? ఇంకా ఎక్కువ సాహసిస్తారా? మీ ప్రేరణ పెరుగుతుందా?

నా ఉద్దేశంలో ప్రస్తుతం మన లక్ష్యాలకూ మనకూ మధ్య చాలాదూరం. మన లక్ష్యాలను మనం వెంటాడే విధానంవల్ల రెండు ఫలితాలు కలగవచ్చు: మనం ఆశించిన లక్ష్యం చేరుకొని సఫలత సాధిస్తాం. అప్పుడు మనకు మంచి అనుభూతి కలుగుతుంది. లేదా మనం మన లక్ష్యం చేరలేదు. విఫలురమయ్యాం. అప్పుడు మనకు విషాద అనుభూతి ఎదురవుతుంది. మన

లక్ష్యాలు ఏర్పరుచుకున్నాం. ఆ లక్ష్యం చేరటానికి అనువైన మార్గాలు అన్నీ ఆలోచించి పథకం ఏర్పాటు చేశాం. చివరివరకూ ఆ అడుగులన్నీ అనుసరించినా, ఎంత శ్రమపడినా, సఫలత (విఫలత) సాధించే అవకాశం సగం మాత్రమే. నామటుకు నాకు అది ప్రోత్సాహకంగా కనపడదు.

ఒక విధంగా అది వెనక్కులాగుతున్నట్లు అనిపిస్తుంది. తప్పకుండా సాధించితీరాలి అంటే లక్ష్యాలు చిన్నవిగా ఉండాలి. లేదా వైఫల్యం ఎదుర్కోకుండా బయటపడాలి అంటే ప్రయత్నం విరమించాలి అనిపిస్తుంది. విజయం సాధిస్తామో లేదో తలియకుండా ఆ శ్రమ, సమయము అంతా వెచ్చించటం వృధా శ్రమ అనిపిస్తుంది. కదా! మన లక్ష్యాలు అసంభావ్యంగా తోచినా, లేదా వాటికోసం విపరీతమైన శ్రమ చేయవలసి వస్తుందని అనిపించినా, వాటిని సాధించటానికి చాలాసమయం అవసరమనిపించినా, సుఖప్రదమైన మన కౌచ్‌కి వెళ్లి హాయిగా కాళ్ళు జాపి రిమోట్ కంట్రోల్ చేతికి తీసుకోవటం సులువు అనిపిస్తుంది.

ఈ దృక్పథం ఎందరినో అడ్డుకుంటుందని నాకు తెలుసు. జయాప జయాల దృక్పథం అర్థం చేసుకోక మునుపు నేను కూడా లక్ష్యాలను ఈ హ్రస్వదృష్టితోనే తిలకించి పొరపాటు చేశాను. వైఫల్యం తప్పించుకోవటానికి అప్పుడు నా లక్ష్యాలు చాలా చిన్నవిగా ఉండేవి. ఒకనాడు నా కళ్ళు తెరుచుకున్నాయి. ఈ ప్రపంచంలో ఏది సాధించటానికైనా, మిగతావారు ఎంత యోగ్యులో నేను కూడా అంత యోగ్యుడిని, అర్హుడిని, అన్న గ్రహింపు నా స్పృహకు వచ్చింది. మీరు కూడా అంతే. కాని ఈ ప్రపంచంలో మన స్థానం సంపాదించాలంటే, మన లక్ష్యాలను గురించి మరోవిధంగా ఆలోచించాలి. నా శ్రేయోభిలాషులు ఒకరి దయవల్ల నాకు ఆ కనువిప్పు కలిగింది. నేను వెతుకుతున్నది నాకు దర్శన మిచ్చింది. లక్ష్యాలను వెంటాడటానికి సరికొత్త మార్గం. అక్కడ వైఫల్యానికి స్థానం లేదు.

ఈ అధ్యాయంలో మిగిలిన భాగం మీ లక్ష్యాలతో మీ నూతన సంబంధాన్ని విశదీకరిస్తుంది. అక్కడ మీ విజయం అనివార్యం, అపరిహార్యం. ఇక్కడ మొదట మనం లక్ష్యం యొక్క ధ్యేయం ఏమిటో పునర్నిర్వచిస్తాం. అప్పుడు సాధ్యాసాధ్యాలను గురించి మీ ఆలోచన రాచబాటన బయలు దేరుతుంది. అదేక్షణంలో వైఫల్యాన్ని గురించిన మీ భయాందోళనలు దూరమవుతాయి.

లక్ష్యం అసలు ధ్యేయం

తమ తమ కోరికలు, కలలు తీరాలనే ప్రతి ఒక్కరూ కోరుకుంటారు. మీరు ఈ పుస్తకం చదవటానికి కారణం కూడా అదేననుకుంటాను. ఏదైనా సాధించటానికి అతి సులువైన మార్గం వెతకటం మన స్వభావం అనికూడా మనకు తెలుసు. చెయ్యి ఎత్తకుండానే అందే పండు అంత ఉత్సాహం కలిగించదు. కాని మనలో దాదాపు అందరమూ దానికోసమే ఎదురు చూస్తాము. ఒక లక్ష్యంలో వేలు పెట్టేముందు అది ఫలిస్తుందని మనకు ఒక చిన్న గ్యారంటీ కావాలి. మీరు ఆశావాదులైతే, "ఏదైనా సాధ్యమే" ననే ఆశావాదంతో ముందడుగు వేస్తారు. కాని, సాధ్యమయినదానిని మనం అరుదుగా వెంటాడుతాం. సంభవం అనుకున్నదానిమీదనే మన శక్తి యుక్తులన్నీ ప్రయోగిస్తాం.

ఆలోచించండి: మీకు సాధ్యం కాదనుకున్న లక్ష్యాన్ని మీరు వెంటాడి ఎంత కాలమయింది? అది వృథాకాలయాపన అని, దానిమీద శక్తియుక్తులు వెచ్చించటం వృథా ప్రయాస అని, వైఫల్యానికి, తద్వారా అవమానానికి ప్రయత్నిస్తున్నారని, బహుశ అనుకుని ఉంటారు. సాధించటం అసాధ్యమనిపించిన లక్ష్యాలు ఎవరు వెంటాడుతారు? అది అర్థంలేని ప్రయాస. కదా? ఒక లక్ష్యం సాధించటంలోనే ఆ లక్ష్యం విలువ ఉన్నదనుకుంటే, మీరు చేతికి అందే పండునే వెతకండి. కాని లక్ష్యం ఏర్పరుచుకోవటంలో ఉద్దేశం ఆ లక్ష్యం చేరుకోవటం, కాదు. అదే అన్నిటినీ మించిన ప్రయోజనమూ కాదు. ఆ లక్ష్యం విలువకూడా కాదు. ఈ నూతన దృక్పథంలో మీరు లక్ష్యం చేరుకుంటారా లేదా అన్నది ముఖ్యం కాదు. మీ లక్ష్యం యొక్క ధ్యేయం అన్నిటికంటే ముఖ్యం.

నేను చెప్పేది అర్థం చేసుకోవటానికి ప్రయత్నించండి.

నిత్యనిరంతరంగా లక్ష్యాలు ఏర్పరుచుకుని వాటిని సాధించగల వ్యక్తిగా రూపొందటమే మీరు ఏర్పరుచుకునే ప్రతిఒక్క లక్ష్యధ్యేయం. మరొక విధంగా చెబితే, సాధకుల లక్షణాలు అలవరుచుకోవటమే లక్ష్యం ఏర్పరుచు కోవటంలోని ధ్యేయం. ఆ ప్రక్రియద్వారా మీరు మారుతారు. ఒక సాధకులుగా పరివర్తనం చెందుతారు. ఆ వ్యక్తిత్వం మీకు జీవితాంతమూ ప్రయోజనకారి అవుతుంది. తాత్కాలిక విజయాలను తృణీకరిస్తుంది. చివరికి మీ లక్ష్యాలన్నీ మీకు అద్భుతాలు సాధించే ప్రవీణుల మనస్తత్వం, ప్రవర్తన సాధించి

పెడతాయి. ప్రతి ఒక్క లక్ష్యానికీ అద్భుత సమీకరణం ప్రయోగించి మీరు అక్కడికి చేరుకుంటారు. ప్రతి ఒక్క లక్ష్యానికీ మీరు అద్భుత సమీకరణం పునఃపునః ప్రయోగిస్తారు. అప్పుడు మీ దీర్ఘకాలిక సఫలత అనివార్యం అవుతుంది. ప్రతి ఒక్క లక్ష్యమూ ఏది సాధ్యమో పరీక్షించి, మీ అభివృద్ధికి తోడ్పడే మరొక అవకాశం. మీరు ఇది ఎంత తరుచుగా ప్రయోగిస్తే, అంత మేలైన వ్యక్తులుగా అభివృద్ధి చెందుతారు.

మనం రెండవ అధ్యాయంలో చదివిన విషయాన్నే ఇక్కడ పునశ్చరణ చేయబోతున్నాను. లక్ష్యాలను గురించి నా శ్రేయోభిలాషి డాన్ కాసేటా బోధించింది అదే. ఈ పాఠం డాన్ కు ఆయన శ్రేయోభిలాషులు జిమ్ రాన్ ఉపదేశించారు. ఆ ఉపదేశం అన్వయం: ఒక లక్ష్యం ఏర్పరుచుకోవటంలో ధ్యేయం ఆ లక్ష్యం సాధించటం కాదు. లక్ష్యాలు సాధించగల వ్యక్తిగా రూపొందటమే లక్ష్యాల ధ్యేయం. వాటిలో ఒకటీ, అరా విఫలం కావచ్చు. మీరు కొన్ని లక్ష్యాలు సాధిస్తారు. కొన్ని విఫలం అవుతారు. ఫలితాలు ఎలా ఉన్నాసరే, ఆఖరుక్షణం వరకూ సర్వశక్తులూ ధారపోసి ప్రయత్నిస్తారు. తద్వారా జీవితాంతమూ ఇంకా ఇంకా గురుతర లక్ష్యాలు సాధించటంలో సాయపడే మనస్తత్వమూ, ప్రవర్తనా మీలో వేళ్ళు ఊనుతాయి.

ప్రస్తుతం వెంటాడుతున్న లక్ష్యం మీ లక్ష్యం కాదు

మీరు లేవిస్ హౌస్ పేరు విని ఉండవచ్చు. కొన్ని సంవత్సరాల క్రితం అచీవ్ యువర్ గోల్స్ అన్న నా పాడ్ కాస్ట్ లో ఆయనను ఇంటర్వ్యూ చేశాను. మిరకిల్ మార్నింగ్ అన్న డాక్యుమెంటరీలో కూడా ఆయన ఒకపాత్ర పోషించారు. ఆయన కథ సమ్మోహనం. ఒక లక్ష్యం యొక్క ధ్యేయం ఏమిటో చెప్పిన అత్యుత్తమ ఉదాహరణలలో ఆయన ఒకరు.

ఒక వృత్తి క్రీడాకారుడు కావాలనేది చిన్నతనంలో ఆయన ప్రప్రథమ లక్ష్యం. నిజానికి ఆయన ఆ లక్ష్యం సాధించారు. ఒక సీజన్ అంతా ఆయన ఎరీనా లీగ్ ఫుట్ బాల్ ఆడారు. ఆ తర్వాత గాయపడ్డారు. ఆయన వృత్తి జీవితమే కాదు, ఆయన జీవితమే స్తబ్దమైపోయింది.

లేవిస్ కి పర్యాయ పథకం లేకపోయింది. ఆయన బికారి అయారు. గిజగిజలాడుతున్నారు. ఏమిచేయాలో తోచలేదు ఆయనకు.

ఆయన మార్గాంతరం ఆలోచించలేదు. ఏదో ఒకటి చేయాలని మాత్రం ఆయనకు తెలుసు. ఆ ప్రయత్నంలో ఆయన కొందరు పలుకుబడి ఉన్న పెద్దలను కలుసుకున్నారు. వారితో మాట్లాడి కొంత నేర్చుకున్నారు. ఒక శ్రేయోభిలాషి ఆయనకు linkedin ప్రయత్నించి చూడమన్నారు. అప్పట్లో అది ఒక వినూత్న ప్రయోగం. ప్రతిరోజూ గంటలతరబడి అది అధ్యయనం చేసి ఆయన తన వ్యక్తిత్వాన్ని అందులో నిర్మించారు. అది చూసిన ఇతరులు తమ ప్రొఫైల్ నిర్మించటంలో ఆయన సహాయం అర్థించారు. ఆయన తన పాశం, తన జిజ్ఞాస, కుతూహలం అనుసరించారు. ఈ ప్రపంచం ఆయన ప్రత్యేకతను గుర్తించింది. ఆ పాశము, జిజ్ఞాస ఆయనను పాడ్ కాస్టింగ్ కు తీసుకు వెళ్ళాయి.

చాలా సంవత్సరాల తర్వాత, ఈనాడు లేవిస్ ప్రపంచ ప్రఖ్యాతి చెందిన పాడ్ కాస్టర్లలో ఒకరు. ఆయన నూరు ఉత్తమ పాడ్ కాస్ట్ లలో ఒకటి ది స్కూల్ ఆఫ్ గ్రేట్ నెస్ పాడ్ కాస్ట్ చేస్తారు. దానికి 40 మిలియన్ మించిన డౌన్ లోడ్స్ ఉన్నాయని ప్రతీతి. న్యూయార్క్ టైమ్స్ కథనానుసారం అత్యుత్తమ అమ్మకాలు సాధించిన రచన ఆయన చేశారు. ముప్పై ఏళ్ల వయసులోపల ఉన్న పారిశ్రామికవేత్తలు నూరుగురిలో ఒకరుగా ఆయన వైట్ హౌస్ లోను, ప్రసిడెంట్ ఒబామా చేత గుర్తింపు పొందారు. వార్తా మాధ్యమాలలో ఆయన దర్శనం కూడా ఆకట్టుకుంటుంది. ఆయన ది ఎలెన్ డిగేనేర్స్ షో, టుడే షో లలో పాల్గొన్నారు. ఆయన ఫోర్బ్స్ ఇంక్, న్యూయార్క్ టైమ్స్ లోకూడా దర్శనం ఇచ్చారు. ఇవికేవలం కొన్ని ఉదాహరణలు మాత్రమే.

ఆ 'ఘనత' విశ్వవ్యాప్తంగా పంచుకోవాలన్నది, ప్రజలు తమ జీవితాలు శక్తివంతం చేసుకోవాలన్నది లేవిస్ ధ్యేయం. ఆ ప్రక్రియలో వారు తమలో నిక్షిప్తమై ఉన్న శక్తులు తెలుసుకుంటారు. తద్వారా ప్రపంచానికి తమవంతు చేయూత అందిస్తారు. వృత్తి క్రీడాకారుడు కావాలనే ఆశయంతో పెంపొందించుకున్న మనస్తత్వము, కార్యాచరణ ఆయన కలలోనైనా ఊహించని గురుతర లక్ష్యాలు సాధించటంలో కీలకంయ్యాయి. చిన్ననాటి ఆయన లక్ష్యం నిజానికి ఆయన అసలు లక్ష్యం కాదు. కాని అందులో నేర్చుకున్న పాఠాలు ఆయనను అద్భుతాల మహారథుల స్థాయికి చేర్చాయి. ఆయన అద్భుతం ఈనాడు అద్భుతాలు సాధించటానికి ఇతరులకు అనేకులకు సాయపడుతున్నది.

మీ పరాజయ భీతి ఇప్పుడు వదలవచ్చు

ఒక లక్ష్యం అసలు ధ్యేయం ఏమిటో అర్థం చేసుకుని స్వంతం చేసుకున్న తర్వాత, వైఫల్యాన్ని గురించి భయపడవలసినపని లేదని గ్రహిస్తారు. ఎందుకంటే మీరు విఫలురు కాలేరు. మీరు ఏమి చేస్తున్నారు అనేదానికంటే, మీరు ఎలా రూపొందుతున్నారు అన్నది ముఖ్యం. ఇక్కడ మీరు చేస్తున్నపనే మీరు ఎలా రూపొందుతున్నారు అన్న విషయం నిర్ణయిస్తుంది అన్నది వ్యంగ్యం. ఫలితాలతో సంబంధం లేకుండా మీరు అచంచల విశ్వాసంతో, అసాధారణ ప్రయత్నం కొనసాగిస్తూ ఉంటే, మీరు నేర్చుకుంటారు, ఎదుగుతారు, పూర్వం కంటే మిన్న అయిన సమర్థులు అవుతారు. అప్పుడు భవిష్యత్తులో మీ లక్ష్యాలు, మీరు ఊహించినవీ. ఊహించనివీ కూడా పురస్కారాలు తెచ్చిపెడతాయి.

మీ లక్ష్యానికి చేరే మార్గంలో మీకు ఆటంకాలు, అడ్డంకులు ఎదురైతే మీరు మీ ప్రయత్నం విరమించవచ్చునని చెప్పటం ఇక్కడ ఉద్దేశం కాదు. మీ లక్ష్యం చేరుకునే అవకాశాలు నీరసపడినా, శూన్యమని తోచినా మీరు మీ ప్రయత్నం వదిలివేయవచ్చునని చెప్పటం నా ఉద్దేశం కాదు. రెండవ అధ్యాయంలో చెప్పిన నా అతితీవ్ర ప్రయత్నసమయం ఎలా ముగిసిందో గుర్తు ఉన్నదికదా! నా అమ్మకాల లక్ష్యం చేరుకోవటానికి ఆఖరు క్షణం వరకూ శ్రమపడవలసి వచ్చింది. ఈ అద్భుత సమీకరణం అనుసరించిన నా సహోద్యోగులు అందరికీ అదేవిధంగా జరిగింది. వారి అద్భుతం ఆఖరు వారంలో...ఆఖరు రోజున...ఆఖరు గంటలో కూడా జరిగినవి ఉన్నాయి. అది అలా ఎందుకు జరుగుతుందో నాకు తెలియదు కాని, నిత్యమూ నిలకడగా అలా జరుగుతూనే ఉంటుంది. మన లక్ష్యాలు సాధించటంలో మనం ఎంత పట్టుదలతో ఉన్నామో, ఎంత నిబద్ధతతో ఉన్నామో అని ఈ విశ్వం మనలను పరీక్షిస్తున్నదా అన్నట్లు కనబడుతుంది. ఇది నేను చూడటమేకాదు, అనుభవంలో తెలుసుకున్నాను. చాలామంది మార్గమధ్యంలో తమ ప్రయత్నం మానేస్తారు. అచంచల విశ్వాసంతో ఆఖరు క్షణం వరకూ అసాధారణ ప్రయత్నం చేసేవారికే అద్భుతాలు దర్శన మిస్తాయి. ఆ ఆఖరు క్షణాలు కీలకం. అద్భుతాలు సృష్టించటంలో నన్ను మరొక ఉన్నతస్థాయికి చేర్చినవి ఆ ఆఖరు క్షణాలే. ఆఖరు క్షణం వరకూ మీ సర్వశక్తులూ ధారపోసినాకూడా మీ లక్ష్యం చేరలేక పోవటం ఒక ఎత్తు. మీరు ఆశించినట్లుగా ఫలితాలు కలగక పోవచ్చు అనే భావన కలిగినప్పుడు ప్రయత్నం విరమించటం మరొక ఎత్తు.

వాస్తవానికి తాము వెంటాడే లక్ష్యం ప్రతిఒక్కటీ సాధించేవారు ఎవరూ లేరు. అద్భుతాల ప్రవీణులు కూడా నూటికినూరు శాతం విజయం సాధించలేరు.

మా అబ్బాయి బెడ్ రూంలో ఒక పోస్టర్ ఉన్నది. అది మైఖేల్ జోర్డాన్ పలుకులు ప్రదర్శిస్తుంది: "నా క్రీడా జీవితంలో నేను 9000 ల షాట్లకు పైగా మిస్ అయాను. నేను దాదాపు 300 పోటీలు ఓడిపోయాను. అనేక సార్లు నాకు గెలవటానికి అవకాశం ఉన్న ఒకేఒక షాట్ వేసే అవకాశం దొరికింది. అందులో నేను 26 సార్లు విఫలుడిని అయ్యాను. నా జీవితంలో నేను పునఃపునఃపునః విఫలుడిని అయ్యాను. కనుకనే నేను సఫలత సాధించాను."

శిక్షణా ప్రక్రియలో వైఫల్యం మూలాధారమవుతుంది. తద్వారానే మనం ఎదుగుతాం. మీ లక్ష్యాలను ఈ దృష్టితో వెంటాడితే మీ లక్ష్యం చేరుకోవటంలో మీరు విఫలురైనా, మీ ధ్యేయం సాధించటంలో ఎన్నడూ విఫలురు కాబోరు. అచంచల విశ్వాసము, అసాధారణ ప్రయత్నమూ చేసిన తర్వాతకూడా మీలక్ష్యం చేరకపోయినా, అద్భుతాల ప్రవీణుల లక్షణాలు – విశ్వాసము, క్రమశిక్షణ, ధర్మనిర్వహణ, లాఘవము వగైరా - మీరు అలవరుచుకున్నారు, పెంపొందించు కున్నారు. అప్పుడు మీరు నిలకడగా మీ లక్ష్యాలు సాధిస్తారు, ముందుకు సాగుతారు.

ఎదుగుదల ఒక్కటే నిత్యం

పాఠాలలో నేను సాధారణంగా నిజజీవిత ఉదాహరణలు ప్రయోగిస్తూ ఉంటాను. కాని ఈ కొత్త దృక్పథం ఎలా పనిచేస్తుందో ఈ కాల్పనిక ఉదాహరణ ఉత్తమంగా చెబుతుంది. జాన్, మేరీ అనే ఇద్దరు సహోద్యోగులతో ఈ కథ మొదలు పెడదాం. ఇద్దరూ ఐదవ దశకంలో కాలు పెట్టారు. మధ్య తరగతి సంస్థలలో ఉద్యోగం. ఇద్దరిదీ మధ్య తరగతి సంపాదన. ఇద్దరూ మిలియనీర్లు కావాలని కలలు కంటూ ఉన్నారు.

బాగా ఎండకాస్తున్న ఒక అపరాహ్ణం జాన్ ఒక దుకాణానికి వెళ్ళాడు. అక్కడ తినుబండారాలు కొంటూ, పనిలో పనిగా ఒక లోటో టికెట్ కూడా కొన్నాడు. ఆనాడు జాన్ అదృష్టం బాగున్నది. అతని టికెట్ మీది అంకెలన్నీ సరిగ్గా అతికినట్లు సరిపోయాయి. వెంటనే అతను నిత్యమూ కంగారుగా, ఆదుర్దాగా ఉండే ఆఫీసు గుమాస్తానించి మిలియనీర్ గా ఎదిగిపోయాడు. మర్నాడే అతను తన ఉద్యోగానికి రాజీనామా చేశాడు. మంచి పెద్ద ఇల్లు

కొన్నాడు. యూరప్ కు విలాసవంతమైన విహారయాత్రకు వెళ్ళాడు. జాన్ జీవితం ఆనందంగా ఉన్నది.

మేరీ తన ఉద్యోగంతో విసిగిపోయింది. సంవత్సరాల తరబడి ఉద్యోగం చేసినా ఎదుగూ బొదుగూ లేదు. (మిలియన్ డాలర్లు గెలిచే లోటో టికెట్ కూడా లేదు). తన అనుభవం ప్రయోగించాలని నిశ్చయించి, మేరీ తన స్వంత సలహా, సంప్రదింపుల వ్యాపారం మొదలు పెట్టింది. ఆమె తన 401 k తో బాటు తన శక్తిసామర్థ్యాలు అన్నీ వ్యాపారానికి అంకితం చేసింది. అన్ని వ్యాపారాలలాగానే అదికూడా ఒక సంవత్సరంలోగా దెబ్బతిన్నది. మేరీ ఒక అడుగు వెనక్కువేసి తను ఏవగించుకునే ఆ ఆఫీసు ఉద్యోగానికే తిరిగి వెళ్ళాలా అని యోచన చేసింది. కనీసం అక్కడ క్రమం తప్పకుండా జీతం వస్తుంది కదా!

ఆ సంవత్సరమే జాన్ తన విహార యాత్రనుంచి తిరిగి వచ్చాడు. తన కొత్త భవనంలో – ఒంటరిగా - ప్రవేశించాడు. అతను చాల కొత్త కార్లు కొన్నాడు. పగలు అంతా టెలివిజన్ చూస్తూ కాలక్షేపం చేసేవాడు. చీకటి పడగానే బార్లు, రెస్టారెంట్లకు బయలుదేరేవాడు. రోజంతా అతనికి బోరు కొడుతూ ఉండేది. మరేదైనా కొత్తవస్తువు కొనటం, లేదా సాయంత్రం సరదాగా బార్/హోటల్ కు వెళ్తే పరిస్థితి మారవచ్చునని అతని ఆశ.

జాగ్రత్తగా ఆలోచించిన తర్వాత మేరీ తనకు ఇష్టం లేని ఆ ఉద్యోగానికి తిరిగి వెళ్ళకూడదని నిశ్చయించుకున్నది. ఆమె తన అచంచల విశ్వాసానికి మేలుకొలుపు పాడింది. మరొక కొత్త వ్యాపారం మొదలు పెట్టింది. మొదటి వ్యాపారంలో కలిగిన అనుభవంతో, నేర్చుకున్న పాఠాలతో ఆమె మార్కెట్ లో ఒక స్థానం సంపాదించ గలిగింది. దాదాపు పది సంవత్సరాల తర్వాత ఆమె బ్యాంక్ ఎకౌంట్ లో మిలియన్ డాలర్లు చేరాయి. ఆమె వ్యాపారం పెరుగుతూ ఉండటంతో ఆ బ్యాంక్ బ్యాలన్స్ కూడా పెరగ సాగింది. ఫలితాలు ఎంత సుముఖంగా ఉన్నా, ఆమె తన పట్టు వదలలేదు. మేరీ అద్భుతాల ప్రవీణ అయింది.

ఆ పది సంవత్సరాలూ జాన్ కు అదృష్టం తెచ్చిపెట్టలేకపోయాయి. జాన్ ఖర్చులు అతనిని దివాలా కోర్టుకు చేర్చాయి. మేరీ కంటే జాన్ చాలా వేగంగా మిలియన్ డాలర్లు సంపాదించిన మాట వాస్తవమే. కాని ఆ డబ్బుతో ఎలా వ్యవహరించాలో అతనికి ఆవగింజ అంతకూడా అవగాహన లేదు. తన విజయాలపట్ల అతనికి ఆదరణ లేదు. తన సంపద పెంచటానికి కాకపోయినా,

కనీసం అది పోకుండా చూసుకోగల అలవాట్లు, లక్షణాలు అతను అలవరుచుకోలేదు.

ఈ ఇద్దరూ కాల్పనిక వ్యక్తులు కావచ్చు. కాని ఈ పరిస్థితులు, సన్నివేశాలు (కాస్త ఎక్కువ, తక్కువ మోతాదులో కావచ్చు) సర్వదా జరుగుతూ ఉంటాయి. మనకు సహనం లేదు. మనకు ఫలితాలు తక్షణం కావాలి. చెప్పుకోదగిన ఫలితాలు సాధించాలన్నా, వాటిని నిలబెట్టుకోవాలన్నా ఆత్మ వికాసం అవసరం. ఆ ఆత్మవికాసం తక్షణం జరిగేపని కాదు. కనుకనే అనుకోని అదృష్టం వరించినవారూ, లాటరీలు గెలిచినవారూ, రాత్రికిరాత్రి ప్రఖ్యాతి పొందినవారూ ఎంతవేగంగా అదృష్టం పొందారో, అంత వేగంగానూ తమ అదృష్టాన్ని కోల్పోతారు.

మన దృక్పథం విస్తరణ

ఒక జాతిగా, తెగగా లేదా ఒక్కొక్కరుగా సాధ్యాసాధ్యాలను విస్తరింప జేసే శక్తి మానవులలో అపారం. ఒకనాడు అద్భుతంగా కనబడింది క్రమంగా యదార్థం అయింది. దానివల్ల మన అనన్యత్వం విస్తరించింది, మన భవిష్యత్తుకు అవకాశాలు విస్తరించాయి.

పసితనంలో నడవటం సాధ్యం కాదని మీకు తెలుసుకదా! చివరికి మీరు తప్పటడుగులు వేశారు. ఆ తర్వాత నడవటం అనేది మామూలు అయింది. అప్పుడు మీరు పరుగెత్తటం , గెంతటం మొదలు పెట్టారు. గెంతటంలో కూడా సమర్ధులయినారు. ఆ మైలురాళ్ళు అన్నీ మనకు సహజంగా ఎదురయ్యాయి. మనకు వయసు వచ్చిన తర్వాత అన్నీ మన స్వంతం అయ్యాయి. మన వ్యక్తిత్వము, గుర్తింపు కూడా అలాగే విస్తరించి రూపొందుతాయి.

మనం స్కూలుకు వెళ్ళినపుడు కూడా అదే పద్ధతి కొనసాగింది. ఎలిమెంటరీ స్కూల్ లో ఉన్నపుడు మిడిల్ స్కూల్ చేరుకోవటం ఒక కల. మిడిల్ స్కూల్ చేరిన తర్వాత ఏదో ఒకనాడు హైస్కూల్ విద్యార్థి అవుతామాలేదా అని మరొక జిజ్ఞాస. ఆ పిల్లలు అందరూ పెరిగి పెద్దవారయ్యారు!

హైస్కూల్ మొదటి రోజు ఆసన్నమయింది. కొత్తవిద్యార్థిగా స్కూల్ ఆవరణలో అడుగు పెట్టారు. ఇప్పుడు మీరు ప్రశాంతమూర్తి అయిన హైస్కూల్ విద్యార్థి అయ్యారు! కాని కొత్తదనంవల్ల మీరు మీ సీనియర్ల అంత

ప్రశాంతంగా లేరు. వయసులో వారు అందరూ మీకంటే పెద్దవారు. వారిలో చాలామంది కార్లు నడుపుతారు. వారిలో కొందరు కాలేజ్ క్లాసులు కూడా చదువుతున్నారు.

మీరు కొత్తగా హైస్కూల్ లో చేరిన సమయం ఆలోచించండి! అక్కడ మీ సీనియర్లు మీకంటే పెద్దవారు, పరిణతి చెందినవారు అని మీ అభిప్రాయం ఆలోచించండి. నాతో యోసేమిటి హైస్కూల్ లో చదివిన నా సీనియర్లను గురించి నా అభిప్రాయం నాకు ఇంకా గుర్తు ఉన్నది. వాళ్ళు చాలా చాలా కూల్ గా కనిపించేవారు. నాకంటే ఎంతో పరిణతి చెందినవారుగా దర్శన మిచ్చేవారు. అంతా తెలిసినట్లు కనపడేవారు.

ఎంతో కూల్ గా, పరిణతి చెందినట్లు, అంతా తెలిసినట్లు కనిపించిన ఆ సీనియర్లు అప్పటికి ఇంకా కిశోరప్రాయులే. సీనియర్ అయిన తర్వాత నేను ఎంత పరిణతి రహితంగా, అభద్రంగా, అయోమయంలో ఉన్నానో వాళ్ళు కూడా అంత పరిణతి రహితంగా, అభద్రతలో, అయోమయంలో ఉన్నారు. అంటే మనం మెచ్చుకుని ఆరాధించే ఆ వ్యక్తుల స్థాయి చేరుకోవటానికి తగిన సంభావ్యశక్తి మన అందరిలోను ఉన్నది. ఈనాడు మీకు ఊహాలోకంగా కనిపించే భవిష్యత్తు మీరు ఇంకా సృష్టించుకోవలసిన యదార్థం.

సాధ్యాసాధ్యాల దృక్పథం నిరంతరము విస్తరిస్తూ ఉంటుందనటానికి డబ్బు సంపాదనలో మన సమర్థత ఒక చెప్పుకోదగిన పెద్ద ఉదాహరణ. పసితనంలో చిల్లర డబ్బులు పోగుచేసి పిగ్గీ బ్యాంక్ లో దాచుకోవటం ఒక పెద్ద ఉత్సవం. మనకు చెప్పరాని ఆనందం, ఉత్సాహం. అప్పుడు 10 డాలర్లు సంపాదించటం అనే ఆలోచనే మన ఊహకు అందని విషయం. ఇంట్లో మనం చేసే చిన్నచిన్న పనులకు, పక్కింటివాళ్ళ లాన్ లో గడ్డికోసినందుకు మనకు ప్రతిఫలం దొరకటం మొదలు అయినప్పుడు మనం చిల్లర పోగుచేసుకునే స్థాయినుంచి డాలర్ బిల్లులు కూడబెట్టుకునే స్థాయికి ఎదిగాం. హఠాత్తుగా మన లోకంలోకి 10 డాలర్ బిల్ లు ప్రవేశించాయి. అప్పుడు మన ఊహలు తర్వాతి లక్ష్యానికి పయనించాయి. 100 డాలర్లు సంపాదించే మార్గం. 100 డాలర్లు సంపాదించ గలిగిన తర్వాత 1000 డాలర్లు, ఆ తర్వాత 10,000 డాలర్లు సంపాదించే సామర్థ్యం వరసగా పెరుగుతూనే ఉన్నాయి.

పందొమ్మిది సంవత్సరాల వయసులో నేను రేడియో డిస్క్ జాకీ (అది ఒకనాడు నేను కలగన్న ఉద్యోగం) గా ఉద్యోగం చేశాను. అప్పుడు నా సంపాదన గంటకు 10 డాలర్లు. అపుడు ఆ ఉద్యోగం మాని సంగీత కచేరీలు

చేసి టికెట్ల ద్వారా సంపాదన చేశాను. ఆ తర్వాత కట్కో కంపెనీ వారి కత్తులూ, కటారులూ అమ్మే ఉద్యోగం చేపట్టాను. అక్కడ మొదటివారం కమిషన్ లలో నేను 3000 డాలర్లకు పైగా సంపాదించాను. రేడియో స్టేషన్లో పని చేస్తూ ఉంటే ఆ సొమ్ము సంపాదించటానికి నాకు 300 గంటలు పట్టేది. ఇప్పుడు మీరు ఊహించండి. నాలుగు నెలలలో సంపాదించ గలిగిన సొమ్ము ఒక వారంలో సంపాదించటంతో, నా ఆర్థిక భవిష్యత్తును గురించి నా దృక్పథం పూర్తిగా మారిపోయింది. నా సంపాదనాశక్తిని గురించి ఒక నూతన సంభావ్య దృష్టి ఏర్పడింది.

నేను ఈ మధ్య మిరకిల్ మార్నింగ్ మిలియనేర్స్: వ్హాట్ ది వెల్దీ డూ బిఫోర్ 8 ఎ ఎం దట్ విల్ మేక్ యు రిచ్ అన్న పుస్తకం వ్రాశాను. ఆ పుస్తకం వ్రాస్తున్న సమయంలో స్వయంకృషితో మిలియనీర్లు అయిన పెద్దలు కొన్ని డజన్లమందిని ఇంటర్వ్యూ చేసే అద్వితీయ అవకాశం దొరికింది. కాలక్రమేణ వారి ఆర్థిక సంభావ్యత నిరంతరమూ పెరుగుతూ వచ్చింది, ఇంకా పెరుగుతూనే ఉన్నది, అని చెప్పటం ఆ ఇంటర్వ్యూ ఉద్దేశ్యం.

దాదాపు మిలియనీర్లు అందరికీ ఒకనాడు సంవత్సరానికి 100,000 డాలర్లు సంపాదించటం ఒక ఊహాతీతమైన విషయం. ఊహాతీతమైన ఆ ఆరంకెల ఆదాయం సాధించిన తర్వాత అది వారి అలవాటై కూర్చున్నది. అప్పుడు వారి దృష్టి మరికొంత పైకి వెళ్ళింది. ఆ తర్వాత వారందరూ క్రమంగా – అంతరంగంలో నమ్మకాల పరంగాను, బయట సంపాదన పరంగాను – 100,000 డాలర్ల నుంచి 200,000 డాలర్లు, అక్కడినుంచి 300,000 డాలర్లు అలా నిచ్చెన ఎక్కసాగారు. ఒకస్థాయి ఆదాయం స్థిరపడగానే ఆ పైస్థాయి ఆదాయం దృష్టిలోకి వచ్చేది. ఇక్కడ ఒక ఆసక్తికరమైన విషయం ఏమిటంటే, వారి ఆదాయంతోబాటు వారి కృషి స్థాయి పెరగలేదు. ఇంకా అది తగ్గిందని చెప్పాలి. వారి జ్ఞానం, అనుభవం, సమర్థత, ప్రభావం పెరిగినకొద్దీ వారు ఇంకా ఇంకా ఎక్కువ సంపాదించ గలిగారు. వారి వ్యక్తిత్వం ఎదుగుతూ ఉంటే వారి ఆదాయం పెరుగుతూ వచ్చింది.

మీ దృక్పథం విస్తరణ

మనం ఒకరోజులో ఎన్ని ఆలోచనలు చేస్తాము అనే విషయంలో వాగ్వాదం ఉన్నది. ఇంటర్నెట్ లో అనేక సంఖ్యలు దర్శనం ఇస్తూ ఉంటాయి.

అత్యధికంగా దర్శనం ఇచ్చేది 50,000 నించి 60,000 వరకూ. ఆ సంఖ్యల తప్పొప్పుల విషయం పక్కనపెట్టి, రోజులో మనం అందరమూ అనేక ఆలోచనలు చేస్తూ ఉంటాం అన్న విషయం ఒప్పుకుంటా మనుకుంటాను.

ఆ ఆలోచనలు ఎన్ని అన్నది అప్రస్తుతం. మీకు నాకు ఇక్కడ ముఖ్యమైన విషయం ఏమిటంటే ప్రతిరోజూ మనకు కలిగే ఆలోచనల్లో ఎక్కువ భాగం ఒకటిగానే ఉంటాయి. మన ఆలోచనలు మన వ్యక్తిత్వాన్ని స్థాపిస్తాయి అంటే, మనం రోజూచేసే ఆలోచనలు జీవితంలో ముఖ్యపాత్ర వహిస్తాయనే కదా! అంటే, మీరు నిత్యమూచేసే ఆలోచనలే మీ నిజజీవితం అవుతుంది. మీరు సమర్థులా, అసమర్థులా అన్నది మీ ఆలోచనలను బట్టి ఉంటుంది. మీ జీవితంలో సాధ్యాసాధ్యాలు పరిమితమా, అపరిమితమా అన్నది మీ ఆలోచనల మీద ఆధారపడి ఉంటుంది. అంతా మీ దృక్పథంమీద ఆధారపడి ఉంటుంది. మనం నిద్ర మేలుకోగానే మన మెదడు అలవాటుపడిన ఆలోచనా క్రమంలోకి దిగుతుంది. ఆ ఆలోచనాక్రమం ఆ రోజు ఎలా గడిచింది అన్నదానిని బట్టి సాగుతుంది. ఉదయం నిద్రలేవగానే బయటికి వెళ్ళటానికి ఏమి చేయాలా అని ఆలోచిస్తాం. రోజంతా మన కార్యక్రమం ఏమిటా అని ఆలోచిస్తూ ఉంటాం. ఆ తర్వాత ఇంటికి వెళ్ళిన తర్వాత ఏమి చేయాలి, నిద్ర పోబోయేముందు ఏమి చేయాలి అని మన ఆలోచన. ఇంతకు మించి ఉజ్వల భవిష్యత్తును గురించి, ఆ భవిష్యత్తు సృష్టించటానికి మనం ఎలా ఎదగాలి అని మనం ఆలోచించం. కనుక మన జీవితం ఎప్పటిలాగే ఉంటుంది. మనమూ అలాగే ఎదుగూ బొదుగూ లేకుండా కొనసాగుతాం.

మనం ఒకేవిధమైన ఆలోచనలు చేస్తూ ఉంటే, మన సాధ్యాసాధ్యాలు కూడా ఆ పరిధిలోనే ఉంటాయి. ఇప్పుడు మనం జీవిస్తున్న వాస్తవం ఇంతవరకూ చేసిన మన ఆలోచనల ఫలితంగా, ఇప్పుడు చేస్తున్న ఆలోచనల ఫలితంగా సృష్టి అయింది, అవుతూ ఉన్నది. మీ జీవితం మెరుగుపడాలంటే, మీకు అలవాటయిన ఆలోచనలు మెరుగుపడాలి. మీ ఆలోచనలు మెరుగు పడాలంటే మీకు అత్యంత ముఖ్యమైన విషయాలు, మీకు సాధ్యమైన విషయాలు, మీలో రావలిసిన మార్పు, సాధ్యాసాధ్యాలను అనివార్యం చేయటానికి మీరు ఏమి చేయాలి అన్న విషయాలు స్పష్టంగా వ్రాసిపెట్టుకోవాలి అప్పుడు మీరు మీ జ్ఞాపకశక్తిని నిందించవలసిన పని తప్పుతుంది. ఇది ఎలా చేయాలో తొమ్మిదవ అధ్యాయంలో వివరంగా చెప్తాము.

అద్భుతాల ప్రవీణులు తమను తాము క్రితంలోకంటే మేలైన వ్యక్తులుగా

దర్శించటానికి సిద్ధపడి ఉంటారు. అలా సిద్ధంగా ఉన్నప్పుడు గతంలో మీరు చేసినవి, చేయనివి ప్రస్తుతం అప్రస్తుతం అవుతాయి. మీ ఆలోచనలు ముఖ్యం. మీ ఆలోచనలు మీ అదుపులోకి తీసుకుంటే, మీరు ఆ బాధ్యత వహిస్తే, సార్ధకమైన ఫలితాలు, మీ జీవితంలో అభివృద్ధి సర్వదా సాధ్యమని మీరు గ్రహిస్తారు. నికరమైన ప్రక్రియతో మీరు ఘనమైన ఫలితాలు సాధించే అవకాశాలు మెరుగుపడతాయి.

అంతా మార్చివేసిన సంవత్సరం

కట్కో విడిచిపెట్టేముందు నేను నాకు మరొక లక్ష్యం విధించుకున్నాను. అంతకు మునుపు నేను సాధించిన అత్యుత్తమ సాలుసరి అమ్మకాలు రెట్టింపు చేయటం. అమ్మకాలు 25 శాతం, 50 శాతం పెంచటం అంటేనే భయానకంగా ఉంటుంది. ఇక నూటికి నూరు శాతం పెంచటం అంటే ఎలా ఉంటుందో ఊహించండి. గత ఏడు సంవత్సరాలూ ఇరవైకి మునుపూ తర్వాతా, ఒక సంవత్సరంలో 100,000 డాలర్ల అమ్మకాలు సాధించాలని ఒక లక్ష్యం పెట్టుకున్నాను. ఆ లక్ష్యం రెండు సార్లు సాధించాను. దానితో నేను ఆసంస్థ అత్యున్నత పదిమంది విక్రేతల సమాజంలో సభ్యుడిని (ఐదు, ఆరు) అయ్యాను. ఆ పదవి నాకు కాన్కన్, మెక్సికో, బాన్ఫ్, కెనడా దేశాలు కంపెనీ ఖర్చుతో పర్యటించే అవకాశాలు కల్పించింది.

2004 లో ఇరవై ఐదు సంవత్సరాల వయసులో రచయితగా, ప్రముఖవక్తగా కావాలనే కోరికతో ఆ ఉద్యోగం విరమించ బోతున్నాను. కాని, ఆ ఉద్యోగం విడిచిపెట్టే ముందు నాకు ఒక గ్రహింపు కలిగింది. అదీ బాధాకరమైన గ్రహింపు: కట్కోలో ఉన్నంత కాలము విక్రేతగా నా సంభావ్యశక్తి పరీక్షకు పెట్టలేదు. 100,000 డాలర్ల అమ్మకం పార్ట్ టైం ప్రయత్నం మాత్రమే అనిపించింది. అందులో నా సర్వశక్తులూ – సంవత్సరం పొడుగునా – ఎన్నడూ ప్రయోగించలేదు. ఇప్పుడు నా ప్రయత్నం రెట్టిపుచేసి ఒక సంవత్సరంలో సాధించిన అమ్మకాలకు రెట్టింపు అంటే, 200,000 డాలర్ల అమ్మకాలు సాధించాలని అనుకున్నాను. కంపెనీలో ఆ మైలురాయి సాధించినవారిని వేళ్ళమీద లెక్కపెట్టవచ్చు. జీవితంలో కోరుకున్నది ఏదైనా సరే సాధించగలిగే శక్తి సామర్ధ్యాలు అలవరుచుకోవటమే ఇక్కడ నా ముఖ్యోద్దేశం. ఆ లక్ష్యం నా జీవితధ్యేయం అయికూర్చున్నది.

ఆ సంవత్సరం నాకు వేరే లక్ష్యాలు ఏమీ లేవని అర్థం కాదు. వాస్తవానికి నేను ఎన్నటికంటే ఇంకా ఎక్కువ చెప్పుకోదగిన లక్ష్యాలకు (పరిమాణం, నాణ్యత కూడా) నిబద్ధుడినై ఉన్నాను. నా అత్యధిక విక్రయాలు రెట్టింపు చేయటంతోబాటు, ఒక పుస్తకంవ్రాసి ప్రచురించాలని, హైస్కూల్, కాలేజ్ లలో కనీసం పన్నెండు ప్రసంగాలు చేయాలని, వారానికి ఐదురోజులు వ్యాయామం చేయాలని, వారంలో మూడు రోజులు కొండలు, గుట్టలు ఎక్కాలని, నేను పెళ్లి చేసుకోబోయే అమ్మాయిని కలుసుకోవాలని, ఇంకా 10,000 డాలర్లు దానం చేయాలని నా లక్ష్యాలు. ఇవి ముఖ్యమైన లక్ష్యాలు. ఈ జాబితా పూర్తి జాబితా కాదు. జీవితంలో ప్రతి ఒక్క రంగంలోనూ లక్ష్యాలు ఏర్పరుచుకున్నాను.

అన్నిటికంటే ముఖ్యమైన ఏకైక లక్ష్యం ఏదో స్పష్టంగా తెలుసుకొని, దానిని సాధించటమే ధ్యేయంగా పెట్టుకున్నాను. అప్పుడు ఆ లక్ష్యం సాధించటంలోను, దానితోబాటు ఇతర లక్ష్యాలు సాధించటంలోను విపరీతమైన ప్రభావం కలిగింది. (మీ ప్రప్రథమ లక్ష్యం ఏమిటో వచ్చే అధ్యాయంలో నిర్ణయించుదాం). అన్నిటికంటే ముఖ్యమైన లక్ష్యం ఏదో – 200,000 డాలర్ల అమ్మకాలు – స్పష్టమైన తర్వాత నా సమయమెలా వినియోగించాలో స్వయంచాలకంగా నిశ్చయం అయిపోయింది. ఈ ముఖ్య ప్రణాళిక సాధించటానికి, సాధించటం తప్ప గత్యంతరం లేని స్థితికి, అవసరమైన ఏర్పాట్లు, ప్రయత్నమూ పూర్తి అయినదాకా, నేను నా ఇతర లక్ష్యాల మీద కాలం వెచ్చించలేదు.

వార్షిక విక్రయాలు రెట్టింపు చేయటానికి ప్రతిరోజూ నా కాల్స్ రెట్టింపు చేశాను. ఆ కాల్స్‌లో, జరిపిన పరిచయ ప్రసంగాలవల్ల కలిగిన ఫలితాలు, నేను పట్టించుకోలేదు. నేను రూపొందించిన పథకం ప్రకారం పనిచేశాను. ఆ పథకం నా ఫలితాలు సాధిస్తుందని నా విశ్వాసం. నేను ఒక జట్టు తయారుచేసి ఆ జట్టుకు నాయకత్వం వహించాను. వారిలో ప్రతి ఒక్కరూ ఆ 200,000 డాలర్ల విక్రయాలు సాధించాలనే పట్టుదలతో ఉన్నారు. ప్రతివారమూ మేము అందరమూ కలుసుకొని, జరిగిన సంగతులు చర్చించేవాళ్ళం. ఆ వారంలో కలిగిన విజయాలు, పరాజయాలు, అందులో నేర్చుకున్న గుణపాఠాలు అన్నీ మథనం చేసేవాళ్ళం. ఒక జట్టు తయారు చేయటం నా లక్ష్యాలలో ఒకటి. కానీ ఆ జట్టు నా ముఖ్య లక్ష్యానికి తోడ్పడింది. నేను కొత్త రంగంలోకి అడుగు పెడుతూ ఉంటే ఈ జట్టు నాకు తోడ్పడింది. కొత్తకొత్త ఆలోచనలు ఇచ్చింది.

నాకు నీరసం కలిగినప్పుడు, అనుకున్న పని నెరవేరుతుందా లేదా అని సందేహం కలిగినపుడు వారు నాకు ఎనలేని శక్తి, మనోబలము అందజేశారు.

నా లక్ష్యం ఏర్పరుచుకున్న ఏడాది లోపలనే తపాలా ద్వారా నా కమిషన్ స్టేట్మెంట్ వచ్చింది. ఆ సంవత్సరానికి నేను 205,000 డాలర్ల అమ్మకాలు సాధించానని తెలిసింది. ఆ అంకెలు చూస్తూ ఉంటే నాకు నమ్మశక్యం కావటంలేదు. నేను నా పక్క దగ్గర నుంచొని వెనక్కు వాలినట్లు గుర్తు. నేను ఒక మేఘంలో పడుతున్న అనుభూతి కలిగింది (ఉత్సాహపరిచే నేపథ్య సంగీతం). నా నాడివేగం పెరిగింది. అసంభావ్యం అనుకున్న దానిని నేను సాధించాను అన్న విషయం నా మెదడు ఆకళింపు చేసుకోవటానికి ప్రయత్నం చేస్తున్నది. పాత ఆలోచనలు విడిచిపెట్టి, ఈ కొత్త వాస్తవాన్ని జీర్ణం చేసుకోవటానికి నాకు కొన్ని నిమిషాలు పట్టింది. మనం మన భయాలు అధిగమించి మనం సంకల్పించినది ఏదైనా సాధించగలం అని ఆ అనుకూల క్షణంలో నేను గ్రహించాను.

అప్పుడు నేను ఒక్కడినే కాదు. నా జట్టులో మరొక ఐదుగురు ఆ 200,000 డాలర్ల లక్ష్యం సాధించారు. కథ అక్కడితో ముగియలేదు. మీరు ఏకైక లక్ష్యం మీద దృష్టి నిలిపి, అచంచల విశ్వాసం, అసాధారణ ప్రయత్నంతో ఆ లక్ష్యాన్ని సాధించటానికి శక్తి ధారపోస్తే, మరొక ఆసక్తికరమైన విషయం జరుగుతుంది. మీరు వదిలివేశామనుకున్న మీ ఇతర లక్ష్యాలుకూడా సాధిస్తారు. అవి మీ నూతన వ్యక్తిత్వంతో చేతులు కలుపుతాయి.

ఆ ఒక్క సంవత్సరంలో నేను నా మొదటి పుస్తకం (Taking Life Head On: How To Love The Life You Have While You Create You The Life Of Your Dreams) రచించి ప్రచురించాను. ప్రసంగ వ్యాపారం ఆరంభించాను. శరీరం కొవ్వు 5.7 శాతానికి (అది ఆరోగ్యకరమో కాదో నాకు తెలియదు) తీసుకు వచ్చాను. నా స్వప్నసుందరిని కలిశాను (ఇప్పుడు మాకు ఇద్దరు పిల్లలు). వారానికి ఐదు రోజులు వ్యాయామం చేశాను. వారానికి మూడు సార్లు కొండలు, గుట్టలు ఎక్కాను. యోగాభ్యాసం మొదలుపెట్టాను. అంతకు ముందుకంటే ఎక్కువ సొమ్ము దానం చేశాను. ఆ సంవత్సరం నా జీవితాన్ని పూర్తిగా మార్చివేసింది. నా సమర్థతను గురించీ, నా నిబద్ధతను గురించీ నా దృక్పథం మార్చుకున్నాను. ఇంతకాలమూ నేను నా శక్తిసామర్థ్యాలు పూర్తిగా ప్రయోగించలేదు. ఇప్పుడు నా సంభావ్య శక్తి విస్తరింపజేసి నేను మేలైన మనిషిని అయ్యాను. నా జీవితంలో అదే అత్యుత్తమ

సంవత్సరం. నా శక్తి సామర్థ్యాలమీద నాకు నమ్మకం ఉన్నది. ఆ అదనపు ప్రయత్నంతో నేను ఆశించిన స్థాయికి ఎదిగాను. మీరు కూడా ఆ అనుభవం రుచి చూడాలని నా కోరిక.

మనం ఇప్పుడు తర్వాతి అధ్యాయానికి కదల బోతున్నాం. మీ జీవితం విషయంలో ఈ నూతన లక్ష్యాల దృక్పథం గురించి మీరూ ఆలోచన చేయాలని మీకు నా ఆహ్వానం. మీకు సఫలత కలగబోవటం లేదని మీ నమ్మకం. కనుక ఏదైనా మొదలు పెట్టగానే వదిలిపెతారు, లేదా అసలు మొదలు పెట్టనేలేదు. అలా ఎన్నిసార్లు జరిగింది? ఆ సందేహాలు, సంశయాలు వదిలిపెట్టి, మీరు చొచ్చుకు పోయిన సంఘటన ఎలా తేలింది? మీకే ఆశ్చర్యం వేసింది కదా!. మన అందరికీ ఈ అనుభవాలు/కథలు ఉంటాయి. కష్టపడి పనిచేసి లక్ష్యం సాధించిన సందర్భాలు నా జీవితంలో అనేకం. నేను కష్టపడి పనిచేయకుండానే లక్ష్యం సాధించిన సందర్భాలు కూడా లేకపోలేదు. అతి కష్టపడి పనిచేసిన తర్వాత లక్ష్యం సాధించని సందర్భాలు కూడా ఉన్నాయి. కష్టపడి పనిచేయకుండా, లక్ష్యాలు సాధించని సమయాలు కూడా ఉన్నాయి. ఇక్కడ మనం గుర్తించవలసిన విషయం ఏమిటంటే, మన ప్రయత్నం, శ్రమ సదా సఫలత తెచ్చిపెట్టక పోవచ్చు. కాని మిమ్మల్ని మారిన వ్యక్తిగా తీర్చి దిద్దటంలో ఆ కృషి తోడ్పడుతుంది.

ఇప్పుడు ఒక లక్ష్యం యొక్క ధ్యేయం ఏమిటి అని తెలుసుకున్నాం. మన దృక్పథం విస్తరింపజేశాం. రాబోయే అధ్యాయంలో మరికొంత లోతుగా ఆలోచించి, మీకు అత్యంత ముఖ్యమైన విషయం ఏమిటో తెలుసుకుందాం. మీ లక్ష్యాలలో మీ ప్రప్రథమ లక్ష్యం ఏమిటో గుర్తించాలి. మీ లక్ష్యాలలో ఏది మీ ప్రప్రథమ లక్ష్యం అవుతుందో తెలుసుకుంటారు. అద్భుతాల ప్రవీణులు కావటానికి అవసరమైన శక్తి సామర్థ్యాలు సాధించటంలో ఏ లక్ష్యం తోడ్పడుతుందో తెలుసుకుంటారు.

6

మీ పరమధ్యేయం

మీ ప్రప్రథమ లక్ష్యం తెలుసుకోవలసిన సమయం

మీ ఉద్యోగ జీవితం రెండు ముఖ్యమైన రంగాలుగా విభజించి ఉన్నది. అన్నిటికంటే ముఖ్యమైన విషయము, మిగిలినవి. అన్నిటికంటే ముఖ్యమైన విషయంలో మీరు అత్యంతశ్రద్ధ వహించాలి. మిగిలినవాటిని సక్రమంగా నడిచేట్లు చూడండి. వృత్తి, ఉద్యోగ సఫలతకు ఆ పద్ధతి అవసరం.

-గ్యారీ కెల్లర్

సాధ్యాసాధ్యాలను గురించిన ఈ కొత్త దృక్పథం ఎలా ఉన్నది? ఒక లక్ష్యం ప్రధాన ధ్యేయం ఇప్పుడు మీరు అర్థం చేసుకున్నారనుకుంటాను. ఇకనుంచి మీకు ముఖ్యమైన విషయాలలో మీరు ఎంత పెద్ద లక్ష్యాలనైనా ఏర్పరుచుకోవచ్చు. ఇక మీరు విఫలం అయ్యే ప్రసక్తి లేదు గనుక మీరు భయపడవలసిన పని లేదు. మీరు నేర్చుకుంటారు, ఎదుగుతారు. ఎప్పటికంటే మెరుగైన వ్యక్తిగా రూపొందుతారు. మీ సుఖారామానికి దూరం అయినకొద్దీ మీరు ఇంకా ఎక్కువ నేర్చుకుంటారు, ఇంకా వేగంగా ఎదుగుతారు, ఇంకా త్వరగా అద్భుతాల ప్రవీణుల లక్షణాలు జీర్ణించుకుంటారు. అప్పుడు అపారమైన అనివార్య ప్రపంచం మీ కళ్ళముందు వికసించుతుంది.

ఈ విధంగా జీవించటం మొదలు పెడితే మీ జీవితం ఎలా ఉండబోతున్నదోనన్న పగటికలలు కూడా కనటానికి మీరు సంసిద్ధులు అయి ఉండవచ్చు. మీ ఆదాయం పెంచి, అచంచలమైన ఆర్థిక స్థిరత్వం స్థాపించారు, మీ వ్యాయామం పెంచి ఉత్తమోత్తమ శరీర దార్ఢ్యం సాధించారు, చివరికి మీరు మర్చిపోయిన లక్ష్యాలు, కలల జాబితా పరిశీలించటం మొదలు పెడతారు. మీ లక్ష్యాలలో, కలలలో అన్నిటికంటే పెద్ద లక్ష్యాలు, కలలు అక్కడే కాపురం చేస్తున్నాయి. అలా జరిగితే జీవితం బ్రహ్మాండంగా ఉండదూ? ముఖ్యంగా మీ పెద్దపెద్ద లక్ష్యాలూ, కలలూ అన్నీ ఒక్కసారిగా ఫలిస్తే ఎంత బాగుంటుంది?

ఒక్క నిమిషం. అన్నీ ఒక్కసారిగానా? మీ అతిపెద్ద లక్ష్యాలు అన్నిటినీ ఒకేసారి చేపట్టుదామని ఆలోచిస్తున్నారా? ఈ విషయం ఒక్క నిమిషం మాట్లాడుదాం.

అనన్యత శక్తి

గత ఇరవై సంవత్సరాలుగా నేను జీవితంలో అన్ని రంగాలనుంచి వచ్చిన వ్యక్తులతోను వ్యవహరించాను. అందరిలోనూ సర్వసామాన్యమైన అవరోధం ఒకటి నేను గమనించాను. మనలో దాదాపు అందరమూ ఒకేసమయంలో అనేక లక్ష్యాల దిశగా కృషి చేస్తున్నాం. అక్కడ ఏది ముందు, ఏది వెనక అనే స్పష్టత లేదు. ఆరోగ్య లక్ష్యాలు, కుటుంబ లక్ష్యాలు, ఆర్థిక లక్ష్యాలు, వృత్తి/

ఉద్యోగ లక్ష్యాలు, బాంధవ్య లక్ష్యాలు – ఒకటేమిటి మన లక్ష్యాల జాబితా అలా పోతూనే ఉంటుంది. మన లక్ష్యాలలో ఏది ముందు, ఏది వెనక అన్న ఎరిక లేకపోతే ఏమవుతుందో తెలుసా? మనం చాలా బిజీగా ఉంటాం. పనికిరాని అడుగు ఏదో ముందుకు వేస్తాం. కాని విఫలమయిన లక్ష్యాలతో, దిక్కుతోచని అయోమయంలో ఇరకాటంలో పడతాం.

ఇలా లక్ష్యాలు ఏర్పరుచుకోవటమంటే, జోడుగుర్రాల సవారి లాంటిదే. అన్నిపనులూ ఒకేసారి చేయాలనే ఆరాటం మనలను ప్రలోభ పెడుతుంది. మన సంస్కృతి మనలను – వివిధ కార్యకలాపాలు ఒకేసారి చేపట్టటానికి మెదడును విభజించటం – అలా శిక్షితులను చేసింది. మనం అన్ని పనులూ ఒకేసారి చేపడుతున్నామన్న అపోహలో ఉంటాం. మనం పనిలో ఉన్నపుడు ఫేస్ బుక్ లో ఏదో ఒక నోటిఫికేషన్ త్వరగా చెక్ చేస్తాం. మనం డ్రైవ్ చేసేటపుడు, సెల్ ఫోన్ లో మాట్లాడుతాం. పిల్లలతో ఆటలాడేటపుడు మనకు వచ్చిన టెక్స్ట్ సందేశాలు చదువుతూ ఉంటాం. మనం బహువ్యాపక సామర్థ్యం సాధించినట్లు తోస్తుంది. కాని మనం అంత దక్షత సాధించామా?

లేదు అని దానికి సూటి సమాధానం. 2009 లో స్టాన్ఫర్డ్ యూనివర్సిటీలో ఒక అధ్యయనం జరిగింది. వివిధ మాధ్యమాలు ప్రయోగించి బహువ్యాపకాలు కొనసాగించేవారు, వాస్తవానికి తగినంత సమర్థులు కారు. అనవసరమైన సమాచారం తొలగించటానికి, రెండు వ్యాపకాల మధ్య ఒకదానినుంచి మరొకదానికి దృష్టి మరల్చటంలో వారికి చాలా సమస్య ఎదురవుతుంది. సమయం నష్టపోతారు. వారి జ్ఞాపకశక్తి కూడా, ఒకేపనిమీద ఏకాగ్రం చేసేవారి జ్ఞాపకశక్తి అంత తీక్షణంగా ఉండదు. బహువ్యాపక ధోరణి మీ పురోగతిని అడ్డుకుంటుంది. అన్నిటికీ ఒకే ప్రాముఖ్యత ఇచ్చి అనేక లక్ష్యాలు వెంటాడినాకూడా జరిగే పర్యవసానం అదే.

మీరు ఒకేసారి ఐదు లక్ష్యాలు వెంటాడుతున్నారనుకుందాం. కొన్ని నెలల తర్వాత వాటిలో రెండు లక్ష్యాలలో మీరు 5 – 7 శాతం పురోగతి సాధించి ఉండవచ్చు. మిగిలినవి 2 –3 శాతం ప్రగతిలో వెనకబడి ఉంటాయి. కొన్ని మీరు ఇంకా ముట్టుకొని ఉండక పోవచ్చు. మరికొన్ని నెలల తర్వాత మీరు కొన్నిటిలో మరొక 5 – 7 శాతం, మరికొన్నిటిలో 2 – 3 శాతం, ప్రగతి సాధించి ఉండవచ్చు. ఒకటి రెండు పూర్తిగా విస్మరించి ఉండవచ్చు. ఆరునెలల తర్వాత గమనిస్తే, ఒక్కొక్క లక్ష్యమూ మీరు నామకః మాత్రమే పనిచేసి ఉంటారు. అప్పటికి లక్ష్యాలు ఏర్పరుచుకునేటప్పుడు మీకు ఉన్న

ఉత్సాహము, ప్రేరణ నీరసించి ఉంటాయి. ఇప్పుడు కొత్తగా మరి ఐదు లక్ష్యాలు వెంటాడాలని దురాకర్షణ కలగవచ్చు. ఈ కొత్త లక్ష్యాలు తాజాగా, పురికొలిపేవిగా, ఉత్తేజపరిచేవిగా దర్శన మిస్తాయి. అదే విధంగా కొనసాగితే మీరు వాటి మీద మరొక 5 – 7 శాతం పురోగతి సాధించవచ్చు. మీ ఏకాగ్రత ఇలా నలుదిక్కులా ప్రసరింప జేస్తూ ఉంటే, మీరు సిద్ధించని లక్ష్యాలు, నిరుపయోగమైన సంభావ్యశక్తితో తేలుతారు. ఈ ప్రకారం కొనసాగితే మీకు ఏది ముఖ్యమో, ఏది కాదో గ్రహించేశక్తి, మనసు లగ్నంచేసే శక్తి, దీర్ఘకాలం మనసు ఏకాగ్రం చేయగల సామర్థ్యము క్షీణిస్తుంది. చెప్పుకోదగిన లక్ష్యాలు సాధించాలన్నా, కొలమానానికి అందే అద్భుతాలు చేయాలన్నా ఏకాగ్రత కలిగి ఉండటం, ఆ ఏకాగ్రత దీర్ఘకాలం కొనసాగించగల సామర్థ్యము అన్నీ అత్యవసరం.

మనం చాలా లక్ష్యాలు పెట్టుకుంటాం. అన్నిటికీ సమానమైన ప్రాముఖ్యత ఇస్తాం. ఆ పరిస్థితిలో మనకు ముఖ్యమైన లక్ష్యాలు సాధించే అవకాశాలు క్షీణిస్తాయి. మనకు అత్యంత ప్రధానమైన లక్ష్యం ఏదో స్పష్టంగా తెలిసి ఉండాలి. లేకపోతే, మనం మానవ నైజం ప్రకారం సమస్యలులేని దారిన, అనవసరమైన పనులు చేస్తూ రోజంతా బిజీగానే ఉంటాము. ఫోన్ లో మాటలాడి ముగించేపనికి మనం ఇ–మెయిల్ పంపిస్తాం. వ్యక్తిత్వ వికాస పుస్తకం చదవటానికి బదులు నెట్ ఫ్లిక్స్ చూస్తూ కాలక్షేపం చేస్తాం. మన బిజీనెస్ తో మన అపారశక్తిని దురాక్రమణ చేస్తాం.

మనం ఇది మానుకోవాలి. అవసరమైన విషయాలమీదా, ముఖ్యమైన విషయాల మీద మనసు లగ్నం చేయటం నేర్చుకోవలసిన సమయం వచ్చింది. ఈ అధ్యాయంలో, మిగతా పుస్తకం అంతాకూడా మీరు ఒకే లక్ష్యం మీద మనసు లగ్నం చేయబోతున్నారు. ఆ లక్ష్యం మీ జీవితం మీద, జీవిత నాణ్యతమీద, అత్యంత ప్రభావం చూపించ బోతున్నది. అది మిమ్మల్ని కుదిలించవచ్చు. "కాని, హాల్!" మీరు అంటారు, "నాకు ముఖ్యమైన విషయాలు చాలా ఉన్నాయి. నేను సాధించదలచిన లక్ష్యాలు చాలా ఉన్నాయి. వాటిలో ఒక్కటే ఎంచుకోవటం ఎలా?" మీ బాధ నాకు అర్థమవుతుంది. మన బహువ్యాపక ప్రకృతికి ఇది ఎంత విరుద్ధమో నాకు అర్థం అవుతుంది. మీరు అద్భుతాల ప్రవీణులుగా వెలుగొందాలని నా ఆకాంక్ష. దానికి ఒకేవిషయం మీద మనసు లగ్నం చేసి, పూర్తి చేయటం ఉత్తమ పద్ధతి అని మీరే గ్రహిస్తారు.

జెఫ్ హాఫ్ మన్ ప్రైస్ లైన్ డాట్ కాం (Priceline.com) వ్యవస్థాపకులు. ఆయన ఒక బిలియనీర్. నేను, నా వ్యాపార భాగస్వామి జాన్ బెర్ఘాఫ్ కలిసి క్వాంటం లీప్ మాస్టర్ మైండ్ అన్న కార్యక్రమం నడుపుతాం. ఇటీవల జెఫ్ హాఫ్ మన్ ఆ కార్యక్రమలో ప్రసంగించారు. ఆయన ప్రసంగంలో నేను నోట్ చేసుకున్న వాటిలో ఇది అత్యుత్తమం: "ఒకటికంటే ఎక్కువ రంగాలలో (క్రీడా) మీరు స్వర్ణపతకం సాధించలేరు." అది మనసుకు బాగా పట్టనీయండి. దాదాపు ఒలింపిక్ క్రీడాకారులు అందరూ ఏదో ఒక క్రీడలోనే ఉత్తములుగా ఎదగటానికి జీవితాంతం కృషి చేస్తారు. గత అధ్యాయంలో మనం ఏమి నేర్చుకున్నామో గుర్తు ఉన్నది కదా! మీరు ఒక ధ్యేయం ఎంచుకుని దానికి కట్టుబడి ఉంటే, మీ లక్ష్యాలు సాధించే అవకాశాలు మెరుగు పడుతాయి. ఎందుకంటే మీ జీవితం మీ అత్యున్నత లక్ష్యంతో ముడిపడి ఉంటుంది.

ఈ అధ్యాయంలో మీరు మీ అత్యున్నత లక్ష్యానికి అనుగుణంగా జీవిస్తున్నారా, లేదా అని తెలుసుకుంటారు. (మీరు అలా జీవించటం లేదనే అవకాశాలే బహుళం. విచారించకండి. ఆ సమూహంలో మీరు ఒక్కరే కాదు). అప్పుడు ఆ ఉన్నత లక్ష్యానికి అనుగుణంగా జీవించటానికి నిర్ణయిస్తారు. (ఈ అధ్యాయం చదువుతున్నపుడే ఆ పని చేయమని నా అభ్యర్ధన. ఇక్కడ చెప్పిన విషయమంతా మీ మనసులో ఇప్పుడు తాజాగా ఉంటుంది). మీకు కొన్ని రక్షణ మార్గాలు చూపిస్తాను. అప్పుడు మీ ధ్యేయం తప్పక సాధించ గలరని మీకు తెలుస్తుంది. పదవ అధ్యాయంలో అద్భుత సమీకరణం 30 రోజుల సవాలు వస్తున్నది. ఇదంతా దానికి సిద్ధంకావటానికి అభ్యాసం.

సరే, గట్టిగా ఊపిరి పీల్చండి. ఇప్పుడు దూకబోతున్నాం.

అత్యంత ముఖ్య విషయంతో మొదలు

మీకు అత్యంత ముఖ్య విషయం తెలుసుకోవాలంటే, మీరు మీ ఆఖరు క్షణాలతోగాని, మీ ఆప్తుల ఆఖరు క్షణాలతోగాని ముఖాముఖి కావాలని అంటారు. ముప్పైఏడు వయసులో నాకు క్యాన్సర్ సోకిందని చెప్పారు. అప్పుడు నాకు ముఖ్యమైన విషయాలు ఒకటి, నా కుటుంబం, రెండు, నా ఆరోగ్యం; మూడు నా స్నేహితులు; నాలుగు, ఆర్ధిక భద్రత; ఐదు, ఉత్పాదన,

కార్యసిద్ధి; ఆరు వినోదం కాలక్షేపం ఆ క్రమంలో. 70 -80 శాతం నేను రాబోయే కొద్దినెలలలో నేను అస్తమించవచ్చునని చెప్పారు. అప్పుడు నాకు అంతా భ్రమగా తోచింది. మీకు కూడా ఇలా జరగవచ్చు.

ఈ ప్రపంచంలో నాకు అన్నిటికంటే ముఖ్యమైనది ఏది అని మీరు అప్పుడు అడిగి ఉంటే "నా కుటుంబం" అని నిస్సందేహంగా చెప్పి ఉండేవాడిని. అది నేను మనస్ఫూర్తిగా చెప్పిన సమాధానం. నాకు నా భార్యా, పిల్లలకంటే ఏదీ ఎవరూ ఎక్కువ కాదు. వాళ్ళను ప్రేమించినంతగా నేను మరెవరినీ ప్రేమించలేదు. వాళ్ళే నా లోకం. మిగిలినవన్నీ వాళ్ళ తర్వాతనేనని నా నమ్మకం. నేను ఏది చేసినా, వాళ్ళకోసమే నని నా విశ్వాసం.

మరి ఇప్పుడు సమస్య ఎక్కడ? పొరపాటు ఎక్కడ జరిగింది? నా దినసరి కార్యక్రమం పరిశీలిస్తే ఆ లోపం ఎక్కడ ఉన్నదో తెలుసుకోవటం కష్టమైన పని కాలేదు. నా సమయం ఎలా గడిపానో గమనిస్తే, కథ పూర్తిగా తారుమారయింది. నేను తరుచు వ్యాపార నిమిత్తం పర్యటన చేసేవాడిని. వారానికి అరవై గంటలకు పైగా పనిచేసేవాడిని. చేయవలసిన పెద్ద ప్రాజెక్ట్ ఏదో ఒకటి ఉండేది. కనుక వారాంతంలో కుటుంబంతో గడపవలసిన సమయంకూడా ఆ ప్రాజెక్టులో స్వాహా అయ్యేది. నాకు నా కుటుంబం అత్యంత ముఖ్యం అయి ఉంటే, తరుచు అంత ప్రాముఖ్యం కాని నా ఇతర వ్యాపకాల కోసం, వారిని పక్కకు తోయటం తప్పకుండా జరిగింది. నేను చెప్పినదానికి (నా నమ్మకాలకు) , చేసిన పనులకు మధ్య పొంతన శూన్యం.

ప్రగాఢమైన పర్యావలోకనం, ఆత్మశోధన తర్వాత నాకు నా ఉత్పాదన, నా కార్యసిద్ధి అన్నిటికంటే ముఖ్యమైన, విలువైన విషయాలని తేలింది. నా సమయం, శక్తి అంతా ఒక ప్రాజెక్ట్ పూర్తి చేయటంలోనూ, మరొక ప్రాజెక్ట్ చేపట్టటంతోనే సరిపోయాయి. నిద్రపోబోయేముందు పిల్లలకు కథ చెప్పటానికి బదులు నా వ్యాపారం లాభనష్టాలు బేరీజు వేయటంలో మునిగి ఉండేవాడిని. మా ఆవిడ ఆఫీసు కార్యక్రమం ఎలా నడిచిందో వినటానికి బదులు, నా ఇ-మెయిల్స్ చదువుతూ, అర్జెంట్ అనుకున్న వాటికి సమాధానాలు ఇస్తూ, ఆమె చెప్పినదానికి లాంఛనప్రాయంగా తల ఊపేవాడిని. నేను ఏ ఒక్క విషయం మీదా, ముఖ్యంగా నా కుటుంబం వ్యవహారాలలో, మనసు లగ్నం చేయలేదు. కాని అందుకు తగిన కారణాలు ఉన్నాయి. కనీసం ఉన్నాయని అనుకున్నాను. నాకు, నా కుటుంబానికి కావలసిన ఆర్థిక భద్రతకు అత్యంత విలువ ఇచ్చాను. వాళ్ళు నాకు

అన్నిటికంటే ముఖ్యులు. వాళ్లకు పుష్టికరమైన ఆహారం, మంచిదుస్తులు, సౌకర్యము కలిగించాలని నా ఆరాటం. కొంచెం వెనక్కువాలి, ఆ ఆలోచనా సరళి పరిశీలిస్తే, ఆర్థిక భద్రతమీద నా మనసు లగ్నం చేసింది నా కుటుంబం మీది ప్రేమానురాగాలతో కాదు, అది భయంవల్ల కలిగిందని తేలింది. నాకు ముఖ్యమైన విషయాలలో వచ్చిన సున్నితమైన మార్పుకు కారణం వాళ్ళు కారని రుజువయింది.

నా ఆర్థిక వ్యవహారాలమీద నాకు పూర్తి నియంత్రణ ఉన్నదని నా దృఢ విశ్వాసం. కాని 2008 లో ఆర్థిక స్థితి కుప్పకూలటంతో నా క్లయంట్లలో సగంమంది మాయమయ్యారు. వాళ్ళకు కూడా ఆ ఆర్థిక మాంద్యం ప్రభావం గట్టిగా సోకింది. నాతో కలిసి పనిచేయటం కొనసాగించలేకపోయారు. నా ఆదాయం సన్నగిలటంతో నేను నా తనఖా వాయిదాలు చెల్లించలేక పోయినాను. ఆ కారణంగా మా ఇల్లు జప్తు అయిపోయింది. నాకు అప్పు పుట్టటం అసాధ్యం అయికూర్చున్నది. ఆర్థికంగా నేను అట్ట అడుగుకు పడిపోయాను. అది భయానకమైన పరిస్థితి. నా వ్యాపారం నిలబెట్టటానికి నేను చేసిన ప్రయత్నాలు అన్నీ నిరుపయోగం అయ్యాయి. నేను అప్పుల ఊబిలోకి దిగజారుతూ ఉన్నాను. ఆ ఊబిలోనుంచి బయటపడే మార్గం ఏదీ నాకు గోచరించలేదు. ఎలాగో ఒకలా ఆ ఊబిలోనుంచి బయటపడి, మళ్ళీ నా వ్యాపారంలో ముందడుగు వేయగలిగాను. ఆ తర్వాత కొన్ని సంవత్సరాలకు కూడా, ఉన్నదంతా మళ్ళీ ఊడ్చిపెట్టుకు పోతుందేమోనన్న భయంతోనే నేను వ్యాపారం నడుపుతున్నానని గ్రహించాను.

కనుక మా క్లయంట్ దగ్గరినుంచి వచ్చే ప్రతి ఒక్క ఇ-మెయిల్ ప్రాముఖ్యత పెరిగింది. నేను చేసిన ప్రతిఒక్క కీ నోట్ ప్రసంగము ఒక జీవనాధారంగా తోచింది. మా కుటుంబానికి మంచి జీవనం కల్పించాలనేది నా కోరిక. కాని అంతకు మించి, మరొక ఆర్థిక ఉపద్రవం ముంచుకు వస్తుందేమోనన్న భయం. మరొక ఆర్థిక సంక్షోభం. నా జీవితంలో ఏ ఒక్క అంశమూ నా అధీనంలో లేదు.

ఆ భయం అధిగమించటానికి ఉత్పాదన నా జీవితంలో అత్యంత ప్రముఖస్థానం ఆక్రమించింది. ఆ విషయం నాకు తెలుసునా, తెలియదా అన్నది అప్రస్తుతం. ఈ సంవత్సరం నా ప్రసంగాల తర్వాత నేను చాలమందితో మాట్లాడాను. అందరిదీ అదే పరిస్థితి. ఉత్పాదన, సఫలత, సాధ్యత శ్రమ అని ఏ పేరైనా పెట్టవచ్చు. అన్నీ ఒకే పాత్రలో పడతాయి. మనలో దాదాపు

అందరమూ ఆ వ్యసనానికి బానిసలమై కూర్చున్నాము. అనవసరమైన పనులు ఎన్నిటిమీదనో మనసు లగ్నం చేసి రోజంగా బిజీగా ఉంటాం. మనకు అవసరమైన విషయాలు నిర్లక్ష్యం చేసి, అనవసరమైన విషయాల మీద మనసు లగ్నం చేస్తాము.

ఈ విధంగా మనం నిరంతరంగా పనిచేస్తూ ఉంటే, అది మన శరీరాలను, మెదడులనుకూడా తినివేస్తూ ఉంటుంది. అక్కడ మన ఆరోగ్యానికి మనమే గొయ్యి తవ్వుకుంటున్నాం. మరొక అడుగు ముందుకు చూస్తే మన కుటుంబము, మన వినోదము, మన ఆధ్యాత్మికత, చివరికి మన ఉద్యోగానికి/వృత్తికి కూడా హాని కలిగిస్తున్నాం. మన శక్తి అంతా అప్పటికి ఊడ్చిపెట్టుకు పోయింది. మీకు అత్యంత ప్రాముఖ్యమైన విషయం ఒకటే అయితే, మిగిలినవన్నీ ఆటోమాటిక్ గా కిందికి దిగజారుతాయి.

ఉత్పాదనకు సంబంధించిన విషయాలలోనే కాదు, ముఖ్యం కాని అనేక విషయాలలో కూడా మనం ఇలాగే చేస్తూ ఉంటాం. నెట్ ఫ్లిక్స్ మీద మితిమీరిన కాలక్షేపం చేస్తూ, వార్తలు చూస్తూ, ఇంటర్నెట్ సర్ఫ్ చేస్తూ, ఫేస్ బుక్ చెక్ చేస్తూ , మీ ఫోన్ మీద ఆటలు ఆడుతూ మీరు ఎంత సమయం వృధాగా గడుపుతున్నారో గమనించండి. ఇవన్నీ మీ అత్యంత ప్రధాన విషయంమీద గడపవలసిన సమయాన్ని దోచివేస్తాయి. నా ముఖ్యాతిముఖ్యమైన పని చేయటానికి టైం చాలటం లేదు అని మీరు అనుకోని ఉంటే, అది మీకు టైం లేకపోవటం కాదు. చాలకపోవటం కాదు. మీరు అనవసరమైన వ్యాపకాలమీద సమయం గడుపుతున్నారు. అవే ముఖ్యవ్యాపకాలనుకుంటున్నారు. మీ సమయసారణి ఎన్నడూ అబద్ధం చెప్పదు. గుర్తు ఉంచుకోండి.

నాకు అత్యంత ముఖ్యవిషయం పట్టించుకోకుండా జీవిస్తున్నాను. దానికి తోడు ప్రతిరోజూ భయపడుతూ బతుకుతున్నాను. ఇదంతా నాకు క్యాన్సర్ సోకిందని నిర్ధారణ అయిన తర్వాత కలిగిన జ్ఞానోదయం. అలా జీవించటానికి కూడా బలమైన కారణం ఉన్నది. అదంతా గతజీవిత ఫలితం. భయపడుతూ

బతకాలని ఎవరూ కోరుకోరని నా ఉద్దేశం. నామటుకు నేను అటువంటి జీవితం కోరుకోను. అప్పుడు నేను కొన్ని మౌలికమైన మార్పులు చేయాలని నిర్ణయించుకున్నాను. నాకు అన్నిటికంటే నా కుటుంబం ముఖ్యం. కనుక కుటుంబానికి ప్రథమస్థానం ఇవ్వాలని నిశ్చయించుకున్నాను. నేను నా మొట్టమొదటి కెమో సెషన్ నుంచి ఇంటికి తిరిగి వచ్చిన తర్వాత ఆ ప్రక్రియ మొదలయింది. అప్పుడు మా అబ్బాయికి నాలుగేళ్ళు. నేను వాడి ముందర కూర్చొని, "నాన్నా, ఇవాళ నువ్వు ఏమికావాలంటే అది చేద్దాం. మనం చెరువుకు వెళ్ళవచ్చు. మనం గొ-కార్ట్ రేసులు చేయవచ్చు. బౌలింగ్ కు పోవచ్చు. నీకు ఏది కావాలంటే అది చేద్దాం." అన్నాను.

"నిజంగానా?...మ్... నా బెడ్ రూమ్ లో నా బొమ్మలతో ఆడుకుందాం." వాడి సమాధానం.

"వాడు నన్ను అపార్థం చేసుకున్నాడని నా ఆలోచన. "కాదు నాన్నా. నువ్వు ఏదికావాలంటే అది చేద్దాం. నువ్వు ఏం చేద్దామనుకుంటున్నావు?"

"నా బెడ్ రూమ్ లో నీతో ఆడుకోవాలి. అంతే." వాడి సమాధానం.

అప్పుడు నాకు కళ్ళు తెరుచుకున్నాయి. నాతో ఆడుకోవటమే వాడికి అన్నిటికంటే ముఖ్యమని గ్రహించాను. ఈ ప్రపంచంలో నాకు నా కుటుంబమే అన్నిటికంటే ముఖ్యం అయితే, నా బిడ్డకుముఖ్యమైన విషయం నాకు కూడా అత్యంత ముఖ్య విషయం కావాలి.

ఆ క్షణంలో మెరుపులాగా నాకు సరళమైన గ్రహింపు కలిగింది. కాని అది చాల అగాధమయిన గ్రహింపు. నేను ఎన్ని తనఖా చెల్లింపులు చేశానో నా పిల్లలకు అనవసరం. నేను ఎన్ని పుస్తకాలు అమ్మానో వాళ్లకు అనవసరం. నా ఆఖరు క్షణాలలో (అవి ఎంతో దూరం లేవని నా ఉద్దేశం) అవి నాకూ అక్కరలేదు. పని ముగిసిన తర్వాత వాళ్ళతో కాలక్షేపం చేస్తున్నానంటే, నీరసించి ఉన్న డాడీ, ఎటూకానివేళ తనకు అత్యంత ముఖ్యమైన వ్యక్తులతోకాలక్షేపం చేయటానికి సిద్ధపడుతున్నాడన్నమాట. అప్పుడు నా ఉత్సాహము, సరదాగా కాలక్షేపం చేయాలనే కోరిక, ఏవీ ఉన్నతస్థాయిలో లేవు. నేను అలిసిపోయి, నీరసించి, మానసికంగా నిస్త్రాణ చెంది ఉన్నపుడు వాళ్లకు నేను దొరుకుతున్నాను. అప్పుడు వాళ్ళ పరిస్థితికూడా అంతే. ఇప్పుడు నేను ఆ పరిస్థితి తిరగరాయాలి. నా కార్యక్రమంలో నా కుటుంబం అగ్రస్థానం వహించాలి. వ్యావహారికంగానూ, అలంకారయుక్తంగానూ వాళ్ళే ప్రథమ స్థానం ఆక్రమించాలి.

మా చిన్నవాడు, నేను వాడి బెడ్ రూమ్ కు వెళ్లి ఆడటానికి ముందు నేను ప్రతి రోజూ ఉదయం 30 నిమిషాలు వాడితో ఆడుకోవాలనని టైమర్ ఏర్పాటు చేశాను. ఆ ఆడుకోవటం వాడు స్కూలుకు వెళ్ళేలోగా జరుగుతుంది. అది ప్రతిరోజూ ఆ సమయానికి మేలుకొలుపు పాడుతుంది. ఆ ముప్పై నిమిషాలు తప్పించి అందులో నాకు పోయేదేమీ లేదు. కాని వాడికి అదే సర్వస్వం. తత్ఫలితంగా మా ఇద్దరిమధ్యా బంధం ప్రగాఢ మయింది.

మీ కార్యక్రమం మీ ముఖ్య విషయంతో జోడించండి

ఆనాడు మా కుమారుడితో గడిపిన తర్వాత, నేను క్యాన్సర్ నుంచి కోలుకున్న తర్వాత నా కుటుంబం మీద నా ఏకాగ్రత కేంద్రీకరించాను. ఉత్తముడైన తండ్రిగా, భర్తగా వ్యవహరించటానికి నా సర్వశక్తులా ప్రయత్నించాను. ఆ ఏకాగ్రత వల్ల నేను నా కార్యక్రమంలో తీవ్రమైన మార్పులు చేయవలసి వచ్చింది. నాకు అత్యంత ముఖ్యమైన విషయాల మీదా, నాకు సంబంధించిన విషయాల మీద నా కార్యక్రమం చేయి కలిపింది. మా ఇంట్లో ఒక రోజు/ వారం ఎలా ఉంటాయంటే:

నా అద్భుత ప్రభాతం, నా S.A.V.E.R.S. అనుసరించటానికి నేను ఇప్పుడుకూడా ప్రతిరోజూ ఉదయమ 4.30 కి మేలుకుంటాను. నా R (reading) కు ఇప్పుడు నేను ఒక నియమం ఏర్పరుచుకున్నాను. పిల్లల పెంపకం, వివాహజీవితం మీద కనీసం పదిపేజీలు చదివితేగాని, నేను నా వ్యాపార సంబంధమైన పుస్తకాలు ముట్టుకోవటానికి వీలులేదు. నా కుటుంబం నా ప్రప్రధమ బాధ్యత అని ప్రతిరోజూ గుర్తు చేయటానికి ఈ ఒక్క నియమమూ చాలు.

6.00 గంటలకు నేను మా కొడుకును, కూతురిని మేలుకొలపటానికి వారి బెడ్ రూమ్ లలోకి వెళ్తాను. (నేను ఒంటరిగా నాపని చేసుకుంటూ ఉన్నపుడు నాభార్య ప్రతిరోజూ విధిగా ఈ పని చేసేది). వాళ్ళను మేలుకొలిపినప్పుడు వాళ్లకు ఆరోజంతా సుముఖమైన మనస్తత్వము, ఉద్వేగాలు కలిగించేలా మేలుకొలుపుతాను. మొదట నేను వారి పడకలోకిదూరి వాళ్ళను కావలించుకోవటము, లేదా కితకితలు పెట్టటము చేస్తాను. వాళ్ళు ఆవలించుతూ, కళ్ళు తెరుస్తూ ఉన్నపుడు "నాన్నా, బుజ్జీ... అమ్మలూ... నా బుజ్జి నాన్నకు, బుజ్జి అమ్మలుకు గుడ్ మార్నింగ్. మీరు

బంగారు తండ్రి, బంగారు తల్లి. చూశారా...మీరు కళ్ళు తెరిస్తేనే ఈ గదిలో ఎంత వెలుగువచ్చిందో...ఇంకా హుషారుగా పరుగులు మొదలు పెట్టారంటే ఇల్లంతా మీతోబాటు నాట్యం చేస్తుంది. రోజంతా పరగులు తీస్తూ, గంతులు వేస్తూ హుషారుగా ఉండాలి. మరి ఇక ఇప్పుడు పక్కమీదినుంచి లేవాలి." నా మనసుకు తోచినది చెప్తాను. తరుచు వాళ్లకు నచ్చిన పాటలు కూనిరాగాలు తీస్తాను. కొన్నిసార్లు గొంతుమార్చి నవ్విస్తాను. నిద్రలేవటం వాళ్లకు ఒక సరదా కావాలని నా ప్రయత్నం.

మా పిల్లలు పళ్ళు తోముకుని, బట్టలు మార్చుకున్న తర్వాత, మేము అద్భుత ప్రభాతంలో పిల్లలకు అనువైన అంశం ఆమలుజరుపుతాం. ఆ తర్వాత నేను మా అబ్బాయితో ఆడుతాను (వాడికి నచ్చిన పని). అది బొమ్మలాట దగ్గరినుంచి బోర్డ్ గేమ్స్ కు ఎదిగింది. పిల్లలతో అద్భుత ప్రభాతమ్ గడిపి, ఆటలు అయిన తర్వాత, నేను పిల్లల లంచ్ పాక్ చేయటం, వాళ్ళను స్కూలుకు తయారు చేయటంలో నా భార్యకు పర్సనల్ అసిస్టంట్ గా పని చేస్తాను (ఇంతకు మునుపు నేను ఎన్నడూ ఆ పని చేసి ఎరగను. ఎప్పుడూ నేను పనివంకతో నా ఆఫీసులో దాక్కొని ఉండేవాడిని). ఉదయమే తయారుకావటానికి నా భార్యా పిల్లలకు తోడ్పడటం ఒక సార్ధకమైన కుటుంబ అనుభవంగా మారింది. అది ఒక బాధ్యతగా కాక, మా అనుబంధం దృఢ పరుచుకోవటానికి, పిల్లలను సుముఖంగా మలచటానికి నాకు ఒక మహత్తర అవకాశం అయింది.

తర్వాత మా అబ్బాయిని, అమ్మాయిని స్కూలుకు తీసుకు వెళ్తాను (ఇంతకూ పూర్వం ఆ పని కూడా నా భార్య నెత్తిన రుద్దేవాడిని). ప్రతి ఉదయమూ పిల్లలతో గడిపే నాణ్యమయిన సమయం – వాళ్ళ ఉద్దేశాలు, ఆలోచనలు రూపు దిద్దటం, ఆ నాటికి వాళ్ళ కార్యక్రమం లో సాయపడటం, ఉపయోగకరమైన వార్తాలాపం, మంచి సంగీతం వినటం, డాన్స్ చేయటం (అవును, కారులో డాన్స్ పార్టీలు!) ఇవన్నీ అమూల్య అనుభవాలు. వారంలో మూడురోజులు సాయంత్రం 5.00 గంటలకు బదులు 2.00 గంటలకే ముగించి తిరిగి వస్తూ పిల్లలను స్కూల్ నుంచి తీసుకు వచ్చేవాడిని. మొదట్లో ఆ మూడు గంటలూ పనిలోనుంచి బయటికి రావటం కష్టంగా ఉండేది. కాని అలా చేసినందుకు నన్ను నేనే మెచ్చుకున్నాను.

సాయంత్రం 5.00 గంటలకు కుటుంబం అందరమూ కలిసి భోజనం చేస్తాము. అప్పుడు మేము కృతజ్ఞత ప్రకటించే ఆట ఆడుతాం. మేము

అందరమూ వరుసగా ఒక్కొక్కరమూ దేనికి కృతజ్ఞులమో చెప్పుకుంటూ వస్తాము. ఆ కృతజ్ఞత చెప్పటం అకారాదిగా సాగుతుంది. పిల్లలని పడుకోబెట్టటంలో కూడా నేను పాల్గొంటాను. వాళ్లకు ఏదైనా కథ చదివి వినిపిస్తాను. లేదా నా బాల్యంలో అనుభవాలు కథలుగా చెప్తాను (మీ పిల్లలకు మిమ్మల్ని పరిచయం చేసుకోవటానికి అది మహత్తరమైన మార్గం. దానితోబాటు మీరు జీవితంలో నేర్చుకున్న పాఠాలు వారికి నేర్పవచ్చు). అందువల్ల నా ముఖ్యమైన వారితోనే నేను రోజు ముగిస్తున్నాను అని ధ్రువ పరుస్తుంది. ఉదయం లేవగానే పిల్లలతో కాలక్షేపం, రాత్రి వాళ్ళనిద్రకు పూర్వం కూడా పిల్లలతో కాలక్షేపం.

శనివారాలు పిల్లలను సరదా షికారు తీసుకు వెళ్తాను. అప్పుడు కూడా మాకు మంచి కాలక్షేపం అవుతుంది. వాళ్లకు సరదా, సంతోషం. నా భార్యకు తన ఇష్టం వచ్చిన తీరున గడపటానికి విరామం. ప్రతివారము నేను, నా భార్య "మా రేయి" గడుపుతాం. మేము ఒక బేబీ సిట్టర్ ను ఏర్పాటు చేసి మేము ఇద్దరమే కలిసి బయటికి వెళ్లి కాలక్షేపం చేస్తాం.

ఈ మార్పులన్నీ హఠాత్తుగా జరగలేదు. క్రమక్రమంగా జరిగాయి. అవి జరగటం కూడా సులువుగా జరగలేదు. మళ్ళీ ఆర్థిక పరిస్థితి కూలిపోతుందేమో, మాకు ఆర్థిక సంక్షోభం కలుగుతుందేమోఅని నాలో ఏదో ఒకమూల భయం గిల్లుతూ ఉంటుంది. పని/ఉత్పాదన పట్ల నాకు వ్యసనం ఉన్నట్లు దృఢ పడుతుంది ఈ భయం కారణంగా. ఇక్కడ శుభవార్త ఏమిటంటే, మీ అత్యంత ముఖ్య అంశానికి అనువుగా మీరు జీవిస్తూ ఉంటే, అది సహజమయిన, సులువయిన అనుభూతి కలిగిస్తుంది (ఏ మార్పు అయినా అంతే). ఈ మధ్య ఒకనాడు నన్నెవరో ఒక కార్యక్రమానికి ఆహ్వానించారు. ఆ కార్యక్రమం నా వ్యాపారానికి తోడ్పడుతుందని ఆకర్షణ. నేను సంకోచించకుండా "క్షమించాలి. ఆ రోజు నాకు మాపిల్లలతో కార్యక్రమం ఉన్నది." అని చెప్పాను.

అయితే నేను పరిపూర్ణుడిని అయినానని చెప్పటంలేదు. కొన్నిరోజులు వంగి నమస్కారం చేసి, నా భార్యను రంగంలోకి తీసుకు వస్తాను. కాకపోతే ఇప్పుడు సాధించిన ఘనవిజయం ఏమిటంటే, ఊహారంగంలో ఒక బాక్స్ ఉంటే, ఆ రోజుకు ఆనాటికి అందులో టిక్ పెట్టేస్తే అయిపోతుందన్నట్లు, వాళ్ళతో "తగినంత" సమయం గడపటం లాంఛనంగా కాదు. వాళ్ళ చిన్నతనంలో నాతోకాలక్షేపం చేయాలని కోరుకుంటారు. (అది త్వరలోనే

ముగిసి పోతుందని అనుభవజ్ఞులైన తల్లిదండ్రులు నన్ను హెచ్చరించారు). నేను వాళ్ళతో సాధ్యమైనంత సమయం గడపటానికి నడుం కట్టుకున్నాను. నా బిడ్డలతో సాన్నిహిత్యం ఏర్పరుచుకొని, వాళ్ళలో సుముఖ వ్యక్తిత్వం, పాదుకొల్పటం నా ధ్యేయం. అదే నా ప్రప్రథమ లక్ష్యం. ఆ లక్ష్యం సాధించాలంటే విలువైన సమయాన్ని వాళ్ళతో గడపటం ఒక్కటే మార్గం. వాళ్ళతో కలిసి ఎంత సమయం గడిపితే, మా బంధం అంత దృఢపడుతుంది. అప్పుడు వాళ్ళని సుముఖులుగా తీర్చి దిద్దటానికి నాకు అవకాశం దొరుకుతుంది. కనుక నాకు దొరికిన ప్రతి ఒక్క క్షణమూ ఆ పనికే వినియోగిస్తాను.

జీవితంలో ముఖ్యమైన విషయాలకు అతీతంగా జీవించినవాడిని నేను ఒక్కడినే అయితే బాగుండేదని నా కోరిక. కాని, "అన్నిటికంటే ముఖ్యమైనది" అన్న నా ప్రధానసూత్ర సందేశం వేలాది శ్రోతలతో పాలుపంచుకున్న తర్వాత, నేను మైనారిటీలో కాదు మెజారిటీలో ఉన్నానని తెలుసుకున్నాను. మీరు కూడా ఈ కోవలోకి చెందినవారే అయితే, మీరు వెంటనే చేయవలసిన అత్యంత ముఖ్య కార్యం, మీరూ అలాటివారేనని ఒప్పుకోవటం, మార్పులు చేయటానికి కట్టుబడి ఉండటం. ఇక్కడ నిజాయితీగా ఉండటంలో మీకు మీరే సాక్షులు. మీకు మీ వృత్తి/ఉద్యోగం అన్నిటికంటే ముఖ్యమైన బాధ్యత అనుకుంటే దానికి కట్టుబడి ఉండండి. అందులో నేరభావం అనుభూతి చెందకండి. నా కుటుంబం రాకమునుపు, నాకు నా వృత్తి/ఉద్యోగమే సర్వస్వం. అప్పుడు అది నాకు సరిగ్గా అమరింది. ఇప్పుడుకూడా అప్పుడప్పుడు వృత్తి నా ప్రధాన బాధ్యత అవుతుంది, కాని అది కేవలం అపవాదం మాత్రమే. మీ ఆరోగ్యం అన్నిటికంటే ముఖ్య పాత్ర వహిస్తే, మీ కార్యక్రమాలు, మీ చర్యలు దానికి అనుగుణంగా ఉండేట్లు చూసుకోండి.

ఇది మాత్రం గుర్తు ఉంచుకోండి: మీ ప్రప్రధాన బాధ్యత/కార్యక్రమం మారవచ్చు, మారుతుంది కూడాను. పదిహేను సంవత్సరాల వయసులో మీ ప్రధాన బాధ్యత వేరు, ఇప్పటి మీ ప్రధాన బాధ్యత వేరు, అని మీరు ఒప్పుకుంటారను కుంటాను. అది మళ్ళీ మారుతుంది. మీ జీవితకాలంలో అనేక పర్యాయాలు మారవచ్చు. కనుక ప్రస్తుతం మీ ప్రధాన లక్ష్యం ఏమిటి అన్న విషయాన్ని గురించి ఒత్తిడి పెంచుకోకండి. ఇలా మార్చటంవల్ల మీ ఇతర లక్ష్యాలు చెదిరిపోతాయని భయపడకండి. మీకు అత్యంత ప్రధాన విషయం ఏమిటో స్పష్టంగా తెలిసిన తర్వాత, వాస్తవానికి మీ ఉత్పాదన పెరుగుతుంది.

మీకు అత్యంత ముఖ్యమైనది ఏమిటి?

మీ జీవితంలో మీకు అత్యంత ముఖ్యమైన విషయం ఏమిటో మీకు స్పష్టంగా తెలుసునా? మీ కుటుంబమా? మీ స్నేహితులా? మీ ఆరోగ్యమా? మీ లక్ష్యమా? మీకు స్పష్టంగా తెలియకపోతే, ఇప్పుడు తెలుసుకోవటానికి ప్రయత్నించమని నా మనవి. తమ అత్యంత ప్రధాన విషయం ఏమిటో స్పష్టంగా గుర్తించినవారే (వారి అత్యున్నత విలువలు, ప్రధాన విషయాలు) ఈ భూమిమీద అత్యంత సఫలత, అత్యంత సంతృప్తి సాధించినవారు. వారు ప్రతిరోజూ తమకు అత్యంత ముఖ్యమైన విషయానికి అనుగుణంగా జీవిస్తారు.

జీవితాన్ని తారుమారు చేసే అనుభవం ఎదురయితే, అప్పుడు వారు కళ్ళు తెరిచి తమజీవితంలో అత్యంత ముఖ్యమైన అంశం ఏమిటో గమనించి తెలుసుకొని, తదనుగుణంగా జీవించవచ్చు. కాని, ప్రతి ఒక్కరికీ జీవితాన్ని తారుమారు చేసే అనుభవం కలగకపోవచ్చునని నాకు తెలుసు. కనుక మీరు ఇంకా మీ జీవితంలో అత్యంత ముఖ్య విషయం ఏమిటా అని బుర్రగోక్కుంటూ ఉంటే, మనం మరొక పద్ధతి ప్రయత్నించుదాం రండి.

ఒక్కక్షణం మనం భవిష్యతులోకి ప్రయాణం చేద్దాం. అక్కడ మీరు అద్భుతాల ప్రవీణులుగా వెలుగుతున్నారని ఊహించుదాం. మీరు ప్రతిరోజూ అచంచల విశ్వాసంతో, అసాధారణ ప్రయత్నంతో కొనసాగుతారు. నిరంతరము మీరు సాధించిన సంతృప్తి కలిగించే ఫలితాలు సృష్టిస్తున్నారు. జనం మిమ్మల్ని చూసి బాబోయ్, ఆయన పట్టిందల్లా బంగార మవుతుంది. ఎంత అదృష్టవంతులు! అని ఆశ్చర్యపోతున్నారు. మీరు మీ అత్యున్నత విలువలతో, అత్యుత్తమ శక్తిసామర్ధ్యాలకు అనుగుణంగా జీవిస్తున్నారు. మీరు అమితానందంలో తేలియాడుతున్నారు. మీ కార్యక్రమమే అందుకు నిదర్శనం. మీ చుట్టూ మీకు అనేక అవకాశాలు దర్శన మిస్తాయి. కాని మీరు వాటినన్నిటినీ తోసిరాజంటారు. మీకు అత్యంత ముఖ్యమైన అంశంతో సహకరించి తోడ్పడే అవకాశాన్ని మాత్రమే చేపడతారు.

మిమ్మల్ని మీరు ఈ అద్భుతాల ప్రవీణులుగా దర్శించినప్పుడు మీ జీవితంలో అత్యంత విలువైన విషయం ఏమిటి? కుటుంబమా, ఆరోగ్యమా, వృత్తి/ఉద్యోగమా, ఆర్థిక స్థితి, ఆధ్యాత్మికత, వినోదం, ఇతరులకు సహాయం, వ్యక్తిత్వ వికాసం – ఏది, వీటిలో మీ ప్రాణప్రదమైన అంశం ఏమిటి? అది

మీకు ఎలా తెలుస్తుంది? మీ కార్యక్రమంలో ఏ అంశాలు మీ విలువలకు, ముఖ్య అంశానికీ తోడ్పడుతాయి?

ఈ విషయం విస్తారంగా విశదీకరించటానికి ప్రయత్నిస్తున్నానని నాకు తెలుసు. కాని మీ ధ్యేయం తెలియాలంటే, మీకు అత్యంత ముఖ్యమైన విషయం ఏమిటో తెలుసుకోవటం అత్యవసరం. మీరు ఆ విలువలకు, ప్రాధాన్య అంశాలకు అనుగుణంగా జీవిస్తే అద్భుతాలు – కొలతకు అందే నిజమైన అద్భుతాలు – సాధించటం మరింత సులువు అవుతుంది. లేకపోతే, మీరు ప్రధానంగా దర్శనమిచ్చే అనేక విషయాలలో మునిగి పోతారు. అన్నీ ముఖ్యంగానే దర్శన మిస్తాయి గనక, దేనిమీద ధ్యాసపెట్టాలో తెలియక గిజగిజలాడుతారు.

మీకు మీ ప్రధాన విషయం స్పష్టంగా తెలిసి ఉంటే, మీరు వ్రాసి పెట్టుకున్న లక్ష్యాల జాబితా బయటికి తీయండి. సంవత్సరానికి, మీ జీవితానికి మీరు లక్ష్యాలు ఏమీ వ్రాసి పెట్టుకొని ఉండకపోతే, ఈ పుస్తకం కిందపెట్టండి. రాబోయే నెలలలో మీరు సాధించ దలచిన లక్ష్యాలు కొన్ని వ్రాయండి. అవి ఆలోచించటానికి కొంత సమయం వెచ్చించండి. అవి పరిపూర్ణంగా ఉన్నాయా లేదా అని చింతించకండి. కింద ఇచ్చిన జాబితాలో మీ మనసుకు తోచిన మొదటి విషయంతో (మీరు అభివృద్ధి సాధించదలచిన విషయం) మొదలుపెట్టండి.

- ఆరోగ్యము, దృఢత్వం
- కుటుంబం
- స్నేహితులు
- వృత్తి
- ధనం
- వినోదం
- వ్యక్తిత్వ వికాసం
- ఆధ్యాత్మికత
- తోడ్పాటు/దానధర్మాలు

మీకు అత్యంత ప్రధానమైన అంశం ఏమిటోనని మీ లక్ష్యాలు పర్యావలోకనం చేస్తున్నప్పుడు, ఈ ప్రశ్నకు సమాధానం ఆలోచించండి: **జీవితంలో నేను అనుకున్నదల్లా సాధించటానికి అవసరమైన లక్షణాలు, గుణగణాలు వృద్ధి చేసుకోవటానికి ఈ లక్ష్యాలలో ఏది సాయపడుతుంది?**

అద్భుతాల ప్రవీణులుగా మిమ్మల్ని మీరు దర్శించిన ఆ వ్యక్తిత్వానికి ఈ లక్ష్యం మిమ్మల్ని చేర్చాలి. అది మీలో క్రమశిక్షణ, లాఘవం, నిలకడ,

అన్నిటికంటే ముఖ్యంగా అచంచల విశ్వాసం, అసాధారణ ప్రయత్నం నెలకొల్పాలి. మీరు ఆశిస్తున్న అత్యున్నత విలువతో ఈ లక్ష్యం సానుకూలంగా ఉన్నదా? లేకపోతే ఆ లక్ష్యం అన్నా మారాలి, లేదా ఆ విలువ అన్నా మారాలి. మీ శక్తి, ఏకాగ్రత అంతా ఈ కొత్త లక్ష్యం దిశగా ప్రవహించాలని గుర్తు ఉంచుకోండి. అప్పుడే మీ అత్యున్నత లక్ష్యము, మీ అత్యున్నత విలువ పరస్పరం తోడవుతాయి. మరొక మాట. భయపెట్టే లక్ష్యాలు, అతి కష్టసాధ్యంగా కనిపించే లక్ష్యాలు చూసి వెనకడుగు వేయకండి. అత్యున్నత లక్ష్యం మిమ్మల్ని బెదిరించవచ్చు, జడిపించవచ్చు. అది సహజం. ఆ లక్ష్యం మీ సుఖారామానికి వెలుపల ఉంటుంది. ఆ లక్ష్యం మీలో ఒక కొత్త వ్యక్తిత్వాన్ని బలవంతంగా జొనుపుతుంది. అదే దాని ప్రాముఖ్యతకు నిదర్శనం.

మీరు చెప్పుకోదగిన స్థాయిలో బరువు తగ్గాలి. ఆ లక్ష్యం మీలో అద్భుతాల ప్రవీణుల లక్షణాలు చేకూర్చి మీ వ్యక్తిత్వాన్ని మార్చివేస్తుందా? ఒక కొత్త వ్యాపారం మొదలు పెట్టటం మాటేమిటి? ఉద్యోగం మారటం? ఒక పుస్తకం వ్రాయటం? మారథాన్ పరుగు? మీ ఆదాయం రెట్టింపు చేయటం? ఆ చివరి రెండే నా వ్యక్తిత్వాన్ని మార్చి, నాలో అద్భుతాల ప్రవీణుల లక్షణాలు చేకూర్చాయి.

ఏ లక్ష్యం మిమ్మల్ని ఈ సరికొత్త వ్యక్తిత్వానికి చేరుస్తుందో మీకు స్పష్టంగా తెలిసినప్పుడు, అది మీ ధ్యేయం అవుతుంది. ఇక్కడ ధ్యేయం అన్న పదం నేను బుద్ధిపూర్వకంగా (నా జీవితంలో కూడా) ప్రయోగిస్తున్నాను. ఎందుకంటే అది ఒక ఉన్నత స్వరంగా ధ్వనిస్తుంది, ఉన్నత లక్ష్యం సూచిస్తుంది. మెరియం వెబ్స్టర్ నిఘంటువు ప్రకారం లక్ష్యం అంటే, "ప్రయత్నంతో చేరుకునే ముగింపు." లక్ష్యం పెట్టుకోవటం సరదాగా ఉంటుంది. మీరు సాధించబోయే ఘన విజయాలు ఊహించి కలలుగనే గొప్ప అవకాశం. ఆ విజయాలు ఫలించకపోతే, మీరు మరికొన్ని కొత్త లక్ష్యాలు ఏర్పరుచుకుంటారు. అవి ఫలిస్తాయని కలలు కంటూ సరదా చేసుకుంటారు. అవి కాల్పనిక అద్భుతాలుగా నిలుస్తాయి.

ధ్యేయం అన్నది మరొక స్థాయి నిబద్ధత సూచిస్తుంది. నూరు లక్ష్యాలు కూడా ఒక ధ్యేయానికి సమానం కావు. రక్షణ దళం ధ్యేయాన్ని వహిస్తుంది. మానవసేవా సంస్థలు ఒక ధ్యేయాన్ని కలిగి ఉంటాయి. లక్ష్యం కంటే ఇక్కడ భారం అత్యధికం. ఇక్కడ పరమార్ధం చాలా విస్తృతమైన దృక్పథంతో కూడి

ఉంటుంది. ఇక్కడ భాషలో వ్యత్యాసం మీలో వేరు వేరు అనుభవాలు కలిగిస్తుంది.

లక్ష్యాలు : మనం సాధించాలని ఆశిస్తున్న అనేక అంశాలు.

ధ్యేయం : ఏది ఏమైనా సరే దానిని సాధించటానికి మనం నిబద్ధులమై ఉన్నాము.

మీ ధ్యేయం నిర్ణయించు కోవటానికి మీ లక్ష్యాలు అన్నిటినీ పరిశీలించి, ఈ ప్రశ్నకు సమాధానం చెప్పండి: **జీవితంలో నేను కోరుకున్న ప్రతి ఒక్కటీ సాధించే వ్యక్తిగా ఎదగాలంటే, వీటిలో ఏ లక్ష్యం నాకు తోడ్పడుతుంది?**

నా ధ్యేయం- ---

మీ ధ్యేయం స్పష్టం చేసి ఇక్కడ మనం ఒక గతి భారం నిర్మించాం. ఇప్పుడు ఆ భయంతో దిగజారి పోకండి. కాని ఈ బృహద్ లక్ష్యం నేను ఎలా సాధిస్తాను? అని ఇప్పుడు మీరు ఆశ్చర్య పడుతూ ఉండవచ్చు. అది ఎలాగో ఇప్పుడే చెప్పబోవటం లేదు. కాని 8 వ అధ్యాయంలో నేను మిమ్మల్ని ఆ దిశగా చేయి పట్టుకుని నడిపిస్తాను. ఇప్పుడు చెప్పబోవటం లేదు. మీరు అనుకున్నదానికంటే అది చాలా సులభం. ప్రస్తుతం ముందుకు కదులుదాం పదండి.

మీ ధ్యేయానికి కవచం

మీరు తాటిమీద నడవ దలుచుకుంటే (నాకు మాత్రం ఆ కోరిక లేదు) ఆ తాటిమీద కాలుమోపే ముందు కింద రక్షణగా వల ఉన్నదని ధృవపరుచుకోవాలి. మీరు ఏదైనా భయానకమైన, అపరిచితమైన, కొత్త కార్యం చేపట్టినప్పుడుకూడా అదే పద్ధతి అవలంబించాలి.

ఒక అద్భుతం సాధించాలంటే, అచంచల విశ్వాసం అలవరుచు కోవటమే (రాబోయే అధ్యాయంలో ఇది వివరంగా తెలుసుకుంటాము)

మీకు ఎదురయ్యే మొట్టమొదటి అభ్యంతరం. మీ ధ్యేయం సంభావ్యదిశగా నడుస్తున్నకొద్దీ, మీరు ఆ ధ్యేయంతో ముడిపడి ఆ బంధంతో ముందుకు కదులుతారు. మీ ధ్యేయంలో పూర్తిగా నిమగ్నులు కాకమునుపు మీరు అనుసరించదగిన పథకాలు కొన్ని ఇక్కడ ఉన్నాయి. వాటిని అనుసరించితే మీ విజయావకాశాలు మెరుగుపడతాయి.

నెలసరి ధ్యేయాలు స్థాపించండి (అందరూ పన్నెండు నెలలలో సాధించే దాని కంటే ముప్పై రోజులలో ఎక్కువ సాధించండి)

లక్ష్యాలు సాధించేవారికి ప్రతి కొత్త సంవత్సరమూ ఒక పండగే. గతసంవత్సరం మనం పురోగతి ఎలా ఉన్నది, రాబోయే పన్నెండు నెలలలో మన లక్ష్యాలు ఏమిటి అని పరిశీలించే మహదవకాశం. ప్రతి సంవత్సరమూ లక్షలాదిమంది కొత్త లక్ష్యాలు ఏర్పరుచుకుంటారు. దాదాపు అందరూ ఏదో ఒకవిధంగా వెనకబడి ఉంటారు. అలా ఎందుకు జరుగుతుంది?

నేను ఒకసారి ఒక ఉత్తమ పుస్తకం చదివాను. దాని పేరు 12 వీక్ యియర్ (12 – Week Year). ఒక సంవత్సరం అంటే సుదీర్ఘ కాలం – అతి దీర్ఘకాలం! – అని నా కళ్ళు తెరిపించింది. జనవరి చివరకు మీ లక్ష్యాల బాట తప్పారా? అది పెద్ద విశేషమేమీ కాదు. ఇంకా పదకొండు నెలలు ఉన్నాయి. ఏప్రిల్ నెల వచ్చింది. మీరు ఇంకా దారి తొక్కలేదు. దిగులు పడవద్దు. ఇంకా మే, జూన్, జులై, ఆగస్ట్, సెప్టెంబర్, అక్టోబర్, నవంబర్, డిసెంబర్ నెలలు ఉన్నాయి. లోటుపాట్లు అన్నీ సర్దుకోవచ్చు. చాల సమయం ఉన్నది. కదా!

దీర్ఘకాల లక్ష్యాలలో మనకు చాలా సమయం ఉన్నట్లు కనబడుతుంది. అప్పుడు అమూల్యమైన వేగిరపాటు మనలో కొరవడుతుంది. వాయిదాలు వేసే అలవాటు అసహజము, నిరంతరము అయిన ఆశావాదంతో చేయి కలిపితే, – ఇంకా చాలా టైం ఉన్నదిలే అని మన ఆలోచన – ఆలసించటం ఒక విలాసము, భోగము అవుతుంది. ఆ భోగం మనం వశంలో ఉన్నది అని మన భావన. ఆ గోతిలో పడితే మన అవకాశాలు మాయం అవుతాయి, మన లక్ష్యాలు కాగితం మీదికే పరిమితం అవుతాయి, మన సంభావ్య శక్తి కళ్ళు తెరవదు.

పన్నెండు నెలలకు బదులు మీరు ఒక నెలమాత్రమే గడువు ఇచ్చుకుంటే

ఎలా ఉంటుంది? ప్రతినెలా ఒక కొత్త సంవత్సరం మొదలు అయితే ఎలా ఉంటుంది? మీ ప్రగతి పరిశీలించటానికి, కొత్త లక్ష్యాలు ఏర్పరుచుకోవటానికి, కొత్తగా మొదలు పెట్టటానికి ప్రతి ఒక్క నెలా ఒక నూతన అవకాశం అయితే ఎలా ఉంటుంది?

నెలసరి ధ్యేయం స్థాపించితే – మీ ఉన్నత లక్ష్యానికి తోడ్పడే ఏకైక లక్ష్యం – అది మీ అత్యున్నత పథకం మీద ప్రతినెలా అతి తీక్షణమైన ఏకాగ్రత కలిగిస్తుంది. ఆ లక్ష్యం మీలో ఆరోగ్యకరమైన వేగిరపాటు కలిగిస్తుంది. ఉన్నత ధ్యేయం సాధించటానికి సరయిన బాటన ఉంచుతుంది. అద్భుతాల ప్రవీణుల మనస్తత్వము, ప్రవర్తన మీకు అలవడుతుంది.

మీ పర్యావరణం చక్కదిద్దండి

మనకు తెలియకుండానే అనాలోచితంగా మన లక్ష్యాలు చెదరగొట్టే ఆటంకాలు మనమే పెట్టుకుంటాము. ఇరవై పౌండ్లు బరువు తగ్గాలని మన ఆశయం. కాని మన భాండాగారం నిండా కుకీలు, సోడా నిండి ఉంటాయి. ఉదయం వ్యాయామం చేయాలని, లేదా ధ్యానం చేయాలని మన సద్భావన. కాని తెల్లవారగానే మనం ఫోన్ లోకి దూరిపోతాం. ఇ–మెయిల్స్, సామాజిక మాధ్యమాలు, చేయవలసిన పనుల అంతులేని జాబితాలలో ఇరుక్కు పోతాం. మన లక్ష్యాలు, కలలు ఘనమైనవని మన వ్యాజం. కాని మన కార్యక్రమంలో వాటిని సాధించటానికి తగిన సమయం కనపడదు.

మీ పర్యావరణం బేరీజు వేయండి. మీ కార్యక్రమం నిశితంగా పరిశీలించండి. మీ ప్రప్రధమ లక్ష్యానికి ఏదీ అడ్డు రాకుండా చూసుకోండి. మీ దినసరి కార్యక్రమంలో “ధ్యేయం సమయం” తప్పకుండా కనిపించాలి. అది రోజులో ఎంత త్వరగా మొదలయితే అంత మంచిది. అప్పుడు కీలకమైన పనులు మొదట్లోనే పూర్తి చేస్తారు. మీరు ఆలసించే కొద్దీ వాయిదా వేయటం, చివరికి మర్నాటికి వాయిదా వేయటం కూడా జరుగుతుంది. (మీరు అలా చేసి ఉంటే చెయ్యి ఎత్తండి). అంతేకాక మీ శక్తి ఉన్నత స్థాయిలో ఉన్నపుడు, మీ ఆలోచనలు స్పష్టంగా ఉన్నప్పుడు అతి ముఖ్యమైన పనులు చేయటం సులువు అవుతుంది. ఉదయం కాకుండా మీరు జిమ్ కు సాయంకాలం వెళ్ళ దలుచుకుంటే, మీ జిమ్ బ్యాగ్ కారులో తీసుకు వెళ్ళండి. ఆఫీసు వదిలిపెట్టే ముందే మీరు జిమ్ దుస్తుల్లోకి మారవచ్చు. మీ లక్ష్యం నెరవేర్చటం సులువు చేసుకొండి.

మీ వ్యాపారానికి ఖాతాదారులను పెంచటం మీ ధ్యేయం అయితే, ఫోన్ కాల్స్ చేసి మీటింగ్ ఏర్పాటు చేసుకోవటానికి ఒక సమయము, ప్రశాంతమైన స్థలము ఎంచుకోండి. ఒక విదేశీ భాషలో పాటవం సంపాదించాలంటే, ఆ పుస్తకాలు, ఆ భాష రేడియో స్టేషన్, ఆ భాష మాట్లాడే వ్యక్తులూ మీ చుట్టూ ఉండేట్లు చూసుకోండి. మన అద్భుతాలకు అనుగుణంగా మన భావోద్వేగాలు ఎలా మలుచుకోవాలో ఇంతకూ మునుపే చెప్పుకున్నాం. మన పరిసరాలు కూడా అలా మలుచుకోవలసిన అవసరం ఉన్నది.

ఇప్పుడు మీ చుట్టూ ఉన్న వ్యక్తులను పరిశీలించండి. మీ చుట్టూ ఉన్న వ్యక్తులు ఏదో ఒక సాకు చెప్పి చేయవలసిన పనులు తప్పించుకుంటూ ఉంటే వారు జీవితంలో ఎన్నటికీ ముందుకు సాగలేరు. వారివల్ల మీకు ప్రయోజనం శూన్యం. మీరు సాధించదలచిన విజయాల మార్గంలో కృషి చేస్తున్న వ్యక్తులను, లేకపోతే వారి లక్ష్యాలతో ఉన్నత ధ్యేయాలతో (అవి ఏవైనా కావచ్చు, ఫర్వాలేదు) కృషి చేస్తున్న వ్యక్తులను వెతికి పట్టుకోండి.

ప్రస్తుతం నా కార్యక్రమం అంతా నా కుటుంబ ధ్యేయానికి అనుకూలంగా ఉంటుంది. ముఖ్యంగా అది స్వయంచాలకంగా నడుస్తుంది. ప్రస్తుతం క్యాన్సర్ నుంచి బయట పడటం నా ధ్యేయం. అప్పుడు నేను మరికొంత కాలం బతకటానికి, కుటుంబంతో గడపటానికి ఈ కార్యక్రమం అంతా తోడ్పడుతుంది. ప్రతి ఉదయమూ నేను పది నిమిషాలపాటు క్యాన్సర్ నుంచి కాపాడే ప్రమాణాలు వల్లిస్తాను. ఆ తర్వాత క్యాన్సర్ నుంచి రక్షించే ధ్యానం చేస్తాను. దాని తర్వాత క్యాన్సర్‌కు సంబంధించిన పుస్తకం ఏదైనా చదువుతాను. అందులో కాన్సర్ నుంచి దూరం కావటం ఎలాగో చెప్పి ఉంటుంది. ప్రతి ఉదయము ఇంట్లో తయారు చేసిన నిమ్మరసం తాగుతాను. స్వచ్ఛమైన మొక్కలనుంచి వచ్చిన శాకాహారం మాత్రమే తింటాను. ప్రతివారము వెజీ వైబ్స్ వారు ఇవి నాకు సరఫరా చేస్తూ ఉంటారు. (www.veggievibes.com). నేను ఒక ఓజోన్ సవానా మెషిన్ కొన్నాను. ఆ మెషిన్ నేను వారానికి మూడుసార్లు ఉపయోగిస్తాను. క్యాన్సర్ నివారించటానికి అవసరమైన మందులు రోజుకు ముప్పై వాడుతాను. వారానికి ఒకసారి కాఫీ ఎనిమా ప్రయోగిస్తాను. (ఆసనంలో ఒక ట్యూబు ఎక్కించటం మించి మరేమీ లేదు). నా పర్యావరణం అంతా జీవితంలో నా ప్రస్తుత ధ్యేయం నెరవేర్చటానికి అమర్చాను. నేను ఇది ఉద్దేశపూర్వకంగా ఏర్పాటు చేసుకున్నాను. నా "కుటుంబ" ధ్యేయం లాగానే నీ "క్యాన్సర్ రహిత" ధ్యేయం కూడా ప్రస్తుతం

స్వయంచాలకంగా నడుస్తుంది. కనుక నేను నా ధ్యాస మరొక ధ్యేయం మీదికి మళ్ళించవచ్చు. మీ కార్యక్రమం, మీ పర్యావరణము ఒక్కొక్క ధ్యేయానికి తోడ్పడటానికి అమర్చుకుంటే, మీ ఏకాగ్రత తర్వాతి ధ్యేయానికి మళ్ళించవచ్చు. మీరు అద్భుతాల ప్రవీణుల లక్షణాలు, గుణగణాలు పెంపొందించినకొద్దీ మీ ధ్యేయాలు త్వరత్వరగా స్వయంచాలకం కావటం మొదలవుతుంది.

జవాబుదారికి ఒక వనరు స్థాపించండి

అంతకు మునుపు ఎన్నడూ చేయని పని చేయటానికి ప్రయత్నిస్తూ ఉంటే ఒత్తిడి కలుగుతుంది. ఆ ఒత్తిడి కారణంగా ఆ పని వదిలి వేయటం సులువు అవుతుందని నాకు బాగా తెలుసు. మీకు సరిపడిన మనస్తత్వం కల వ్యక్తులను కలుసుకోవటం, వారిని చుట్టూ చేర్చుకోవటం ప్రయోజనకరమైన అభ్యాసం. అందుకు కారణం ఉన్నది: ఒక జట్టును కూడదీసి, నడిపించటంవల్ల మీకు జవాబుదారీతనం, ప్రోత్సాహం, ఒక దృక్పథము ఏర్పడుతాయి. అవి అన్నీ మీ ధ్యేయం సాధించటంలో అమూల్యమైన సహాయం చేస్తాయి.

ఇక్కడ మొదటిగా మీరు ఏమి చేయబోతున్నామని చెబుతున్నారో దానికి మీరే జవాబుదారీ కావాలి. నిజాయితీ చాలా శక్తివంతమైన వనరు. కాని దానిని ప్రయోగించేవారు తక్కువ. మీరు చేస్తానన్నపని చెప్పిన సమయానికి ఎటువంటి సాకులూ, చెప్పకుండా చేయటమే నిజాయితీ అని నా నిర్వచనం. మీరు ముక్కుసూటి నిజాయితీతో జీవించితే, మీ జీవితం వెలుగులోకి వస్తుంది. మీరు ఒక పని చేస్తానని చెప్పి, ఆ మాట నిలబెట్టుకుంటే మీరు చేస్తానన్న పని జరిగినట్లే (అనివార్యంగా జరుగుతుందని అంటారు కూడా).

నిరంతరము నిజాయితీగా ఉండమని చెప్పటం సులభం. ఆచరణ కష్టం. చేయని పనికి ఏదో ఒక సాకు వెతకటం మనకు మామూలు. అందువల్ల నిజాయితీగా ఉండటం ఇంకా కష్టమైన పని అవుతుంది. మనం మన నిజాయితీకంటే మన సాకులకే ఎక్కువ విలువ ఇస్తాం. మనం అనుకోకుండా చేసే పని ఇది. మీరు సాకులకోసం వెతుకుతున్నారో లేదో తెలుసుకోవటం ఎలా? మీరు ఒక గడువులోపల ఒక పని చెయ్యటానికి ఒప్పుకున్నారు. కాని ఇప్పుడు ఆ పని గడువులోపల పూర్తి కాబోవటం లేదు. అప్పుడు ఏమవుతుంది? మీ సృజనాత్మకత, మీ ఏకాగ్రత ఎక్కడికి వెళ్తాయి?

అనుకున్న పని ఎలాగైనాసరే గడువులోపల పూర్తి చేయటానికి అసాధారణ కృషి జరగటానికి బదులు, మీరు ఆ ఆలస్యానికి సాకులు వెతుకుతారు. ఆ సాకులుచెప్పి పని తప్పించుకోవచ్చునని మీ ఆశ. అప్పుడు పని ఆలశ్యం చేయవచ్చు. శ్రమ పడవలసిన అవసరం లేకపోవచ్చు. ఇదంతా మీకు తెలియకుండానే, ఆలోచించకుండానే జరిగిపోతుంది. చిన్నతనంలో "నా హోం వర్క్ మా కుక్క తినేసింది" అని మొదలైన సాకు పెద్ద అయ్యాక మరికొంత నునుపు తేలుతుంది, తెలివి మీరుతుంది. ఇదంతా బాధ్యత తప్పించుకునే ప్రయత్నం తప్ప మరేమీ కాదు. మీరుకూడా ఆకోవలోని వారేనని గ్రహిస్తే, బాధపడవలసిన పనేమీ లేదు. దాదాపు అందరూ చేసేది అదే. అందుకే మీ చుట్టూ తమ సంభావ్యశక్తిని సాధించ దలచినవారినే, ఆ నిబద్ధత ఉన్నవారిని చేర్చుకోవటం అంత ముఖ్యం. వారికి చెప్పుకోదగిన లక్ష్యాలు సాధించాలనే తృష్ణ కూడా ఉండాలి. వారు అందరూ మీ చుట్టూ ఒక భద్రతామయమైన వలయంగా ఏర్పడుతారు. మీరు చెప్పింది చేసే బాధ్యత నెరవేర్చేట్లు వారు చూస్తారు. మీరు ఏదైనా సాకులు చెప్పి తప్పించుకుంటూ ఉంటే వాళ్ళు హెచ్చరిస్తారు.

వారు మీకు తోడ్పాటుగా, ప్రోత్సాహంగా కూడా సహాయపడగలరు. ఏ లక్ష్యానికీ బాట సూటిగా ఉండదు. అక్కడ మిట్టపల్లాలు ఉంటాయి. మంచి రోజులు, చెడురోజులు ఉంటాయి. వరసగా కొన్ని చెడ్డరోజులు వచ్చి, మీకు విసుగెత్తి చేతులు ఎత్తేసే స్థితికి వస్తే, మీకు నచ్చచెప్పగలవారు, తోడ్పడేవారు మీ సఫలతకు దారి సుగమం చేస్తారు. ఇది ఒన్ వే ట్రాఫిక్ కాదు. ఇతరులకు సహాయం చేయటం కూడా మీలోని ఉత్తమ గుణాలని వెలికి తేవటానికి సహాయపడుతుంది. ఇతరుల జవాబుదారీతనాన్ని ప్రశ్నించ గలిగితే, మీ జవాబుదారీతనం నిశితమవుతుంది.

పనిలో మీరు ఎక్కడైనా తోవతెలియక చిక్కుకుపోతే, మీ అద్భుతాల ప్రవీణుల బృందం మీకు వివిధ వ్యూహాలు, పథకాలు, పద్ధతులు సూచించవచ్చు. అలాగే మీరు కూడా వారికి సూచించి సహాయపడవచ్చు. అప్పుడు మీకు ఆ సమస్యలో స్పష్టత ఏర్పడుతుంది. చిక్కులోనుంచి బయట పడతారు. ఒంటరిగా కాకుండా ఒక జట్టులో ఉండటంవల్ల, పెద్దపెద్ద లక్ష్యాలు అంటే కలిగే భయం తగ్గుతుంది. ఒకే మనస్తత్వం ఉన్న వ్యక్తులు ఒకచోట చేరితే, ప్రతివారి దగ్గర వారివారి విజయాలు, పరాజయాలు జాబితా ఉంటుంది. ఆ జాబితా సమస్యా పరిష్కారానికి అమూల్య సాధనం.

చెప్పుకోదగిన లక్ష్యాల దిశగా కృషి చేసేవారు, మీ మనస్తత్వానికి సరిపడినవారు మీకు దొరకక పోవచ్చు, మీకు తెలియకపోవచ్చు. అదీకాక మీకు ఒక జట్టులో కలిసి పనిచేయటం ఇష్టంకాకపోవచ్చు. అప్పుడు జవాబుదారీ భాగస్వామిని ఒకరిని వెతుక్కోవటం ఉత్తమం. ఆ భాగస్వామి ఒక బృందం చేయగలిగిన సహాయ సహకారాలు అన్నీ అందించగలరు. ఇక్కడ మీరు ఇద్దరూ తరుచు మాట్లాడుకుంటూ ఉండాలి. అవతలి వ్యక్తి మీరు చేయవలసిన పనులకు నిష్కర్షగా మిమ్మల్ని జవాబుదారీ చేయాలి. కామెరాన్ హెరాల్డ్ (The Miracle Morning for entrepreneurs: Elevate Yourself to Elevate Your Business), జొ పోలిష్ (The Miracle Morning for Addiction Recovery: letting Go of Who You've Been for Who You Can Become) ఇద్దరూ నా మిరకిల్ మార్నింగ్ పుస్తకానికి సహరచయితలు. వాళ్ళు ఇద్దరూ పరస్పర జవాబుదారీ భాగస్వాములు. వాళ్ళు ఇద్దరూ ప్రతిరోజూ ఒకరినొకరు ప్రశ్నిస్తారు, పరిశీలిస్తారు. ఆ పరిశీలనకు వారు CommitTo3 అనే యాప్ ప్రయోగిస్తారు. దానిప్రకారం వారు ప్రతిరోజూ తమ మూడు ముఖ్యమైన లక్ష్యాలు స్పష్టం చేయాలి. వాటిని అనుసరిస్తున్నట్టు రుజువు చేసుకోవాలి. ఇక్కడ చెప్పుకోవలసిన విషయం ఏమిటంటే, మీకు ఒకరు తోడు ఉన్నారని ధృవపరుచుకోవాలి. రెండవది మీరు మీ నిజాయితీని కాపాడుకోవాలి. ఈ భాగస్వామి మీ జీవితభాగస్వామి, కుటుంబ సభ్యులలో ఒకరు, లేదా ఆప్తులైనవారు కాకూడదని నా గట్టి సలహా. వారు ఎవరైనా మీ లోపాలను తేలికగా వదిలి వేస్తారు. అంత సన్నిహితులు కానివారైతే, ఆ లోపం జరగదు. ఈ ఒక్క అంశమే మీ సఫలతను బలపరచవచ్చు, చెరచవచ్చు. ఆ వ్యక్తి కోసం అన్వేషణ మీ కార్యక్రమంలో చేర్చండి.

మీ అద్భుతాల ఉపదేశకులు (వారు ఎక్కడ తటస్థ పడతారో మీకు తెలియదు)

మనం అందరమూ ఒకే దృక్పథానికి, అది మన దృక్పథం, పరిమితమయి ఉన్నాం. కనుక ఒక ఉపదేశకులు ఉంటే మనకు ప్రయోజనకారి అవుతుంది. ఆ ఉపదేశకులు మీ అద్భుతాల ప్రవీణుల బృందంలో ఒకరయి ఉండవచ్చు. లేదా మీ జవాబుదారి భాగస్వామికూడా కావచ్చు. మీ ఉపదేశకులు మీ జవాబుదారీతనాన్ని గుర్తు చేయటమేకాక విస్తారమైన అవకాశ సరసిలోకి మీ

దృష్టి సారింపజేస్తారు. ఉపదేశకులు సలహా ఇవ్వటమే కాక దారి చూపుతారు. కొన్ని సందర్భాలలో మీ ఉపదేశకులు తమ అనుభవం ఆధారంగా మీకు సలహా ఇస్తారు. వారుకూడా మీరు వెంటాడుతున్న లక్ష్యాన్నే ఒకనాడు వెంటాడి (సాధించి కూడా ఉండవచ్చు) ఉంటారు. మిగతా సమయాలలో మీ ఉపదేశకులు మిమ్మల్ని బాగా అర్థం చేసుకుని ఉంటారు. కనుక మీరు ఆలోచించని మార్గం, పరిగణించని మార్గం ఒకటి వారికి తెలిసి ఉండవచ్చు.

జాన్ బెర్గాఫ్ అనే వ్యక్తిని ఈ పుస్తకంలో ఇంతకు మునుపు పరిచయం చేశాను. ఆయన ఈ రెండవ తరహా ఉపదేశకులలో చేరుతారు. గత ఇరవై సంవత్సరాలుగా ఆయన నామీద సుముఖ ప్రభావం చూపుతూ వచ్చారు. నా జీవితం మీద ప్రగాఢమైన ప్రభావం చూపారు. నేను మొదటిసారి ఆయనను కలిసినప్పుడు ఆయన నా ఉపదేశకులు అవుతారని నేను కలలోకూడా ఊహించలేదు.

మొట్టమొదటి విషయం ఏమిటంటే వయసులో ఆయన నాకంటే చిన్నవారు. రెండవది కట్కోలో మేమిద్దరమూ ప్రత్యర్థులుగా పోటీ పడుతూ ఉండేవాళ్ళం. నేను చేరిన ఒకటిన్నర సంవత్సరం తర్వాత ఆయనను ఉద్యోగంలో చేర్చుకున్నారు. ఆయన రాగానే ఆ కంపెనీలో నేను స్థాపించిన అమ్మకాల రికార్డులు ప్రతిఒక్కటీ అధిగమించటం మొదలు పెట్టాడు. మేము ఒక సేల్స్ కాన్ఫరెన్స్ లో మొదటిసారి కలుసుకున్నాం. అంతకు మునుపే అతను నా విలువైన పుష్ పీరియడ్ సేల్స్ రికార్డ్ బద్దలు చేసి ఉన్నాడు. ఆ కలయిక వికారం. తర్వాత సంవత్సరం మేము ఇద్దరమూ ఒకరినొకరం తెలుసుకో సాగాం. చివరికి గాఢస్నేహితులం అయ్యాం. అప్పటికి నాకు తెలిసినవారిలో అతను చాలా అద్భుతమైన తెలివితేటలు ఉన్న వ్యక్తి. కనుకనే, మా అందరికంటే చిన్నవాడూ, అనుభవం లేనివాడూ అయినాకూడా, మా కంపెనీలో చరిత్రలోనే ప్రతిఒక్క సేల్స్ రెప్ నూ (దశాబ్దాల అనుభవం ఉన్న వారిని కూడా) అధిగమించి అమ్మకాలు సాధించ గలిగాడు.

2001 లో నేను కట్కోలోనే ఉద్యోగం చేస్తున్నాను. నాకు మరొక కంపెనీ వాళ్ళ వస్తువులు అమ్మటానికి పార్ట్ టైం ఉద్యోగం ఇవ్వటానికి సిద్ధపడింది. నా ఆదాయం పెంచుకోవటానికి ఇది ఒక మంచి మార్గం అని నా ఆలోచన. జాన్ కూడా చేరుతాడేమోనని అతనికి ఈ విషయం చెప్పాను. అతని స్పందన నాకు ఊహాతీతం. కాని అది నా జీవిత గమనాన్నే పూర్తిగా మార్చివేసింది.

"హోల్, నువ్వు ఎం చేస్తున్నావో నీకు తెలుసా?" అతని స్వరం గంభీరంగా ధ్వనించింది. "చెప్పేది విను. నువ్వు చచ్చి బతికావు. నువ్వు ఎన్నటికీ నడవలేవని చెప్పారు. కాని నడుస్తున్నావు. నీకు అది పెద్ద విషయం గా తోచకపోవచ్చు. ఎందుకంటే అది సహజంగా జరిగింది. నువ్వు నడిచావు. కాని, అది మామూలు విషయం కాదు." నేను నా కథ నలుగురికీ చెప్పాలని, నా ప్రతికూల పరిస్థితికి నేను ఎలా ప్రతిస్పందించానో, ఎలా అధిగమించానో నలుగురికీ నేర్పాలనీ చెప్పాడు. అప్పుడు వాళ్ళు కూడా అలా చేయగలరని అతని భావన. "నేనే నీ స్థానంలో ఉంటే, నీ కథను ఒక పుస్తకంగా వ్రాయటానికి దొరికిన ప్రతిఒక్క క్షణమూ వినియోగిస్తాను. ఇంకొక కంపెనీ సరుకు అమ్మటానికి కాదు." అతను చెప్పినదానిని గురించి నేను ఆలోచించాను. అతను చెప్పింది సబబే ననిపించింది. ఆ సంభాషణ నా జీవిత మార్గానికి వెలుగు చూపింది. నన్ను ఒక రచయితగా, ఒక ఉపన్యాసకుడిగా ప్రోద్బలం చేసింది.

నేను జాన్ ను కలిసినప్పుడు అతను ఒకనాడు నా జీవితానికి ఒక దారి చూపించే ఉపదేశకుడు అవుతాడని ఎన్నడూ ఊహించలేదు. అందుకే ఇతరులు చెప్పేది జాగ్రతగా వినమని నేను అందరికీ చెప్తూ ఉంటాను. ఆ సలహా మీరు ఊహించని చోటినుంచి రావచ్చు. ఫర్వాలేదు. మనకు ఎదురయ్యే అనేకమంది మనుషుల దగ్గరినుంచి మనం నేర్చుకోవటానికి సిద్ధంగా ఉంటే, వారు చెప్పింది జాగ్రత్తగా వింటే, మన శ్రేయోభిలాషులు పెరుగుతారు. మన జీవన దృక్పథం మారుతుంది. మన జీవనస్థాయి 10 కి చేరే అవకాశాలు మెరుగు పడతాయి.

మీ ధ్యేయం నలుగురికీ తెలియనివ్వండి

మీ ధ్యేయానికి మీరు నిశ్చలంగా అంకితమై ఉండాలి. అది సాధించటానికి జవాబుదారీ పూర్తిగా మీదే. ఇవి రూఢిగా జరగాలంటే మీ ధ్యేయాన్ని నలుగురికీ తెలియనీయండి. మీరు దేనికోసం కృషి చేస్తున్నారో, దానికి ఎందుకు నిబద్ధులై ఉన్నారో మీ సన్నిహితులకు చెప్పండి. ఏది ఏమైనాసరే మీ ధ్యేయం సాధించి తీరాలి. నాన్యః పంథా. మీ లక్ష్యాన్ని ఇతరులకు చెప్పకూడదు అనే ఆలోచనాపథం కూడా ఉన్నదని నాకు తెలుసు. జనానికి చెప్పటానికి బదులు చేసి చూపించమని ఆ వర్గం అభిప్రాయం. కాని మీ లక్ష్యం ఏమిటో ఇతరులకు చెబితే అది చాల ఉపయోగకారి అవుతుంది. మీరు ఎవరికీ

చెప్పకపోతే, మీరు అందులోనుంచి తప్పించుకుని బయట పడటం సులువవుతుంది. మనం మామూలుగా చేసే పని అదే.

మీ లక్ష్యాలు నలుగురికీ చెబితే దాని ప్రభావం ఏమిటో నాకు తెలుసు. నేను ఆ విషయంలో చాలా ప్రయోగాలు చేశాను. నేను 200,000 డాలర్ల అమ్మకాలు లక్ష్యంగా పెట్టుకున్నపుడు, అదే లక్ష్యంగా ఉన్న ఇతర సేల్స్ రెప్స్ ను కూడదీసి ఒక జట్టు చేశానని ఇదివరకు చెప్పాను కదా! అంతే నా ధ్యేయం నా సహోద్యోగులు అందరికీ తెలిసిపోయింది. అప్పుడు మేము అందరమూ ఒకరికొకరం సహాయం చేసుకున్నాం. జవాబుదారీ తనం పంచుకున్నాం. నేను దయాధర్మ నిమిత్తం అల్ట్రా మారథాన్ (అది యాభై రెండు మైళ్ళ పరుగు) పరుగులో పాల్గొన దలచినప్పుడు ఆ విషయం ఇంకా ఎక్కువ మందికి తెలియబరిచాను. ఈ నిబద్ధతలో సందర్భ సమన్వయము గమనించండి: ఈ మారథాన్ పరుగులో పాల్గొంటున్న ధావకులు అందరికీ నా వందనాలు. కాని నేను మీలో ఒకడిని కాను. చెప్పదగిన విషయం కాకపోయినా, "పరుగులు తీయటం అంటే నాకు పరమ ద్వేషం." నేను ఆ వర్గం వాడిని.

కాని, పరిగెత్తటం అంతే నాకు గిట్టదు గనుక నేను 2008 లో ఒక అల్ట్రా మారథాన్ పరుగులో పాల్గొనటానికి నిబద్ధుడిని అయ్యాను. ఇది తిరోగమనంగా ధ్వనించవచ్చునని నాకు తెలుసు. ఒక సుప్రభాతాన నాకు ఆలోచన కలిగింది: ఒక్కరోజులో యాభైరెండు మైళ్ళు పరిగెత్తాలి అంటే, నేను ఎవరుగా మారాలి? ఆ వ్యక్తి ఎవరో నాకు తెలియదు. అటువంటి వ్యక్తిని ఎన్నడూ కలవలేదు.ఆ మనిషి ఎలా ఉంటాడోనని నా ఆశ్చర్యం. ఆ మనిషి నాకంటే చాలా సమర్థుడు, క్రమశిక్షణ గలవాడు అని నా ఊహ. అతను తలుచుకున్న పని ఏదైనా సాధించ గలడు. నేనూ అతనిలాగా కావాలి అని నా కోరిక.

ఇతరుల మద్దతు, జవాబుదారీ సాధించటానికి నేను రెండు పనులు చేశాను. నేను ఫేస్ బుక్ లో ప్రవేశించి ఆ మారథాన్ నేను పరిగెత్తుతున్నాననీ, ఆ పరుగులో సంపాదించిన సొమ్ము నా అభిమాన సంస్థ ఫ్రంట్ రో ఫౌండేషన్ వారికి దానధర్మాలకు వినియోగిస్తాననీ ప్రకటించాను. నా నిబద్ధత బహిరంగంగా ప్రకటించేసరికి దానికి కట్టుబడి ఉండవలసిన బలం ఏర్పడింది. ఈ పరుగు పందెంలోనుంచి విరమించుదామని ఎప్పుడైనా అనిపించినా (అద్భుతాలు సాధించే ప్రయాణంలో మన అందరికీ ఈ భావన అనుభవంలోకి వస్తుంది) దానధర్మాలకు సొమ్ము సేకరిస్తానని ప్రకటించి,

తర్వాత ముడుచుకు పోయిన వెధవలాగా నేను కనపడ కూడదు. అప్పుడు నేను ఆన్ లైన్లో ది నాన్ రన్నర్స్ మారథాన్ ట్రెయినర్ అన్న పుస్తకం ఆర్డర్ చేశాను.

అదృష్ట వశాత్తూ నాతోబాటు అల్ట్రా మారథాన్ పరిగెత్తటానికి నా ముగ్గురు స్నేహితులు జేమ్స్ హిల్, ఆలీషా ఆన్దరార్, ఫెవియన్ వలెన్షియ సిద్ధం అయ్యారు. మాకు "ఉత్తమ మిత్రులు" అని మేమే పేరు పెట్టుకున్నాం. చివరికి మేము అందరమూ ఆ మారథాన్ పూర్తిగా పరిగెత్తాము. నా స్నేహితుల విషయం చెప్పలేను కాని, ఆ పరిగెత్తటం అంటే నాకు ఇంకా ద్వేషమే. కాని ఆ ప్రక్రియలో నేనేం చేశానో తెలుసా? ఆ అల్ట్రా మారథాన్ పరిగెత్త గలిగిన వ్యక్తిని నేను కలవటమే కాదు, నేనే ఆ వ్యక్తినయ్యాను. ఆనాటినుంచి నా జీవితం మెరుగుపడింది. మీరు ఆదరించే వారితో – వారి ఆదరణకు మీరు విలువనిస్తే – నిబద్ధత ఏర్పరుచుకుంటే, ఆ నిబద్ధత వదలటానికి వీలు లేదు.

మీ ధ్యేయం ఒకటికి మించిన లక్ష్యాలకు దారి తీస్తే

ఒక ధ్యేయం వెంటాడితే ముఖ్యమైన అనేక లక్ష్యాలు సాధించటానికి దారి తీసింది అని చెప్పటానికి నా స్నేహితుడు, కట్కో సంస్థలో (కట్కో సంస్థ కాకపోతే, నాకు స్నేహితులు అంటూ ఎవరూ ఉండేవారు కారు) నా సహోద్యోగి జాన్ ఇజ్రేల్ ఒక మహత్తరమైన ఉదాహరణ. "మిస్టర్ థాంక్ యు" అన్నది జాన్ సార్థక నామధేయం. ఈ గ్రహం మీద కృతజ్ఞతా భావం కనీసం 1 శాతం పెంచాలని జాన్ ధ్యేయం. అందుకు అతను ప్రతి ఒక అవకాశానికీ థాంక్ యు కార్డ్ ఉపయోగిస్తాడు. ఆ ధ్యేయం సంకల్పించిన మొదటి సంవత్సరం అతను ప్రతిరోజూ, ప్రతి ఒక్క రోజూ కనీసం ఐదు థాంక్ యు నోట్స్ వ్రాసేవాడు. అవి అన్నీ వేరువేరు వ్యక్తులకు పంపేవాడు. ఏ ఒక్కరికైనా సంవత్సరానికి మూడు నోట్స్ మాత్రమే పంపటం ఒక పరిమితి. ఆకర్షణీయమైన ధ్యేయం. కదా!

> ఆయన తన ఇతర లక్ష్యాలు అనుసరించిన తీరు కూడా ఆసక్తికరంగా ఉంటుంది. ఆయన తన ఇతర లక్ష్యాలు అన్నీ తన ధ్యేయం కృతజ్ఞత ద్వారా వడకట్టేవాడు. ఆ సంవత్సరం అంత సాధించాడంటే కారణం అదే. ఆ సంవత్సరం అతనికి బిడ్డ పుట్టాడు. ఆయన దేశం అంతటా పర్యటించాడు. "అద్భుతాల ప్రవీణులైన" తండ్రుల సమాజం ఒకటి పెంచి పెద్ద చేశాడు. ఆ వడపోత ద్వారా అతని బాంధవ్యాలు, సమాజము త్వరగా విస్తరించాయి. ఆ సంవత్సరం అతనికి అత్యుత్తమ సంవత్సరం అయింది. 445,000 డాలర్ల విక్రయాలు సాధించాడు. అది ఒక ఘన విజయం. తన ధ్యేయంలో 1825 థాంక్ యు కార్డులు స్వహస్తంతో వ్రాసి పంపాడు. ప్రపంచానికి అంత కృతజ్ఞత పంచటంవల్ల, అతను ఎంతమందికో కృతజ్ఞుడు కావలసి వచ్చింది. అతని లక్ష్యాలు అన్నీ అతని ధ్యేయాన్ని అనుసరిస్తూ ఉంటాయి. అందువల్ల ఆ సంవత్సరం అతను చేయటానికి సంకల్పించినది అంతా సాధించగలిగాడు.

మీ ఇతర లక్ష్యాలు మరువకండి

మీ లక్ష్యాలు గుర్తించి వాటిలో అత్యంత ముఖ్యమైన లక్ష్యం మీ ధ్యేయంగా ఎంచుకోవటాన్ని గురించి మనం చర్చించి ఉన్నాం. అంటే మీరు మిగిలిన వాటినన్నిటినీ విడిచిపెట్టాలని అర్థం కాదు. మీ ధ్యేయం అన్నిటికంటే ముఖ్యస్థానం ఆక్రమించుతుంది అని మాత్రమే. ఆ ధ్యేయం సాధించటానికి ఆనాడు చేయవలసిన కార్యక్రమం పూర్తి చేస్తే, తర్వాత మీరు కోరిన లక్ష్యం చేపట్టవచ్చు.

ఒక సంవత్సరం నేను నా అత్యధిక విక్రయాలను రెట్టింపుచేసి సాధించానని మీకు గుర్తు ఉన్నదనుకుంటాను. ఆ సంవత్సరం నేను నా మిగతా లక్ష్యాలు అన్నిటినీ కూడా సాధించాను. ఒక ధ్యేయం నిర్ణయించుకుంటే, మీరు మీ సమయాన్ని దేనికి ఉపయోగిస్తారు అన్న విషయం ముందుకు వస్తుంది. మీరు ఒకసారి ఒక లక్ష్యం మీద మనసు లగ్నం చేసి క్రమంగా అన్నీ పూర్తి చేస్తారు. ఉదయమే లేచి అన్నిటికంటే సులువైన పని చేయటం మొదలుపెట్టటంకంటే ఇది చాలా దక్షతగల పద్ధతి. ప్రభావశాలి అయిన

పద్ధతి. మీరు ఒకసారి ఒక లక్ష్యంమీద మనసు లగ్నం చేసి ముందుకు సాగితే, అనేక లక్ష్యాలు సాధించటం అనుకున్నదానికంటే చాలా సులువు అవుతుంది.

ఇక్కడ మనం మీ లక్ష్యం అసలు పరమార్థం ఏమిటో, మీ ధ్యేయం ఎంచుకోవటం ఎలాగో వివరంగా పరిశీలించాం. తర్వాతి రెండు అధ్యాయాలు, అద్భుతాల ప్రవీణులు కావటానికి మీరు చేయవలసిన రెండు నిర్ణయాలను గురించి ప్రగాఢంగా వివరిస్తాయి. మీ ఉన్నత లక్ష్యాలను సాధ్యాసాధ్యాలనుంచి... సంభావ్యతకు... అక్కడినుంచి అనివార్యతకు... నడిపించటానికి తోడ్పడుతాయి. మిమ్మల్ని భయపెట్టే లక్ష్యాన్ని చేపట్టటం అసాధ్యమని, ఊహాతీతమని మీకు అనిపిస్తే, రాబోయే పేజీలు మీరు రెండుసార్లు చదవవచ్చు.

7

మీ మొదటి నిర్ణయం: అచంచల విశ్వాసం

మీరు ఎంతవరకు నమ్మాలి...

సవాళ్లు ఎదుర్కోవటానికి
జనం భయపడేది విశ్వాసం లేకపోవటం వల్లనే.
నేను నన్ను నమ్ముకున్నాను.

-మహమ్మద్ ఆలి

ఇది మీకు తెలుసా? డాక్టర్ సేస్ వ్రాసిన మొదటి పుస్తకం ఇరవై ఏడుగురు ప్రచురణకర్తలు పక్కకు నెట్టారు. ఆ తర్వాత ఆయన అరవైకి పైగా సఫలత సాధించిన రచనలు చేశారు. విశ్వవ్యాప్తంగా 600 మిలియన్ పుస్తకాలు అమ్ముడు పోయాయి.

బేబ్ రూత్ 1330 స్ట్రైక్ ఔట్లు చేశారు. ఆయన చేసిన హోం రన్స్ ఒక రికార్డ్. బేస్ బాల్ క్రీడ మహామహులలో ఒకరుగా ఆయన ప్రఖ్యాతి చెందారు.

విన్సెంట్ వాన్ గో ఒకే ఒక పెయింటింగ్ అమ్మారు, అదీ తన స్నేహితుడికి. కాని ఆయన పెయింటింగ్ కొనసాగించారు. ఆయన అస్తమించే నాటికి ఆయన 800 పైగా చిత్రాలు చిత్రించారు. ఇప్పుడు ఆ చిత్రాలు ఒక్కొకటి మిలియన్ల డాలర్ల ఖరీదు చేస్తాయి.

బహుముఖ ప్రజ్ఞాశాలి రచయిత, నటుడు, నిర్మాత, దర్శకుడు టైలర్ పెర్రీ ఆయన మొదటి నాటకం చెట్టెక్కినప్పుడు సొమ్ము అంతా (మొదట్లో ఆయన దగ్గర ఉన్నది కూడా తక్కువే) నష్టపోయాడు. దానితో ఆయన వెనక్కు తగ్గక ముందుకు సాగాడు. అందరినీ, కూడదీసి ఆ నాటకం ప్రదర్శించ సాగాడు. కొన్ని రోజులు ఆయనకు తన కారే ఇల్లు, వాకిలి, సర్వస్వం. చివరికి, చిట్టచివరికి ఆరు సంవత్సరాల తర్వాత, ఆ నాటకం విజయవంతం అయింది. ఆయన వృత్తి జీవితం తారాపథం అందుకున్నది. అక్కడినుంచి ఆయన ఆస్తి విలువ వందల మిలియన్ డాలర్లు అయింది.

వాల్ట్ డిస్నీ ని ఒక వార్తాపత్రిక ఉద్యోగంలో నుంచి తీసివేసింది. "ఆయన దగ్గర తగిన ఆలోచనలు లేవు." అందుకు కారణం. అప్పుడే ఆయన ప్రపంచంలోనే అత్యంత సృజనాత్మకమైన సంస్థ సృష్టించారు.

గ్రాండ్ ఓల్ ఒప్రీ లో గాత్ర పరీక్ష తర్వాత ఎల్విస్ ప్రేస్లీ కి ఆయనను తన ట్రక్ డ్రైవర్ ఉద్యోగానికి తిరిగి పొమ్మన్నారు. ఆయన వారి సలహా చెవిన పెట్టలేదు. ఆయన సుప్రసిద్ధ సంగీత స్రష్ట అయి కూర్చున్నారు.

మైఖేల్ జోర్డాన్‌ను ఆయన హైస్కూల్ బ్యాస్కెట్ బాల్ టీంలో నుంచి తీసివేశారు. అప్పుడే ఆయన చికాగో బుల్స్ టీంలో చేరారు. బ్యాస్కెట్ బాల్ మూర్తి అయి కూర్చున్నారు.

వీటిలో కొన్ని కథలు నేను అంతకు మునుపే విని ఉన్నాను. కొన్ని ఈ పుస్తకంకోసం పరిశోధన మొదలు పెట్టినదాకా నాకు తెలియదు. కాని నాకు అన్నీ ఆసక్తికరంగా కనిపించాయి. డాక్టర్ సూస్ తన రచనా వ్యాసంగం కొనసాగించారు. బేబ్ రూత్ బ్యాట్ ఊపుతూనే ఉన్నారు. వాన్ గొ చిత్రాలు చిత్రిస్తూనే ఉన్నారు. టెయిలర్ పెర్రీ నాటకం మళ్లీమళ్లీ ఆడుతూనే ఉన్నారు. వాల్ట్ డిస్నీ ఊహిస్తూనే ఉన్నారు. ఎల్విస్ ప్రెస్లీ పాడుతూనే ఉన్నారు. మైఖేల్ జోర్డాన్ బాస్కెట్ షూట్ చేస్తూనే ఉన్నారు. ఎందుకు? వాళ్ళు ఎందుకు అలా చేస్తూనే ఉన్నారు? వారిలో చాలామందికి మొదలు పెట్టిన తర్వాత ఎన్నో సంవత్సరాలకు సఫలత దర్శనం ఇచ్చింది. ఆ దారిన ఆర్థికంగా చితికి పోయినవారు కూడా ఉన్నారు. వారిలో ప్రతిఒక్కరూ మన లాగానే ఆత్మసంశయం ఎదుర్కొన్నారు. ఎందుకు? – దానికంటే ఎలా అని అడిగితే బాగుంటుంది – పరాజయాలు ఒకదానితర్వాత ఒకటి ఎదురవుతూ ఉంటే వారు పట్టువదలకుండా కొనసాగారు?

నాకు తోచింది ఒకే ఒక సమాధానం. అది వారందరికీ వర్తిస్తుంది. వారందరూ తమ అచంచల విశ్వాసం సడలనీయలేదు, చెక్కు చెదరనీయలేదు.

అద్భుత అమీకరణం రెండు నిర్ణయాలను ఆవరించి ఉంటుంది. ఈ రెండు నిర్ణయాలు మనసులో సుస్థిరం చేసి, సుదీర్ఘకాలం అనుసరించాలి: అచంచల విశ్వాసం, అసాధారణ కృషి. ఈ రెండు నిర్ణయాలకు బద్ధులై ముందుకు సాగటానికి మీరు ఉద్యుక్తులయితే, మీ విజయావకాశాలు ఉధృతంగా మెరుగు పడతాయి. అవి మీ సఫలతకు గ్యారంటీ ఏమీ ఇవ్వబోవటంలేదు. మీరు కోరిన ఫలితాలు మీకు గారడీ శక్తి ఏమీ తెచ్చిపెట్ట బోవటం లేదు. కాని అది అంతకంటే దృఢమైన చేదోడు.

మీరు ఏదో సాధించగలరన్న నిత్యనిరంతర విశ్వాసమే మిమ్మల్ని కృషిలోకి దించుతుంది. మీ కృషి తీవ్రమయినకొద్దీ మీ విజయావకాశాలు మరింత పెరుగుతాయి. మీ సామర్థ్యం పదును ఎక్కుతుంది, మీ ప్రభావం విస్తరిస్తుంది. మీరు బద్ధకంకణులై మీ ధ్యేయం దిశగా ముందుకు సాగుతూ ఉంటే, మీకు సాధ్యం అనుకున్నది సంభావ్యం అవుతుంది. ఆ సంభావ్యం అనుకున్నది అనివార్యమయి కూర్చుంటుంది. అక్కడే మీ జీవితంలో అద్భుతాలు జరుగుతాయి. ఈ కథలనుంచి నేను తెలుసుకున్నది – మీరు కూడా తెలుసుకున్నారని ఆశిస్తాను – ఏమిటంటే సఫలత, విజయము వచ్చి ఎన్నడూ మీ ఒళ్లో వాలవు. వాటికి అడ్డదార్లు కూడా లేవు. ముందుకు

సాగటానికి ఆత్మవిశ్వాసం ఒక్కటే మార్గం. ఆటంకాలు వారి దృష్టిని మరల్చి ఉంటే, వారి విశ్వాసాన్ని చెదరగొట్టి ఉంటే, పైన చెప్పిన పెద్దలు (ఆ మాటకు వస్తే ఎవరైనా సరే) వారి రంగాలలో శిఖరాగ్రం చేరిఉండేవారు కారు. వారి సఫలతకు బహుకాలం పూర్వమే వారి కృషికి ఆజ్యం పోసింది వారి అచంచల విశ్వాసమే. ఆ చెక్కు చెదరని, మొక్కవోని విశ్వాసం కలిగి ఉండటం వారి వ్యక్తిగత నిర్ణయం. ఆ అచంచల విశ్వాసం అలవరచుకోవటం ఎలాగో, దానిని క్రియపూర్వకంగా దర్శించటం ఎలాగో ఈ అధ్యాయంలో చర్చించుదాం.

అచంచల విశ్వాసంలోకి దూకు

విశ్వాసం అన్నది పట్టు చిక్కని లక్షణం. నిర్వచనానుసారం దానికి రుజువు లేదు. కనుక దానిని నమ్మటం కష్టమైన పని. అది కంటికి కనపడే వస్తువు కాదు. కనుక అంత నమ్మదగినది కాకపోవచ్చు. విశ్వాసాన్ని గురించి మాట్లాడేటపుడు, దాదాపు అందరూ ఒక దుర్ఘటనకు మాత్రమే జోడిస్తారు. "ఈ భయంకరమైన సంఘటన ఏదో ఒక కారణంగా జరిగిందని విశ్వాసం ఉంచు." అని మనకు చెబుతారు. లేదా, 'పరిస్థితులు మారుతాయని నమ్మకం ఉంచు." ఇటువంటి విశ్వాసము, నమ్మకము మీకు తాత్కాలికమైన ఉపశమనం కలిగించవచ్చు. అదీ కొన్నిసార్లు. సర్వదా కాదు.

నేను ఈ విశ్వాసము, నమ్మకాన్ని గురించి మాట్లాడటం లేదు. మీకు ఏది సాధ్యము అనే సందర్భంలో అవసరమైన విశ్వాసాన్ని – ప్రతికూలతను అధిగమించే సామర్థ్యం, కొలతకు అందే ప్రత్యక్ష అద్భుతాలు సృష్టించే సామర్థ్యం - గురించి మాట్లాడు తున్నాను. తొలిచూపులో ఆ విశ్వాసం కంటికి కనపడదు, నమ్మదగినది అవునో కాదో తెలియదు. విశ్వాసము అంటే, మన సహజ సంశయాత్మక స్వభావం నుంచి విడిపడి అవతలికి దూకటం. నిజానికి అద్భుత సమీకరణంలో అర్ధభాగమైన ఆ అచంచల విశ్వాసం మన సహజగుణం కాదు. మనిషి అచంచల విశ్వాసంతో పుట్టలేదు. అది స్వాభావికం కాదు. అది ఒక అనుభూతి కూడా కాదు. అది ఒక నిర్ణయం ప్రకారం సచేతనంగా స్థాపించాలి. ఆ తర్వాత క్రమంగా అలవాటు చేసుకొని, కాలక్రమాన నిలకడగా కాపాడుకోవాలి. కొలతకు అందే ప్రతి ఒక్క ప్రత్యక్ష అద్భుతము, ఆ అద్భుతం సాధించటం సాధ్యమేనన్న నమ్మకంతోనే

మొదలవుతుంది. అద్భుతం నిజమయ్యేవరకూ – అది ఎంతకాలమైనా సరే – అసాధారణ కృషి జరుగుతూ ఉండగా, ఆ విశ్వాసం కొనసాగుతుంది. ఆ అచంచల విశ్వాసం మీ విముఖ స్వగతానికి స్వస్తి చెప్పే శక్తినిస్తుంది. ఎవరికో గాని అందుబాటులోలేని మనస్తత్వం మీకు స్వంత మవుతుంది. అచంచల విశ్వాసం కలిగించే మేలు ఇది.

అద్భుతాల ప్రవీణులు చేసే తొలి నిర్ణయం అచంచల విశ్వాసమేనని తెలుసుకోండి. వారు జీవితాంతము ఆ విశ్వాసాన్ని నిలకడగా కొనసాగిస్తారు. సచేతనంగా ఆ నిర్ణయం పునఃపునః చేయటంవల్ల, అది వారి మౌలిక మనస్తత్వం అవుతుంది. ఆ మనస్తత్వంతోనే వారు అన్ని సవాళ్ళని, అవకాశాలను దర్శిస్తారు. ఉన్నతాశయాలు సాధించినవారి మనస్తత్వం వర్ణించేవారు ఈ అచంచల విశ్వాసమే వేరువేరు పేర్లతో ప్రత్యక్షం చేస్తారు. అసాధారణ ఆత్మవిశ్వాసం, పరమ విశ్వాసం, బులెట్ ప్రూఫ్ నమ్మకం వాటిలో కొన్ని. మీరు పేరు ఏదైనా పెట్టవచ్చు. కాని ఈ మనస్తత్వం లేని అద్భుతాల ప్రవీణులు మీకు ఎన్నడూ కనిపించరు.

నేను దాదాపు చనిపోయిన సంవత్సరం – మరొకసారి

నాజీవితం ఎందుకు పరీక్షలకు గురయిందో నాకు తెలియదు. అసలు పరీక్షలు ఎందుకు జరగాలి? కాని ఇందులో నేను నేర్చుకున్నది ఏమిటంటే, మన మనస్తత్వం – నిజమైన ఆనందం, కృతజ్ఞత, ఆశావాదం, మన చుట్టూ ఉన్న ప్రపంచం కూలిపోతున్నాసరే – ఎంచుకునే శక్తి మనలో ఉన్నది. ఆ ఎంపికవల్ల మనం స్థిమితంగా నిలకడగా ఉంటాం. అప్పుడు కూలిపోతున్న ఈ ప్రపంచాన్ని కూడదీసి, నిలబెట్టవచ్చు.

ఈ అద్భుత సమీకరణం నేను ఇటీవలనే, ప్రయోగించాను. అది అతి క్లిష్టమైన సమయం. కాని చాలా అద్భుతమైన ప్రతిఫలం లభించిందని చెప్పాలి. అది దాదాపు నా ప్రాణం కాపాడిందనే చెప్పాలి. 2016 లో సామాన్యమైన ఒక సాయంత్రం. ఊపిరి సలపక నేను అర్ధరాత్రి మేలుకున్నాను. ఊపిరి పీల్చటం కష్టమై నేను గట్టిగా గుర్రు గుర్రు మని ఊపిరి పీల్చాను. నా భార్య ఉర్సులా మేలుకున్నది.

"ఏమయింది? ఏమిటి అలా ఉన్నావు?" ఆమె అడిగింది.

"తెలియదు." నేను మళ్ళీ గుర్రు గుర్రు మన్నాను. "నాకు ఊపిరి

పీల్చటం కష్టంగా ఉన్నది.” ఆమె వెంటనే నన్ను దిండుకు ఆనించి కూర్చోబెట్టింది. అప్పుడు నాకు చాలా ఊరట కలిగింది. నేను మళ్ళీ నిద్రకు ప్రయత్నించాను. పొద్దున్న నిద్రలేవగానే నేను అర్జెంట్ వైద్యసదుపాయానికి వెళ్లాలని, ఇద్దరమూ నిశ్చయించాము. అలా నిటారుగా కూర్చునే నేను నిద్ర పోయాను. మర్నాడు ఉదయం మా స్థానిక ఎమర్జెన్సీ వైద్య సదుపాయానికి వెళ్లాను. సమస్య ఏమిటో డాక్టర్ చెప్తారని ఆశ. డాక్టర్ నాకు న్యుమోనియా అని చెప్పి అజిత్రోమైసిన్ (యాంటి బయోటిక్) ఇచ్చారు. దానితో నాకు ఉపశమనం కలుగుతుందని చెప్పారు. కాని అలా జరగలేదు.

తర్వాతి వారాలలో పరిస్థితి పోనుపోను క్లిష్టమవుతున్నది. నేను ప్రతిరోజూ ఎమర్జెన్సీ వైద్య సదుపాయానికి వెళ్ళవలసిన పరిస్థితి ఏర్పడింది. నా ఎడమ ఊపిరితిత్తి చప్పబడి పోతున్నది. దానిలోనుంచి ద్రవం వెలికి పంపవలసిన పరిస్థితి ఏర్పడింది. ప్రతిసారీ అది చాలా బాధాకరమైన చికిత్స అయి కూర్చున్నది. అందులో మితిమీరి చేరుకున్న ద్రవం బయటికి పంపటానికి నా వెనకవైపు పక్కటెముకల మధ్య నుంచి ఒక పెద్ద సూది గుచ్చుతారు. అప్పుడు చాలా ద్రవం బయటికి వచ్చేది. ఆ సమయంలో నా ఊపిరితిత్తిలోనుంచి మొత్తం పదకొండు లీటర్ల ద్రవం వెలికి తీశారు. అయినాకూడా నాకు తగిన ఉపశమనం లభించలేదు. ఆ ద్రవం బయటికి తీసిన తర్వాత మళ్ళీ అక్కడ చేరుకునేది. ప్రతి ఒక్క రాత్రీ నాకు ఊపిరి ఆడేది కాదు. దాని మూలకంగా నిద్రపట్టటం కష్టమై కూర్చున్నది. నా ఊపిరితిత్తి ఎందుకు చప్పబడి పోతున్నదో నిర్ణయించటానికి, నన్ను ఒక స్పెషలిస్ట్ దగ్గరినుంచి మరొక స్పెషలిస్ట్ దగరికి రవాణా చేస్తూ వచ్చారు. కాని, నేను డాక్టర్ బర్కిలీ ని కలిసేంతవరకూ, ఎవరికీ ఏమీ అంతుబట్టలేదు.

డాక్టర్ బర్కిలీ అనేక పరీక్షలు, స్కాన్లు జరిపించారు. అవి అన్నీ నేను ధైర్యంగా భరించాను. మర్నాడు ఆయన నర్స్ ఫోన్ చేసి డాక్టర్ బర్కిలీ వీలయినంత త్వరగా చూడాలంటున్నారని చెప్పింది. నా పరీక్షల ఫలితాలు సమీక్షించటానికని చెప్పింది. ఆమె గొంతులో ఒక ఆత్రుత, ఆదుర్దా ధ్వనించింది. చివరికి ఏదో బయట పడిందని నాకు అనిపించింది. నేను నా కారులోకి దూకి, డాక్టర్ బర్కిలీ ఆఫీసుకు వెళ్లాను. ఆయన ఆఫీసులో కూర్చుని ఆయన రాక కోసం నిరీక్షిస్తున్నాను. గత రెండు వారాలుగా నేను ఎందుకు సరిగా ఊపిరి పీల్చలేక పోతున్నానో, నాకు సంక్రమించిన వ్యాధి ఏమిటో తెలుస్తుందనే ఒక మనశ్శాంతి కలిగింది. డాక్టర్ బర్కిలీ లోపలికి

వచ్చారు. నా ఎదురుగా కుర్చీలో ఆసీనులయారు. నా టెస్ట్ రిపోర్ట్ లన్నీ ఒకటొకటే పరీక్షించ సాగారు. ఆ ఫలితాలన్నీ చేరి ప్రాధమిక వ్యాధి నిర్ధారణకు రూపు దిద్దాయి. "హాల్, ఇది ఒకవిధమైన క్యాన్సర్ లాగ తోస్తున్నది."

క్యాన్సరా? కావటానికి వీల్లేదు. నా ఆలోచన. నాకు అలా కావటానికి వీల్లేదు.

కొన్ని సంవత్సరాల క్రితం నేను హీలింగ్ క్యాన్సర్ ఫ్రం ఇన్ సైడ్ ఔట్ అనే డాక్యుమెంటరీ చూశాను. ఆ తర్వాత ది చైనా స్టడీ, ఈటింగ్ వెల్ ఫర్ ఆప్టిమం హెల్త్: ది ఎసెన్షియల్ గైడ్ టు ఫుడ్అండ్ న్యూట్రిషన్ అనే ఆరోగ్య సంబంధమైన పుస్తకాలు చదివాను. ఆకారణంగా, నా క్యాన్సర్ వ్యాధి కనుక్కోవటానికి ముందు ఆరు సంవత్సరాలు నేను "క్యాన్సర్ విరుద్ధం" అనుకున్న జీవనశైలి అనుసరించి పాటించాను. ముప్ఫైఏడు ఏళ్ల వయసులో ప్రాధమికంగా నేను సేంద్రియము, చెట్లనుంచి వచ్చిన ఆహారము తింటూ వచ్చాను. నాణ్యమైన మాంసాహారం అదీ హార్మోన్ రహితం, శాకాహార మాంసం తిన్నాను. పది సంవత్సరాలనుంచీ అదే జరుగుతున్నది. క్రమం తప్పకుండా నిత్యమూ వ్యాయామం చేశాను. ప్రతిరోజూ ధ్యానం చేశాను. నేను నిజంగా ఆనందంగా ఉన్నాను. ఒత్తిడి లేకుండా ఉండేవాడిని. ఎప్పుడన్నా ఒక బీర్ తప్పించి నేను మద్యం ముట్టలేదు. ఉర్సులా, నేనూ కలిసి ఇంట్లో విషపూరితమైన రసాయనాలు అన్నీ బయట పారేసాం. సహజమైన, రసాయన రహితమైన షాంపూలు, టూత్ పేస్టులు, దుర్వాసన నిరోధకాలు, మా ఇంట్లో ఉండేవి. ఒకవిధంగా మేము ఆధునిక హిప్పీలం అని చెప్పవచ్చు.

దగ్గరలో ఉన్న మరొక హాస్పిటల్లో రెండవ అభిప్రాయం సేకరించాను. మూడవ అభిప్రాయం కోసం టెక్సాస్ లోని MD యాండర్సన్ క్యాన్సర్ సెంటర్‌కు వెళ్లాను. అక్కడ డాక్టర్లు త్వరగా కనిపెట్టిన విషయం ఏమిటంటే, నా ఎడమ ఊపిరితిత్తి చప్పబడిపోవటమే కాదు. నా రెండు మూత్ర పిండాలు, నా గుండె, కూడా పడి పోవటానికి సిద్ధంగా ఉన్నాయని చెప్పారు. నేను అక్కడికి వెళ్ళింది నాకు క్యాన్సర్ ఉన్నదా లేదా అని తెలుసుకోవటానికి. కాని అక్కడి నర్స్ లు వెంటనే నన్ను స్ట్రెచర్ మీద ఎమర్జెన్సీకి తీసుకు వెళ్ళారు. మరొక డ్రం ద్రవం బయటికి తీయటానికి. ఈ సారి ఈ ద్రవం నా ఊపిరి తిత్తిలోది కాదు. నా గుండెచుట్టూ ఆవరించి ఉన్న ద్రవం. ఆ ద్రవం ఒక అంగుళంలో ఎనిమిదోవంతు మందం ఉన్నది. ఆ ద్రవం మరొక

ఎనిమిదోవంతు పెరిగితే, నా గుండె కొట్టుకోవటం ఆగిపోతుందని, కార్డియాక్ అరెస్ట్ జరుగుతుందనీ, అప్పుడు ఓపెన్ హార్ట్ సర్జరీ చేయవలసి వస్తుందనీ ఎమర్జెన్సీ డాక్టర్ చెప్పారు.

నేను నమ్మలేక పోయినాను. నాకు విపరీతమైన భయం వేసింది. పరిస్థితులు అంతకంతకూ విషమిస్తున్నాయి.

ఆ ద్రవం వట్టిపోయేట్లు చేయటానికి శాస్త్రవైద్యులు నా ఛాతీలోకి ఒక పెద్ద సూది గుచ్చుతారు. అప్పుడు అది ఆ గుండె చుట్టూ ఆవరించి ఉన్న ద్రవాన్ని చేదిస్తుంది. శస్త్రవైద్యులు ఆ సూది నా గుండెకు తాకకుండా ఉండటానికి అవసరమైన జాగ్రత్తలు అన్నీ తీసుకుంటారు. ఆ ప్రక్రియ అంతా నాకు పూర్తిగా తెలిసి ఉండాలి. అది జరిగేటప్పుడు నేను మెలకువగా ఉండాలి. నేను ఒక సమ్మతి పత్రంమీద సంతకం కూడా చేయాలి. ఒకవేళ పొరపాటున ఆ సూది నా గుండెకు తగిలి గుచ్చుకుంటే, నా గుండె ఆగిపోతుంది. కాని నేను హాస్పిటల్ మీద ఎటువంటి వ్యాజ్యమూ వేయటానికి వీలు లేదు. ఉర్సులా ఇప్పటికే ఏడుస్తున్నది. నేను ఆమెను ముద్దు పెట్టుకున్నాను. మా నాన్నను హత్తుకున్నాను. అప్పుడు ఆలివ్ గ్రీన్ రంగు దుస్తులలో ఉన్న ఇద్దరు మనుషులు నన్ను ఆపరేషన్ రూమ్ లోకి తీసుకు వెళ్ళారు. దాని చుట్టూ గాజు కిటికీలు. అంటే మా కుటుంబం ఆ కిటికీలలోనుంచి నాకు జరుగుతున్న ఆపరేషన్ చూడవచ్చు.

పదిహేను నిమిషాల తర్వాత ఆ ప్రక్రియ ముగిసింది. నా గుండెకు సూది గుచ్చుకోలేదు. ఓపెన్ హార్ట్ సర్జరీ తప్పిపోయింది. కాని తర్వాత సంవత్సరం పొడుగునా నడవబోయే కత్తిమీది సాముకు అదే నాంది. నా అవయవాలు ఎందుకు పనిచేయటంలేదో ఇంకా తెలియలేదు. నాకు అర్థం కాలేదు. అంత ఆరోగ్యంగా ఉన్నవాడిని కొద్ది రోజులలో మరణావస్థకు ఎందుకు చేరాను?

MD యాన్డర్సన్ లో స్పెషలిస్ట్ లు నాకు అతి అరుదైన విపరీతమైన క్యాన్సర్ సోకిందని నిర్ణయం చేశారు. దానిని అక్యూట్ లిమ్ఫోబ్లాస్టిక్ లుకేమియా అని ధ్రువ పరిచారు. (ALL). ALL చాలా అరుదైన క్యాన్సర్ వ్యాధి. అంతకు మునుపు నేను దర్శించిన రెండు హాస్పిటల్స్ లోను ఆ వ్యాధి నిర్ణయం చేయటానికి తగిన పరికరాలు లేవు. ALL చాలా ఉధృతమైన వ్యాధి. దానివల్ల చనిపోయేవారు అందరూ ఆ వ్యాధి నిర్ధారణ సక్రమంగా జరగక పోవటంవల్ల చనిపోయారు. నాకు ఎమర్జెన్సీ కేర్‌లో జరిగినట్లే. ALL

చాలా వేగంగా పాకుతుంది. ఆ వ్యాధి ఉన్నవారికి వ్యాధి నిర్ధారణ జరిగేనాటికి ఆలస్యం అవుతుంది. వారిని రక్షించటం అసాధ్యమవుతుంది. ఆ వ్యాధి నిర్ధారణ సక్రమంగా జరిగినా, బతికి బయటపడే అవకాశాలు స్వల్పం. ALL సోకినవారు బతికి బయటపడే అవకాశాలు 20 – 30 శాతం మించవు. గ్లాస్ సగం నిండి ఉన్నది అని ప్రబోధించేవారికి చనిపోయే అవకాశాలు 70 – 80 శాతం అని చెప్పవచ్చు. నా కళ్ళముందు యదార్థం నన్ను భయపెట్ట సాగింది. నా భార్య విధవ అవుతుంది, ఆ బిడ్డలు అనాథలు అవుతారు. సూచనలు ఏమీ బాగాలేవు. MD యాన్డర్సన్ లో మరికొన్ని పరిక్షలు చేయగా నా క్యాన్సర్‌లో ఒక చాలా అరుదయిన కణపరివర్తన చూపించింది. దానిని NUPI అంటారు. ఆ పరివర్తన తో కలిసిన ALL ఎంత అరుదు అంటే అది సోకినవారు బతికి బయటపడిన దాఖలాలు లేవు. కనుక 20 –30 శాతం బతికే అవకాశమే నా ఆశాజ్యోతి. కాని ఒక లుకేమియా డాక్టర్ నా బతికే అవకాశాలు 10 శాతం మాత్రమే అని చల్లగా కబురు చెప్పారు. అప్పుడు నేను "NUPI పరివర్తనతో కూడిన అక్యూట్ లిమ్ఫోబ్లాస్టిక్ లుకేమియా" కోసం గూగుల్ శోధించాను. నాలుగు పేజీలు తిప్పినదాకా అది కనపడలేదు. నాకు సోకిన క్యాన్సర్ జయప్రదంగా చికిత్స చేసిన డాక్టర్ ఈ భూమి మీద ఎక్కడా కనపడ లేదు.

నా భార్యను నేను ఆరాధిస్తాను. నా ఇద్దరు బిడ్డలూ నా గుండెలో కాపురం ఉంటారు. నేను గ్లోబల్ మిరకిల్ మార్నింగ్ కమ్యూనిటీ అన్న సమాజాన్ని నడుపుతున్నాను. ఇప్పుడు నాకు చెప్పరాని నష్టం కలుగుతుంది. ఇంతవరకూ నాకు ఎదురైన విపత్తులలో ఈ క్యాన్సర్ అతి భయంకరము, విధ్వంసకారి అయిన ప్రత్యర్థి అయి కూర్చున్నది. దీని నివారణకు మార్గమే లేదు. ఏమి చేయాలి?

నాకు క్యాన్సర్ సోకింది అని పూర్తిగా సమ్మతించాను. కాని దానిని గురించి బాధపడటం నిష్ప్రయోజనం. కనుక ఏ విధంగాను నాకు క్యాన్సర్ సోకింది అని బాధ పడకూడదు అని నిశ్చయించు కున్నాను. సచేతనంగా నిశ్చయించు కున్నాను. మనోవాక్కాయ కర్మలా దానికి ఎదురు తిరగ దలుచుకోలేదు. నాకు క్యాన్సర్ లేదు అని జపం చేయటం కాదు. అది కేవలం భ్రమ అవుతుంది. భావోద్వేగ క్షోభను మరింత తీవ్రం చేస్తుంది. నా వాస్తవానికి ఎదురుతిరిగి, అది అలా కాకుండా ఉంటే బాగుండేది అని వాపోవటం కంటే నేను అవ్యాజంగా నా వ్యాధిని సమ్మతించాను. నా వ్యాధి నిర్ధారణతో నేను

రాజీ పడ్డాను. అప్పుడు నేను భయపడిన పర్యవసానంకంటే నేను కోరుకున్న పర్యవసానం మీద నా ఆలోచనలూ, నా సర్వశక్తులూ కేంద్రీకరించటానికి అవకాశం కలిగింది. ప్రస్తుతం క్యాన్సర్ నా చక్రాల కుర్చీ అయి కూర్చున్నది. కారు ప్రమాదం తర్వాత చేసినట్లే, ఇక్కడ కూడా భవిష్యత్తు ఏమిటో తెలియకుండా, క్యాన్సర్ తో పోరాడుతూ ఉండగా మహదానందంగా, అత్యంత కృతజ్ఞతాభావంతో ప్రవర్తించటానికి నిశ్చయించుకున్నాను.

భయము, విశ్వాసము

నా వ్యాధి నిర్ధారణను గురించి ఆలోచిస్తే నేను చనిపోతాను అనే సంఖ్యాశాస్త్ర సంభావ్యతమీద మనసు లగ్నం చేసి కాలం గడపటం నిరర్ధకం అని స్పష్టమయింది. అందువల్ల ఒత్తిడి పెరుగుతుంది. ఆ ఒత్తిడి నివారణకు సహాయకారి కాదు. క్యాన్సర్ తో జరిగే ఈ ప్రయాణంలో భయానికి తావులేదని నిశ్చయించుకున్నాను. నాకీ క్యాన్సర్ సోకిందని సంతోషంగా లేను. కాని నా చావుకు నా భయం కారణం కాకూడదు. నేను బతికే అవకాశాలు మెరుగు పరచటానికి నేను ఏదైనా చేయాలి. ఆ అవకాశాలు సాధ్యత నుంచి సంభావ్యతకు, అక్కడినుంచి అనివార్యతకు దారి తీయాలి.

తక్షణం నేను అద్భుత సమీకరణం గుర్తు చేసుకున్నాను. అది ఎన్ని విరుద్ధ విపరీత శక్తుల నైనా ఎదిరించి పోరాడి అసామాన్య ఫలితాలు సృష్టించగలదని నా అసంఖ్యాక అనుభవాల ద్వారా తెలుసుకున్నాను. ఇకమీదట నేను నడవబోవటం లేదని డాక్టర్లు చెప్పినపుడు మొదటి అడుగు వేయటానికి నాకు శక్తినిచ్చింది అదే. నేను విక్రయాల రికార్డ్ లు బ్రేక్ చేయటానికి ప్రయత్నించు తున్నపుడు అదే పనిచేసింది. నేను బోధించిన ప్రతి ఒక్కరికీ ఆ సమీకరణం విశ్వసనీయంగాను, ప్రభావశాలిగాను నిరూపితం అయింది. చరిత్ర అంతటా ప్రపంచ ప్రసిద్ధి కెక్కిన విజయాలు సాధించిన వారందరికీ ఆ సమీకరణం పనిచేసింది. కనుక నా మనసులో భయం పారదోలటానికి నేను చేసిన మొదటి పని నా అచంచల విశ్వాసానికి పిలుపు ఇచ్చాను.

ALL వ్యాధి నిరాకరించి బతికి బయపడిన 30 శాతం జనంలో చేరటానికి నేను నా విశ్వాసాన్ని పట్టుకుని జడంగా కూర్చోలేదు. ఆ 30 శాతాన్ని 100 కు మార్చే ప్రయత్నంలో నాకు ఉన్న భయం ఒప్పుకున్నాను.

ఆ తర్వాత ఏది ఏమైనాసరే నేను ఆరోగ్యకరంగా దీర్ఘకాలం జీవించ బోతున్నానని అచంచల విశ్వాసం కలిగి ఉండటానికి నిశ్చయించుకున్నాను. నాన్యః పంథా. బతికి బయట పడటానికి అన్నివిధాలా నాకు సాధ్యమయినంత అసాధారణ కృషి చేస్తానని నాకు నేను వాగ్దానం చేసుకున్నాను. నాకు ఎదురయిన అవకాశాలమీద – చావు తప్ప మిగిలిన వన్నీ – మనసు లగ్నం చేయటానికి అచంచల విశ్వాసం ఏర్పరుచుకున్నాను. సంఖ్యాశాస్త్రం నన్ను కట్టివేయకూడదని నిర్ణయించు కున్నాను. నేను ఈ క్యాన్సర్ ను జయించటం ఒక్కటే కాదు, నిండు నూరేళ్ళు జీవించాలని నిశ్చయించాను. నా నూరవ పుట్టిన రోజు నా కుటుంబంతో కలిసి జరుపుకోవటం ఊహించాను. అప్పుడు మా అమ్మాయి(ఇప్పుడు ఒకటో తరగతి) వయసు డెబ్భై ఉంటుంది. మా అబ్బాయి (అప్పుడు ప్రి స్కూల్ లో ఉన్నాడు) కి అరవై ఏడు వయసు ఉంటుంది. నా మనసులో మరొక ఆలోచనే లేదు. అక్కడికి చేరటానికి మార్గమే ముక్కుసూటి దారి కాదు!

డాక్టర్ నాకు హైపర్ – CVAD కెమోతెరపీ చికిత్స చేయాలని చెప్పారు. ఇప్పుడు ఆ కెమోథెరపీ చేయించుకోవటమా, లేదా అన్నది నాకు ఎదురైన పెద్ద సమస్య. నాకు ప్రకృతి సహజమైన జీవితం పట్ల విపరీతమైన అభిమానం. కెమోథెరపీ అంటే క్యాన్సర్ కణాలను చంపటానికి నా శరీరంలోకి విషకణాలను ఎక్కిస్తారు. ఆ విషకణాలు క్యాన్సర్ కణాలను చంపటానికి ఉద్దేశించినవి. ఆ తర్వాత అవే మనిషినికూడా చంపవచ్చు. ఈ కెమోథెరపీ నేను పాటించే ఆరోగ్య సూత్రాలను పూర్తిగా ఉల్లంఘిస్తుంది.

రెండవ విషయం ఏమిటంటే, ఈ హైపర్ – CAVD కెమోథెరపీ ప్రస్తుతం నడుస్తున్న వాటిలో అత్యంత తీవ్రమైన చికిత్స. కెమోథెరపీ మందులు, చికిత్సా విధానాలు చాలా ఉన్నాయి. చాలామంది వ్యాధిగ్రస్తులు నెలకు ఒకటి రెండు సార్లు ఆస్పత్రికి వెళ్లి అక్కడ చికిత్స నిమిత్తం ఒకటి రెండు గంటలు గడపవలసి ఉంటుంది. అది చాలు. ఆ హాస్పిటల్ దర్శనంతో కలిగే ప్రభావంతో అందరూ ఉన్నదానికంటే ఎక్కువ వ్యాధిగ్రస్తులవుతారు.

హైపర్ – CAVD నాలుగైదు కెమోథెరపీ మందులతో రెండు రకాలుగా (కోర్స్ A, కోర్స్ B) కలిపి ఉంటుంది. ఒక్కొక్కసారి నాలుగైదు రోజుల వ్యవధిలో ఆ రెండూ మార్చి మార్చి ఎక్కిస్తారు. మొత్తంమీద కెమో థెరపీ చికిత్స 650 గంటలకు పైగా నడుస్తుంది. కెమోథెరపీ విషప్రభావంతో నా రక్తనాళాలు అన్నీ శాశ్వతంగా ధ్వంసమై పోతాయి. ఆ మందు ఒక PICC ట్యూబు ద్వారా ఎక్కిస్తారు. ఆ ట్యూబు నా చేతిలోనుంచి రక్తనాళం లో చేరి కెమోథెరపీ మందును ఆ ధాటికి తట్టుకోగల మరొక ధమనికి చేరుస్తుంది. ఆ సైడ్ ఎఫెక్ట్ లు తగ్గించటానికి హైపర్ – CAVD కెమో చిన్న చిన్న డోసులలో ఎక్కించాలి. ఈ మందులు ఎక్కించటంవల్ల ప్రాణాపాయం కలిగించే సైడ్ ఎఫెక్ట్ లు, చిక్కులు కలగవచ్చు. ఆ పద్ధతి అంతా పర్యవేక్షణ చేయటానికి అనుభవజ్ఞులైన వైద్య ప్రవీణులు హాస్పిటల్ లో ఉండాలి. నేను తీసుకోవలసిన మందులలో ఒకటి లుకేమియా కలిగించ వచ్చునని తెలుసుకున్నాను. ఇక నా అవస్థ ఊహించండి. ఏమిటి? నా అక్యూట్ లింఫోబ్లాస్టిక్ లుకేమియాను నివారించటానికి నాకు ఎక్కించే మందు ఇంకొక లుకేమియా కలిగిస్తుందా!

ఆ క్యాన్సర్ నన్ను చంపక మునుపే ఆ క్యాన్సర్ ను చంపటానికి సాధ్యమయినంత తక్కువ సమయంలో సాధ్యమయినన్ని ఎక్కువ (లేదా అవసరమైనన్ని) సార్లు ఆ కెమో నాకు ఎక్కించాలని పథకం. మొదటిసారి ఇచ్చిన కెమో నించి నా శరీరం ఎంత కోలుకున్నదో గమనించి తర్వాతి కెమో ఎక్కిస్తారు అని డాక్టర్లు నాకు చెప్పారు. అంటే, ఆ కెమో నా శరీరానికి ఎంత హాని చేసింది అన్న దానిని బట్టి నేను మళ్ళీ ఎప్పుడు ఆ మందు తీసుకోవాలో నిర్ణయం అవుతుందన్న మాట.

కెమోథెరపీ మీ శరీరానికి హాని చేస్తే – అన్ని కెమోథెరపీలు హాని చేస్తాయి – ఈ కెమోథెరపీ మీ శరీరానికి చెప్పరాని చేస్తుంది. జనం మామూలుగా క్యాన్సర్ వ్యాధివల్ల కాక, ఈ చికిత్స వల్ల చనిపోతారు. మీరు మీ ప్రాణం కాపాడుకోవటానికి మందు తీసుకుంటున్నారని అనుకుంటారు. కానీ అదే మిమ్మల్ని చంపుతున్నది. అంతకంటే దారుణం ఇంకేముంటుంది? ఆ చికిత్స మొదట క్యాన్సర్ ను చంపుతుంది, ఆ తర్వాత రోగిని చంపుతుంది. ఇక్కడ ఆశ ఏమిటంటే, క్యాన్సర్ ను చంపే సమయంలో ఆ రోగి శరీరం తట్టుకుని నిలబడుతుందని.

ఆ నిర్ణయం మానసికంగా నాకు ఎంత క్షోభ కలిగిస్తుందో మీరే

ఊహించండి. ఆ నియమాలు తలుచుకుంటేనే ప్రాణభయం కలుగుతుంది. అందరూ నా ప్రాణం కాపాడుతుంది అనుకున్న చికిత్స వల్లనే నేను చనిపోతానా? అన్నిటికంటే ముఖ్యంగా, నా శరీరంలోకి ఎటువంటి విష పదార్ధం ఎక్కించటానికీ నేను ఒప్పుకోను. అది నా ఉనికికే విరుద్ధం. దీనికి మరొక మేలైన మార్గం ఉండాలి అని ఆలోచించకుండా ఉండలేకపోయాను.

MD యాన్దర్సన్ క్యాన్సర్ సెంటర్‌లో నన్ను త్వరగా లుకేమియా క్యాన్సర్ వ్యాధి నిపుణులలో ప్రపంచ ప్రసిద్ధి చెందినవారిలో ఒకరైన డాక్టర్ ఎలియాస్ జబ్బార్ దగ్గరికి పంపారు. మొదటిసారి ఆయనను ఆయన ఆఫీసులో కలిసినప్పుడు, నేను నా భార్య ఉర్సులా పక్కన కూర్చున్నాను. భయంతో దిక్కు తోచక ఉన్నాను. మేము ఇద్దరమూ ఒకరిచేతులు ఒకరం పట్టుకుని కూర్చున్నాం. మా భయాలు డాక్టర్ జబ్బార్‌కు వివరించాం. నా క్యాన్సర్ సహజ సిద్ధంగా నివారించటానికి ఆయన తోడ్పడ గలరా అని అడిగాను.

ఆయన సమాధానం నన్ను తలకిందులు చేసింది. నా క్యాన్సర్ ప్రకృతి సహజంగా నివారించే ఆలోచన ఆయన మెచ్చుకున్నారు. కాని ALL క్యాన్సర్ నాకు ఆ అవకాశం ఇవ్వటం లేదు. ఎందుకంటే నాది నిదానంగా పెరుగుతున్న కణితి కాదు. అదీకాక నేను గతవారం బాగానే ఉన్నాను. కాని ప్రస్తుతం నా ఊపిరితిత్తులు, గుండె, మూత్రపిండాలు అన్నీ ఆగిపోవటానికి సిద్ధంగా ఉన్నాయి. హైపర్ – CAVD కెమోథెరపీ వెంటనే చేయకపోతే, నేను త్వరలోనే, బహుశ ఒక వారంలోనే చనిపోవచ్చునని ఆయన గట్టిగా చెప్పారు. ఉర్సులా ఏడుస్తూ కుప్పకూలి పోయింది. ఆమె నా చేతిని గట్టిగా బిగించి పట్టుకున్నది. ఆ నొప్పికి నేను బాధతో మెలికలు తిరిగాను.

ఆ క్యాన్సర్ వ్యాధి నిపుణుల సమాధానం నాకు నచ్చలేదు. ఎందుకు నచ్చలేదో నాకు తెలుసు. అదే కాక నాకు ఆయన చెప్పిన కారణాలమీద అనుమానం వచ్చింది. ఆయనను నేను అదే మొదటిసారి కలవటం. కనుక నాకు ఆయన మనసు తెలియదు. ఇది నన్ను భయ పెట్టటానికి కాదు కదా? అని నా అనుమానం. నాలోని సంశయ ప్రవృత్తి ముందుకు వచ్చింది. మేము మాట్లాడుకోవటానికి మాకు ఇరవై నాలుగు గంటలు వ్యవధి కావాలని అడిగాను. ఇష్టం లేకపోయినా డాక్టర్ జబ్బార్ ఒప్పుకున్నారు.

ఆ రాత్రి నేను, ఉర్సులా మరికొంత స్పష్టంగా తెలుసుకోవటం కోసం గూగుల్ పేజీలు తిరగవేశాము. ఈ సమస్య పరిపూర్ణంగా అర్థం చేసుకుని

చేపట్టాలని నా ఆరాటం. నాకు ఎక్కడా నిదర్శనం కనిపించలేదు. వాస్తవానికి మాకు కనిపించినదంతా డాక్టర్ జబ్బార్ చెప్పినది అంతా చాలా నిజాయితీగా చెప్పారు అని ధృవ పరుస్తున్నది. నేను వెంటనే కెమో మొదలు పెట్టకపోతే, నేను బతికే అవకాశాలు క్షీణిస్తున్నాయి. వెంటనే మొదలుపెడితే, 10 –30 శాతం బతికే అవకాశం ఉంటుంది.

ఆఖరు ప్రయత్నంగా మర్నాడు ఉదయం నిద్రలేవగానే నేను ఒక కాల్ చేశాను. ఆ కాల్ ప్రపంచ ప్రసిద్ధి చెందిన సమగ్ర క్యాన్సర్ డాక్టర్‌కు. ఆయన హూస్టన్ లో ఉంటారు. ఆయన వేలాదిమంది క్యాన్సర్ వ్యాధి గ్రస్తులకు, సుజాన్ సోమర్స్ వంటి ప్రముఖ వ్యక్తులకు కూడా, చికిత్స జరిపి నయం చేశారు. ఆయనమీద నా ఆశలు పెట్టుకున్నాను.

నాకు NUPI పరివర్తనతో కూడిన అక్యూట్ లిమ్ఫోబ్లాస్టిక్ లుకేమియా ఉన్నదని ఫోన్లో మాట్లాడుతున్న నర్స్‌కు చెప్పాను. ఆమె వెంటనే నన్ను లైన్లో ఉండమని, నా వ్యాధి వివరాలు డాక్టర్‌కు అంద జేసింది. ఒక నిమిషం తర్వాత ఆమె తిరిగి వచ్చి ఆ డాక్టర్‌కు ఆ విధమైన క్యాన్సర్‌కు చికిత్స చేయటంలో అనుభవం లేదనీ, ఆయన నాకు సహాయ పడలేరనీ చెప్పి క్షమాపణలు చెప్పింది.

నేను ఏమనుకుంటున్నానో మీరు ఊహించ గలరు: ప్రపంచంలో పేరుపొందిన సమగ్ర క్యాన్సర్ డాక్టర్ నాకు సహాయపడలేకపోతే, వెంటనే హైపర్-CAVD కెమో థెరపీ మొదలు పెట్టకపోతే కొద్ది రోజులలో నేను చనిపోతానని నేను చదివిన సమాచారమంతా చెబుతూ ఉంటే, ఆ హైపర్-CAVD కెమోథెరపీ వల్ల లుకేమియా కలగవచ్చు నని చెబుతూ ఉంటే, నేను ఏమిచేయాలి? నాకు దిక్కు తోచలేదు. ఇంటినుంచి పిల్లల దగ్గరినుంచి 170 మైళ్ళ దూరాన హోటల్ రూమ్ లో పడుకుని ఉన్న ఉర్సులా, నేను, కెమో థెరపీ చేయించుకోవాలని నిర్ణయం చేశాం. అది చాలా కష్టమైన నిర్ణయం. నేను డాక్టర్ జబ్బార్ ఆఫీసుకు కాల్ చేశాను. ఒక గంట తర్వాత నేను ఒక హాస్పిటల్ బెడ్ మీద ఉన్నాను. నా చేతికి PICC లైన్ తగిలించి ఉన్నది.

లెక్కలేనన్ని ప్రార్థనలు కావాలి. తొలి ప్రార్ధన నా అసలైన కుతూహలం లోనుంచి వెలువడింది: పరమాత్మా, నేను ఇప్పటికే ఒకసారి చచ్చి ఉన్నాను. నాకెందుకు ఇలా జరుగుతున్నది? మరొక ప్రతికూల పరిస్థితి వల్ల నేను ఏమి తెలుసుకో బోతున్నాను? చాలా. అని తర్వాత తెలుసుకున్నాను.

అచంచల విశ్వాసం అసాధారణ కృషికి తోడ్పడుతుంది

ఆ తర్వాత పన్నెండు నెలలు నేను మూడు స్థావరాల మధ్య – MD యాన్డర్సన్ క్యాన్సర్ సెంటర్‌లో హాస్పిటల్, పొరుగున నేను అద్దెకు తీసుకున్న (చికిత్స తర్వాత కోలుకోవటానికి అనువుగా) ఎపార్ట్ మెంట్, కుటుంబంతో కాలక్షేపం చేయటానికి మధ్యమధ్య ఇంటికి ట్రిప్ – తిరుగుతూ కాలం గడిపాను. కుటుంబాన్ని గురించి చెప్పాలంటే, నా కుటుంబమే నన్నుగురించి పూర్తిగా జాగ్రత్త తీసుకున్నారు. మా నాన్న సఫలత సాధించిన ఆఫీసర్. ఆయన తన ఉద్యోగానికి శలవు పెట్టి, అన్నీ వదిలి నా పక్కనే నాతోబాటు ఉండి నన్ను చూసుకున్నారు. ఆయన నన్ను డాక్టర్ ఎపాయింట్ మెంట్లకు తీసుకు వెళ్ళేవారు. నాకు కెమో ఇస్తున్నప్పుడు నా పక్కనే ఉండేవారు. నా టెంపరేచర్ పెరిగినట్లు ఉంటే వెంటనే నన్ను ఎమర్జెన్సీకి తీసుకువెళ్ళేవారు (కెమో జరుగుతున్నప్పుడు సంక్రమణం ఏమీ ఉండకూడదు. ఒకవేళ జరిగితే అది ప్రాణాంతకం కావచ్చు. ఆ సమయంలో మన వ్యాధినిరోధక వ్యవస్థ నీరసంగా ఉంటుంది). మా అమ్మ, సోదరి దేశం ఆ చివరినుంచి ఈ చివరికి వచ్చి నాకు హాస్పిటల్ లో తోడు ఉండేవారు. లేకపోతే నా భార్య నాకు తోడు ఉండటానికి వీలుగా ఇంటిదగ్గర మా పిల్లలను చూసుకునేవారు. ఇదంతా హాస్పిటల్ చుట్టూ నడుస్తూ ఉంటే, నా భార్య నా కొండంత అండ, అందరికంటే మించిన కష్టం భరించింది. చికిత్సా సమయంలో నాతో ఉండటానికి హూస్టన్ కు డ్రైవ్ చేసుకుని వచ్చేది. మిగతా సమయాలలో 170 మైళ్ళ దూరాన ఆస్టిన్ లో ఇంటిలో పిల్లలను ఊరడించి ఇంట్లో మామూలుపరిస్థితి సృష్టించటానికి ప్రయత్నం చేస్తూ ఉండేది. ఇంట్లో పిల్లల పెంపకంలో నా సహాయం లేక తెల్లవారేసరికి ఏకాకి తల్లి అయి కూర్చున్నది. దానికి తోడు అనుక్షణమూ నేను పోతానేమోనన్న భయము, ఒత్తిడి. నా కుటుంబానికి, ముఖ్యంగా ఉర్సులాకు, కృతజ్ఞతా చెప్పటానికి నాకు మాటలు చాలవు.

ఈ క్లిష్ట సమయంలో నేను స్థిమితంగా ఉండగాలిగానంటే అందుకు కారణం నా అచంచల విశ్వాసమే. నాకు చెప్పినటువంటి సంఖ్యాశాస్త్రం చెప్పిఉంటే ఎవరికైనాసరే, అదీ పరిస్థితి మనకు ప్రతికూలంగా ఉన్న సమయంలో, మొట్టమొదట గాలిలో కలిసిపోయేది మన విశ్వాసమే. సంఖ్యాశాస్త్రం ఏమి చెప్పినా, పరిస్థితి ఎంత ప్రతికూలంగా ఉన్నా, మన విశ్వాసం చెక్కుచెదర కూడదని మనం నిర్ణయించుకోవాలి. ఆ నిర్ణయం చేసి,

దానికి కట్టుబడి ఉంటే, మీరు సంఖ్యాశాస్త్రానికి దూరమవుతారు. విముఖ పరిస్థితులను ఎదిరి నిలిచే అల్పసంఖ్యాకులలో మీరు చేరుతారు. విశ్వాసం కలిగి ఉండటమంటే, అందరూ అనుకున్నట్లు ఇతరుల నమ్మకాలు, బోధనలు గుడ్డిగా అనుసరించటం కాదు. మీలో మీకు నమ్మకం ఉండాలి. మీరు ఆశించిన ఫలితం సృష్టించటానికి అవసరమైన, అది ఏదైనాసరే, అసాధారణ కృషి చేయటానికి నిబద్ధత ఉండాలి.

అక్కడే నాకు సమగ్ర సదుపాయాలూ చేయూత నిచ్చాయి. డాక్టర్ జబ్బార్ నుంచీ, MD యాన్డర్సన్ క్యాన్సర్ సెంటర్ నుంచీ నాకు అత్యాధునిక వైద్య చికిత్స లభించింది. దానికి తోడు నేను సమగ్ర చికిత్సకు అవసరమైన ఇతర పద్ధతులు – నా శరీరంలో నుంచి టాక్సిన్లు (కెమోవల్ల వచ్చినవి) విడుదల చేయటం, నా వ్యాధినిరోధక శక్తి ఇనుమడింప జేయటం, క్యాన్సర్ చొరటానికి వీలుకాని పర్యావరణం సృష్టించటం – వేటాడాను. పూర్తిగా సహజమైన కూరలతో చేసిన శాకాహారం మాత్రమే తినటం, సహజమైన శాకాల నుంచి తయారైన రసాలు తాగటం, రోజుకు డెబ్భైకి పైగా ప్రకృతి సిద్ధమైన సప్లిమెంట్లు లోపలికి పంపేవాడిని. వారానికి ఒకసారి అక్యుపంచర్, ఓజోన్ సవన కార్యక్రమాలు చేయించుకునే వాడిని. కాఫీ ఎనిమాలు చేయించుకున్నాను. BEMER మ్యాట్ అనే పరికరం రోజుకు రెండుసార్లు ఉపయోగించేవాడిని. CBD ఆయిల్ తీసుకునేవాడిని. ధ్యానం, ప్రార్థన, వ్యాయామం, చేశాను. క్యాన్సర్ నివారణకు ప్రమాణాలు వల్లించేవాడిని. ఇంకా చాలా చేశాను. నేను చేసిన పరిశోధన, తత్ఫలితంగా కలిగిన సమగ్ర అభ్యాసాలు నా అసాధారణ కృషి ఫలితాలే.

అచంచల విశ్వాసం – ఆచరణ

ఈ పుస్తకం వ్రాయాలని ఉద్దేశం కలిగినప్పుడు నేను మిరకిల్ మార్నింగ్ సమాజానికి (ఫేస్ బుక్ గ్రూప్) ఒక సందేశం పంపించాను. అద్భుత సమీకరణం గురించిన కథ ఒకటి ఎవరైనా చెప్పగలరా అని నా అభ్యర్థన. నాకు ఉత్తేజకరమైన కథలు, దీనితో కూడా, చాలా వచ్చాయి. ఈ కథలో నా క్యాన్సర్ ప్రయాణానికి పోలిన పరిస్థితులు చాలా

ఉన్నాయి. అందుకే నాకు ఇది బాగా నచ్చింది. సక్రమంగా అమలు జరిపిన వారందరికీ ఈ సమీకరణం పని చేసి పెడుతుందనటానికి ఈ కథ నిదర్శనం.

తనకు క్యాన్సర్ సోకిందని తెలిసినప్పుడు రాఖేల్ హారిస్ తొలిసారిగా ఈ అద్భుత సమీకరణాన్ని గురించి విన్నారు. ఆమె వయసు ముప్పై ఎనిమిది. ఆమె క్యాన్సర్ పేగులలో నుంచి ఆమె లివర్‌కు, లింఫ్ నోడ్స్‌కు వ్యాపించింది. ఆమె క్యాన్సర్ ఆపరేట్ చేయటానికి సాధ్యం కాదని డాక్టర్లు చెప్పారు. ఆమెకు ఉపశమన నిమిత్తం కెమోథెరపీ జరప సాగారు. ఇద్దరు చిన్నబిడ్డల తల్లిగా, ఆమె రోగగతి నిర్ణయం అంగీకరించలేదు. ఆమె అద్భుత సమీకరణం తన జీవితానికి అమలు జరపాలని నిశ్చయించుకున్నారు. "ఆ సమీకరణమే నా జీవనం, నా శ్వాస." అంటారు రాఖేల్.

అద్భుతం ప్రవేశించేది ఇక్కడే. డాక్టర్లు భవిష్యత్తు కఠోరమని చెప్పినా, ఒక ఆవృత్తం కెమో ముగిసిన తర్వాత ఆమె కణుతులు కుంచించుకు పోయాయి. హటాత్తుగా ఆపరేషన్ పరిధిలోకి వచ్చాయి. రాఖేల్ తానూ సుదీర్ఘకాలం సంతోషంగా జీవించబోతున్నానని అచంచల విశ్వాసం ఏర్పరుచుకున్నది. దానికి తోడు ఆమె తన అసాధారణ కృషితో ఆహారంలో విపరీతమైన మార్పులు చేసింది. చాలా ఉపాహారాలు చేర్చింది. ప్రతి ఉదయమూ ధ్యానం చేసింది. శరీరం దృఢముగా ఉండటానికి వ్యాయామం చేస్తుంది. శరీరాన్ని వ్యాధి నివారణ చేయటానికి ప్రతిరోజూ పరిశోధన చేస్తూ ఉంటుంది. ఆమె అంటారు, "అద్భుత సమీకరణం నా క్యాన్సర్ ప్రయాణానికి దారి చూపింది. నేను ఆ దారినే నడుస్తాను. అది నా ప్రాణం కాపాడిందనుకుంటాను."

650 గంటలకు పైగా కేమోథెరపీ, రాత్రులు ఎమెర్జెన్సీ రూమ్‌లో ప్రాణంకోసం పోరాడుతూ గడపటం, అత్యంత కష్టమయము, బాధాకరము, పేగులు పిండివేసే సంవత్సరం గడిచిన తర్వాత నాకు కొత్తగా రోగనిర్ధారణ వచ్చింది. "నేను క్యాన్సర్ నుంచి విముక్తిలో ఉన్నాను." ఇక నేను ఎవరికి ఎంత కృతజ్ఞత తెలపాలో నాకు తెలియటంలేదు. అంటే డాక్టర్లు నా శరీరంలో

క్యాన్సర్ ను కనుక్కోలేక పోతున్నారు! నేను అతి బాధాకరమైన సైడ్ ఎఫెక్ట్ లు భరించాను. నిజమే. నా భార్యా పిల్లలను విడిచిపెట్టి చనిపోతానేమోనని భయపడ్డాను. నిజమే. చాలాసార్లు చాలారోజులు నామీద నాకే అనుమానం కలిగేది. నా ప్రయత్నం విరమించుదాం అనుకున్నాను. అదీ నిజమే. కాని ఆ బాధ, యాతన అంతా భరించాను అంటే, అందరికంటే మిన్నగా ఆ వ్యాధితో, బాధతో వ్యవహరించానన్నమాట! అడుగడుగునా నా అచంచల విశ్వాసం చెక్కు చెదరకుండా కాపాడుకుంటూ వచ్చాను. చికిత్స అతి తీవ్రంగా నడుస్తున్నప్పుడు కూడా నేను సుముఖంగా, ఎంతో ఉల్లాసంగా ఉండటం చూసిన డాక్టర్లు విస్తుపోవటం కాదు, షాక్ అయ్యారు.

నేను బతికి బయట పడ్డాను. ప్రస్తుతం నా కుటుంబంతో కలిసి సుదీర్ఘకాలం ఆనందంగా, ఆరోగ్యంగా జీవించాలని నిబద్ధుడినై ఆ క్రమశిక్షణ పాటిస్తున్నాను. అది ముఖ్యమైన విషయం.

మీ అచంచల విశ్వాసం – మూలం

కొలతకు అందే ప్రత్యక్ష అద్భుతం (క్యాన్సర్ నుంచి కోలుకోవటం) సృష్టించటంలో నేను అద్భుత సమీకరణం ప్రయోగించాను. ఆ సమీకరణం నేను అంతకు మునుపు అనేక పర్యాయాలు ప్రయోగించి ఉన్నాను నాకు దానిని గురించి తెలుసు. కనుక ప్రయోగించటం సులువు అయింది. ఇతరులు ఆ సమీకరణాన్ని ప్రయోగించటం కూడా నేను చూసి ఉన్నాను. అది ఎలా పని చేస్తుందో నాకు తెలుసు. అంతకంటే ముఖ్యం – అది పని చేస్తుందని తెలుసు. కనుక నేను దానిని పట్టుకు వేలాడగలిగాను. నాలో నిక్షిప్తమై ఉన్న అచంచల విశ్వాసాన్ని బయటికి తోడగలిగాను. మీకు ఇంకా ఆ పరిచయము, ఆ అనుభవము లేకపోతే, దిగులు పడవలసిన పని లేదు. అది చాలా చోట్ల లభ్యమవుతుంది. మీరు సులువుగా అరువు తెచ్చుకోవచ్చు.

మీరు ది మిరకిల్ మార్నింగ్ డాక్యుమెంటరీ చూసి ఉంటే, మీకు రిస్టర్ రాటేమో కథ తెలిసే ఉండాలి. రిస్టర్ పద్నాలుగో ఏట కనుచూపు కోల్పోవటం మొదలయింది. దేవుడు తన కళ్ళకు చికిత్స చేస్తాడనీ, తన కనుచూపు తిరిగి ప్రసాదిస్తాడనీ ఆమె అచంచల విశ్వాసంతో ముందుకు సాగింది. ఆమె అచంచల విశ్వాసమే ఆమె అసాధారణ కృషికి తోడ్పడింది. కెన్యాలో తన ఇంటినుంచి ప్రపంచం చుట్టూ సగందూరం ప్రయాణం చేసి ఆమె యునైటెడ్

స్టేట్స్ లో ఒక క్లినిక్ కు వచ్చింది. అక్కడ ఆమెకు ఆరు సర్జరీలు జరిగాయి. ఆమె కృషి అసాధారణం ఎందుకు అయింది అంటే, దాదాపు కంటి చూపు అనేది లేకుండా, ఆమె ఆ ప్రయాణం ఒంటరిగా చేయవలసి వచ్చింది. ఎందుకంటే కెన్యా సంస్కృతిలో మరొకరి శరీర అంగం తీసుకు పోవటం నిషిద్ధం. ఆమె ఆపరేషన్ కు కార్నియా మార్పిడి అవసరం అయింది. రిస్టర్ తన ఆశలన్నీ భగవంతుడిమీద, మతంమీద పెట్టుకున్నది. మతంలోనో, ఆధ్యాత్మికతలోనో మీకు విశ్వాసం ఉంటే, మీ అచంచల విశ్వాసం నిలుపుకోవటానికి మీకు అక్కడ ఆధారం దొరుకుతుంది.

మీకు అచంచల విశ్వాసం బయటినుంచి కలగాలి అంటే, మతము, ఆధ్యాత్మికత ఒక మూలాధారం. కాని ఇంకా ఇంకా చాలా మూలాధారాలు ఉన్నాయి. ఒక శిక్షకులు లేదా శ్రేయోభిలాషి మీ అచంచల విశ్వాసానికి మంచి మూలాధారం కాగలరు. ది మ్యాట్రిక్స్ అన్న సినిమాలో మీరు ఈ భావన చూడవచ్చు. అందులో మార్ఫ్యూస్ (లారెన్స్ ఫిష్ బర్న్) పాత్ర నియో (కీను రీవ్) కు అది అతనేనని నిత్యమూ చెబుతూ ఉంటాడు. అది తనేనని నియో పూర్తిగా నమ్మిన తర్వాతనే తన సంభావ్యశక్తి పూర్తిగా పొందుతాడు. అదేవిధంగా మీరు కూడా – మీరు యోగ్యులని, అర్హులని, సమర్థులని – మిమ్మల్ని నమ్మితే మీ అమోఘ అపార సంభావ్య శక్తికి తలుపులు తెరుచుకుంటాయి.

అదే బాటన, నాకు నామీద నమ్మకం స్థిరపడేలోగా, నేను ఆ నమ్మకాన్ని కట్కోలో నా తొలి మేనేజర్ జెస్సి లెవిన్ (అవును, నాకు ఐదు నిమిషాల నియమం నేర్పిన జెస్సి యే) దగ్గర అరువు తెచ్చుకున్నాను. కట్కో కార్పోరేషన్ సేల్స్ రికార్డ్ లు బద్దలు చేయగల సామర్థ్యం నాలో ఉన్నదని జెస్సి విశ్వాసం. మేము కలుసుకున్న మొదటి రోజునుంచి అంతకు మునుపు అక్కడ సాధించని విజయాలు సాధించే సమర్థత నాలో ఉన్నదని నమ్మినవాడు జెస్సి.

మొదట్లో అతను చెప్పినవి వినటానికి బాగానే ఉండేవి. కాని అతను చెప్పేది సత్యమని, సాధ్యమని నాకు నమ్మకం కలగలేదు. అప్పటివరకు నా జీవితం అంతా అభద్రతతో, ఆత్మసంశయంతో నిండి ఉన్నది. నా శక్తిసామర్థ్యాలతో పోరాటమే తప్ప మరేమీ నాకు తెలియదు. నేను దేనికైనా సమర్థుడినేనని జెస్సి అనుకుంటాడు. కాని నేను లోలోపల విఫలుడిని అవుతానేమోనని చచ్చేటంత భయపడుతున్నానని అతనికి తెలియదు. కాని జెస్సి కి నామీద ఉన్న అచంచల విశ్వాసంవల్ల, అతను చెప్పేది నిజమేనేమో

అనుకోవటం మొదలు పెట్టాను. నేను తలుచుకున్నది ఏదైనాసరే సాధించగల సమర్థుడినేమో! చివరికి జెస్సి కి నామీద ఉన్న నమ్మకం, నామీద నా నమ్మకంగా మారింది. అప్పుడు ఒక అసాధారణ జీవితం సృష్టించుకోవటానికి, నా స్వతస్సిద్ధమైన శక్తి ప్రయోగించాను. మీపైన మీకు నమ్మకం కలిగే వరకూ, ఇతరులకు మీమీద ఉన్న విశ్వాసాన్ని అరువు తెచ్చుకోవాలి.

ప్రస్తుతం మీకు ఒక ఉపదేశకులు, శ్రేయోభిలాషి లేకపోతే మీరు దిగులు పడవలసిన పనిలేదు. మీరు మీ అచంచల విశ్వాసాన్ని అపరిచితుల దగ్గరినుంచికూడా అరువు తెచ్చుకోవచ్చు. వారు మీకు తెలియక పోవచ్చు. అంతకు మునుపు పరిచయం లేకపోవచ్చు. మీరు ఒకరిని గురించి చదివి ఉండవచ్చు. లేదా దూరాన్నించి చూసి ఉండవచ్చు. నేను చెప్పేది వారిని గురించి. వారు అప్పుడే ప్రపంచ చాంపియన్ అయిన క్రీడాకారులు కావచ్చు. మైఖేల్ ఫెల్ప్స్ లాగా ఒలింపిక్స్ లో పాల్గొని అనేక పతకాలు జయించినవారు కావచ్చు. ఒక CEO కావచ్చు. స్వశక్తితో మిలియనీర్ అయినవారు కావచ్చు. వారు సాధించిన విజయాలు సాధించాలని మీకు కూడా కోరిక ఉండవచ్చు. మీరు వారి పుస్తకాలు చదవ వచ్చు. వారు ఎలా ముందుకు దూసుకు పోతున్నారో గమనించ వచ్చు. ప్రసార మాధ్యమాలతో వారి ముఖాముఖి సంభాషణ వినవచ్చు, అప్పుడు వారి మనస్తత్వం అధ్యయనం చేయవచ్చు. వారి ఆలోచనలను పసికట్టవచ్చు:

"ఈ క్షణం నేను వేలాది సార్లు దర్శించాను."

"మేము గెలుస్తాము అన్న విషయంలో నాకు అనుమానమే లేదు."

"అత్యుత్తమ స్థాయి చేరటానికి నేను చాలా కృషి చేశాను."

ఎవరూ చూడనప్పుడు తెరవెనక అలా చేసి, ఈ చాంపియన్లు – ఈ అద్భుతాల ప్రవీణులు – అచంచల విశ్వాసం అలవరుచుకుంటున్నారు. ఆ మనస్తత్వమే వారిని ఛాంపియన్లుగా నిలబెడుతుంది. తాము సాధించగలమని వారి విశ్వాసం అచంచలం. కనుక, తర్వాతి అడుగు వేయటానికి వారు సర్వదా సిద్ధంగా ఉంటారు. ఒకవేళ ఆ ప్రయత్నం విఫలం అయితే వారి విశ్వాసం చెదరదు. ఎందుకంటే, తర్వాతి ప్రయత్నంలో సఫలత సాధిస్తామని వారి విశ్వాసం. వారు ఎన్నడూ అవకాశాలను కాలతన్నరు. అవకాశాల వెంట బడతారు.

నిక్స్ ప్రత్యర్థిగా ఆడుతున్నపుడు రెగ్గీ మిల్లర్ సాధించిన అద్భుతం నేను ఎన్నటికీ మర్చిపోలేను. అది ఒళ్ళు గగుర్పొడిచే అద్భుత ప్రయత్నం. 1995

NBA ఈస్టర్న్ కాన్ఫరెన్స్ సెమి ఫైనల్స్ లో, అసాధ్యము, అసంభవము అనుకున్న ఎనిమిది పాయింట్లు ఆయన తొమ్మిది సెకన్లలో సాధించారు. అది ఎవరికీ సాధ్యంగా తోచలేదు. సంభవం అన్న ప్రసక్తే లేదు. అంతకు మునుపు ఎన్నడూ ఎవరూ ఆ అద్భుతం చేసి ఉండలేదు. ఆ తర్వాత ఇంతవరకూ ఎవరూ చేయలేదు. ఆఖరుక్షణం వరకూ అచంచల విశ్వాసంతో అసాధారణ కృషి కి రెగ్గీ ఒక మహత్తరమైన ఉదాహరణ. వ్యతిరేక శక్తులను జయిస్తానని ఆయన నమ్మకం. ఆయన జయించాడు. అచంచల విశ్వాసం మీలో నిద్రాణమై ఉన్న సంభావ్యశక్తికి తలుపులు తెరుస్తుంది. అప్పుడు అసాధ్యమను కున్న అద్భుతాలు సాధ్యమవుతాయి.

ఈ అచంచల విశ్వాసం మూర్తీభవించిన వ్యక్తులు మీకు కనబడక పోతే, మీరు చదివే పుస్తకాల రచయితలనుంచి ఆ విశ్వాసం అరువుతెచ్చుకోండి (ఈ పుస్తకంతోనే మీరు మొదలు పెట్టవచ్చు). నేను చదివే ప్రతి పుస్తకం రచయితా ఒక ఉపదేశకులేనని నా అభిప్రాయం. మేము ముఖాముఖి కాకపోవచ్చు. కాని నేను వారిదగ్గరినుంచి నేర్చుకుంటున్నాను.

మీరు నిత్యసత్యాలను కూడా అనుసరించవచ్చు. మీరు చేద్దాం అనుకున్న ఒక కార్యం మరొకరు సాధించారు. వారు సాధించారు అంటే అది మీకు కూడా సాధ్యమై ఉండాలి అనటానికి అది నిదర్శనం కదా! ప్రపంచంలో అన్ని రంగాలలోను అత్యున్నత స్థాయి చేరినవారు అచంచల విశ్వాసంతో జీవిస్తూ ఉంటే, మీరు కూడా సచేతనంగా ఆ ఎన్నిక చేయవచ్చు. ఆపని ఇప్పుడే మొదలు పెట్టవచ్చు కూడా.

అచంచల విశ్వాసం – సాధనం

మీలక్ష్యాలు అచంచల విశ్వాసం అనే భూతద్దంలోనుంచి చూడటానికి నిర్ణయించిన తర్వాత, ఆ విశ్వాసాన్ని స్థిరంగా నిలుపుకోగలగాలి. ఆపని చెప్పుట సులభము, చేయుట కష్టము. చిన్నచిన్న ఆటంకాలు కూడా మిమ్మల్ని దారి తప్పిస్తాయి. మీ ఆశ సన్నగిల్లుతున్న దనటానికి ప్రాణాంతక పరిస్థితి రానక్కరలేదు. దారిలో ఆటంకం ఎదురైనన ప్రతి ఒక్కసారీ మన ఆత్మసంశయం మరికాస్త ధృవపడుతూ ఉంటుంది. నా విషయంలో కెమోథెరపీ చేసినప్పుడు జబ్బు పడితే, నాకు నీరసం పుట్టేది. ఆ కెమోథెరపీ వదిలివేద్దా మనిపించేది. కాని నేను ఆ పని చేయలేదు.

నా లక్ష్యంలో, నాలో అచంచల విశ్వాసంమీద మనసు సదా లగ్నం చేసి ఉంచటానికి నేను మిరకిల్ మంత్రం ప్రయోగించేవాడిని. దానిని నేను 2 వ అధ్యాయంలో ప్రవేశపెట్టానని మీకు గుర్తు ఉండి ఉండవచ్చు: నేను 20,000 డాలర్ల అమ్మకాలు సాధించటానికి అచంచల విశ్వాసంతో నిబద్ధుడినై ఉన్నాను. నేను ఆ లక్ష్యం సాధించే వరకూ ఏది ఏమైనా సరే, అసాధారణ కృషి చేస్తాను. నాన్యః పంథా... నేను దారి తప్పినప్పుడు, వదిలివేద్దామని లాలసకు లోనైనప్పుడూ ఆ ఒక్క వాక్యమూ నన్ను ముందుకు నడిపించింది. మీకు కూడా అదే ప్రోద్బలం ఇవ్వగలదు. మీ మిరకిల్ మంత్రం వాక్యం మీ నిబద్ధతను, మీ ధ్యేయానికి జోడించి, మీ అద్భుతం నిజం చేయటానికి – అవసరమైనంత కాలం – అచంచల విశ్వాసంతో అసాధారణ కృషి చేస్తూ ముందుకు సాగటమే మార్గమని గుర్తు చేస్తుంది.

నాకు క్యాన్సర్ చికిత్స జరుగుతున్నపుడు నేను ఈ మిరకిల్ మంత్రం లెక్కలేనన్ని సార్లు పునశ్చరణ చేశాను. నేను ఈ క్యాన్సర్ జయించి నా కుటుంబంతో చిరకాలం ఆరోగ్యం, ఆనందాలతో జీవిస్తానని నా అచంచల విశ్వాసం. అలా జరిగేవరకూ, ఏది ఏమైనాసరే నేను అసాధారణ కృషి చేస్తాను. నాన్యః పంథా. ఈ పునశ్చరణ వల్ల పోరాడటానికి నా అంతరంగ కృతనిశ్చయం మరింత దృఢపడింది. అసాధారణ కృషి, ముఖ్యంగా నేను విరమించుకుందా మనుకున్నపుడు, నిలకడగా సాగింది.

మీ మిరకిల్ మంత్రం సృష్టించ టానికి ఆధార పీఠం ఇదిగో: నేను ________ (మీ ధ్యేయం ఇక్కడ చేర్చండి) సాధించేవరకూ అచంచల విశ్వాసం తో నిబద్ధుడినై ఉంటాను. ఆ లక్ష్యం నేరవేరేవరకూ, ఏది ఏమైనా సరే, నేను అసాధారణ కృషి సలుపుతాను. నాన్యః పంథా.

మీ మొదటి మిరకిల్ మంత్రం వ్రాయటానికి ఇప్పుడు కొంత సమయం వెచ్చించండి.

____

____

____

____

మీ మిరకిల్ మంత్రమే మీ దిక్సూచి. మీ ధ్రువ నక్షత్రం. మీకు మేలుకొలుపు. మీరు నిబద్ధులై ఉన్న లక్ష్యం మీద మీ మనసు లగ్నమయేట్లు చేస్తుంది. పట్టువదలని మీ ఆత్మ సంశయాన్ని జయిస్తుంది. మీ నిజాయితీకి అది ఒక లౌడ్ స్పీకర్ అనుకొండి. అది మీ ధ్యేయాన్ని మీ ఎదట ఉంచుతుంది. నిత్యమూ హెచ్చరిస్తూ ఉంటుంది. *నేను పూర్తిగా నిబద్ధుడినై ఉన్నాను. ఏది ఏమైనా సరే....నాన్యః పంథా.*

ఇప్పుడు ఒక అద్భుత ప్రవీణుల మనస్తత్వం స్థాపించటం ఎలాగో మీకు తెలిసింది కదా! రాబోయే అధ్యాయం అద్భుత సమీకరణంలో తర్వాతి భాగం, రెండవ అర్ధభాగం, అసాధారణకృషి మీ అద్భుతం సాధ్యము అనే అచంచల విశ్వాసంలోనుంచి ఆ అద్భుతం కొలతకు అందే నిజం చేయటం ఎలాగో పరిశీలిస్తుంది.

8

మీ రెండవ నిర్ణయం: అసాధారణ కృషి

మీరు అనుకున్నంత అసాధారణం కాదు

మానవ వ్యవహారాలన్నిటిలోనూ ప్రయత్నాలు ఉన్నాయి. ఫలితాలు ఉన్నాయి. ఆ ప్రయత్నంలో ఉన్న బలమే ఫలితానికి కొలమానం.

-జేమ్స్ అలెన్

మీ సంగతి నాకు తెలియదు కాని నేను మాత్రం చాలా బద్ధకస్తుడిని అనుకుంటాను. నేను పెరుగుతున్న వయసులో, కష్టపడి పనిచేయటం అంటే నాకు గిట్టేది కాదు. కనక కష్టపడ వలసినది ఏదైనా సరే నేను తప్పించుకునేవాడిని. నాకు ఇప్పటికీ బాగా గుర్తు. మా శలవుల తర్వాత మా కుటుంబం, బంధువులు అందరమూ కలిసి కాలక్షేపం చేశాము. పార్టీ ముగిసిన తర్వాత అందరూ అక్కడ పోగయిన చెత్త అంతా శుభ్రం చేయసాగారు. నేను అక్కడినుంచి నిష్క్రమించి నా బెడ్ రూమ్ లో దాక్కున్నాను. అందరూ కలిసి ఆ ప్రదేశం శుభ్రంచేసిన తర్వాతనే నేను నా బెడ్ రూమ్ లోనుంచి బయటికి వచ్చాను. శ్రమలేనిది అయినాసరే, పని చేయాలి అంటే, నేను ఆ చుట్టుపక్కల కనబడేవాడిని కాను.

స్కూల్ పని, ఇంటి పని, గ్రేడ్ స్కూల్ లో ఉన్నపుడు నేను చేసిన చిన్న ఉద్యోగాలు ఎక్కడైనా సరే, ఏ పని అయినా సరే, వీలయినంత తక్కువ శ్రమ – క్లాసులో డింకీ కొట్టటం, పనిలోనుంచి తీసివేయటం వంటి ప్రమాదాలు మాత్రం జరగకుండా – చేయటమే అలవాటుగా చేసుకున్నాను. బద్ధకంగా ఉండటం నా నరనరాలలోను ఇనికి పోయిన జీవనశైలి అయి కూర్చున్నది.

నేను పెరిగి పెద్ద అవుతూ ఉన్నపుడు, నేను చేయవలసిన పని సులువుగా, తేలికగా చేయటానికి ఆ పని కష్టమైనదిగా తోచకుండా ఉండటానికి, మెలకువలు, అడ్డదారులు కనుక్కున్నాను. ఆ పని ఒక ఆటగా చేస్తాను. లేదా బహువ్యాపకాలలో తలదూర్చి నాకునేను వికర్షణ కల్పించు కుంటాను. లేదా ఆ పని నా చెల్లెలికి అప్పగిస్తాను. కొన్నిసార్లు పెద్దపనులు చేపట్టటానికి నేను కొంత ధైర్యం చేసేవాడిని. కాని ఆ ధైర్యం ఎంతోకాలం నిలిచేది కాదు. నాకు క్రమ శిక్షణ లేదని తేలిపోయేది. అదే నాకు పెద్ద సమస్య. గతంలో కంటే ఇప్పుడు నేను బాగుపడ్డానా, మారానా అని తెలుసుకునే మార్గం కనపడ లేదు.

పంధొమ్మిది సంవత్సరాల వయసులో సేల్స్ రికార్డ్ బద్దలు చేయటానికి నేను వారానికి అరవై గంటలకు పైగా పని చేశాను. ఇరవై ఎనిమిది సంవత్సరాల వయసులో ది మిరకిల్ మార్నింగ్ పుస్తకం వ్రాయటానికి రోజూ ఉదయం 3.30 గంటలకు నిద్రలేచేవాడిని. నా మొట్టమొదటి (అదే చిట్టచివరిది కూడా) అల్ట్రా మారథాన్ పరిగెత్తటానికి (ముప్పై సంవత్సరాల

వయసులో) శిక్షణగా వారానికి ఇరవై మైళ్ళు పరుగు అభ్యాసం చేశాను. అయినాకూడా నేను బద్ధకస్తుడిని అనీ, ఏదో ఆషామాషీగా పని చేసి, చాలా కష్టపడ్డాను అనుకుంటున్నానని నా ఆత్మదర్శనం వికృతంగా ఉండేది. నేను ఏమి చేసినాసరే, ఇంతకాలం ఎంత బద్ధకస్తుడిగా ఉన్నానో, ఇప్పుడూ అలాగే ఉన్నానని నా స్వీయచిత్రం. ఇది ఆత్మహత్యా ప్రయత్నం లాంటిది. స్వయంగా మన ఊహాచిత్రాన్ని వికృతం చేసుకోవటం. మనం అలాగే ఉన్నామని అనుకోవటం. అపుడప్పుడు ఉధృతంగా పనిచేసి, మళ్ళీ విపరీత ఫలితాలు తప్పించుకోవటానికి సాధ్యమయినంత కనీస శ్రమ చేసేవాడిని. ఇదంతా చిన్నప్పుడు చేసిన నిర్వాకానికి పునశ్చరణమే. ఏదీ నిలకడగా చేయకపోవటమే నా నిలకడ.

కాని ఆశ్చర్య మేమిటంటే ఆ అడ్డదారులలో, మెలకువలలో అపారమైన విలువ ఉన్నదనటమే. ఎందుకంటే బద్ధకస్తుడిగా కూడా నేను చెప్పుకోదగిన ఫలితాలు సాధించాను. నేను ఎన్నడూ, కనీసం నాకు, సాధ్యమని ఊహించని స్థాయి సఫలత సాధించాను. కాల క్రమేణ కష్టపడి పనిచేయటానికి, చిన్న చిన్న మోతాదులలోనే అనుకోండి, నన్ను నేనే మాయపుచ్చుకో సాగాను. అలా చేస్తున్న కొద్దీ నా స్వీయచిత్రం బద్ధకస్తుడి నుంచి క్రమశిక్షణగల మనిషిగా మారసాగింది. నిదానంగా కాని తప్పకుండా, క్రమంగా నా స్వీయచిత్రం మెరుగు పరుచుకో సాగాను. అప్పుడు నా ఫలితాలు మెరుగు పడ్డాయి, నా నిలకడ కూడా అంతకంటే మెరుగు పడింది.

ఇప్పుడు, స్వతహాగా బద్ధకస్తుడిని అనుకునేవారు అసాధారణ కృషి చేసి అద్భుతాలు సృష్టించగలవారుగా రూపొందటానికి తగిన క్రమశిక్షణ, కష్టపడి కృషిచేసే వ్యక్తిగా మారటం ఎలా? అసాధారణ కృషిని సరళం చేయటం ద్వారా. అప్పుడు అది అసాధారణ మనిపించదు...సాధారణ మనిపించుతుంది.

ఈ అధ్యాయంలో మనం చేసే ప్రతి ఒక్కపనిలోనూ అసాధారణ కృషి చేయటమంటే ఏమిటో సరళం చేసి చెబుతాను. అప్పుడు మీరు మీకు ఇష్టం ఉన్నా లేకపోయినా, అవసరమయిన చర్య తీసుకుంటారు. తద్వారా మీరు అద్భుత సమీకరణాన్ని అమలు జరుపుతారు, మీ జీవితంలో అన్ని రంగాలలోను అద్భుతాలు అనుభవ పూర్వకంగా దర్శిస్తారు.

అసాధారణ కృషి – సాధారణం

మనం ఇంతకు మునుపు చర్చించినట్లు అద్భుత సమీకరణం అమలు జరపాలంటే, మీరు చేయవలసిన రెండవ నిర్ణయం అసాధారణ కృషి. అది సాధ్యమని మీరు నమ్మితే, ముఖ్యంగా మీకు కూడా సాధ్యమేనని మీరు నమ్మితే, మీ సఫలత అనివార్యం కావటానికి తగిన చర్యలు మీరు చేపట్టాలి. అద్భుతాలు సృష్టించాలి అంటే చురుకుగా పని చేయాలి. నిలకడగా పని చేయాలి. సార్థకమయిన ఫలితాలు సృష్టించటానికి అవసరమైన సమయము, తగిన కృషి చేయటానికి మీరు మనస్ఫూర్తిగా సిద్ధంగా ఉండాలి. అలా జరిగినప్పుడు మిమ్మల్ని గురించిన మీ ఊహాచిత్రం మారిపోతుంది. అసాధారణ కృషి అంటే ఎముకలు విరుచుకుని చాకిరి చేయటం, అలిసి సొలిసి కుప్ప కూలటం కాదు. వాస్తవానికి అది పూర్తిగా విరుద్ధం.

అసాధారణ కృషి లో మూడు అంశాలు ఉంటాయి:

- ✓ మీరు కోరిన ఫలితాలకు చేరువ చేసే చర్యలు
- ✓ మిమ్మల్ని మీ సుఖారామంనుంచి బయటికి తీసుకువచ్చే చర్యలు
- ✓ చిరకాలం నిలకడగా కృషి చేయటం (ఫలితాలు పట్టించుకోకుండా)

అది అంత దారుణంగా కనిపించట లేదు కదా! ఈ మూడు అంశాలు ఇప్పుడు విడి విడిగా పరిశీలించుదాం.

మీరు కోరిన ఫలితాలకు చేరువ చేసే చర్యలు మీరు నిష్ప్రయోజనకరమైన పనులు, కార్యకాలాపాలలో సమయం వెచ్చించి నీరసపడి పోకుండా అడ్డుపడతాయి. ఈ నిష్ప్రయోజనకరమైన పనులు కేవలం తాత్కాలిక ప్రయోజనాలు చూపిస్తాయి. అవి మిమ్మల్ని బిజీగా ఉంచి, అవసరమైన పనులు చేయకుండా అడ్డు పడతాయి. అంటే మీరు ముఖ్యమైన విషయాల మీద మీ మనస్సు లగ్నం చేసి ఉంచాలి. మీ చర్యలు ఉత్పాదకంగా ఉండాలి. మీరు చేసే పనులు మిమ్మల్ని నీరస పరచటానికి బదులు, మీకు శక్తిని, ప్రోత్సాహాన్ని కలిగించాలి. చేసే పనులు సార్థకంగా ఉండాలి. కొలతకు అందాలి. దీనిని గురించి ఈ అధ్యాయంలో ఇంకా వివరంగా చూస్తాం.

మిమ్మల్ని మీ సుఖారామం నుంచి బయటికి తీసుకువచ్చే చర్యలు. వీటిలోనే మీ పురోగతి దాగి ఉన్నది. మీరు ఎప్పుడూ చేసిన పనులే చేస్తూ ఉంటే మీరు

అద్భుతాల ప్రవీణులు కాబోవటం లేదు. సుఖారామం నుంచి వెలికి రావటమంటే నరాలు మూలుగుతాయి. కాని క్రమంగా అది మీకు అలవాటవుతుంది. మీ నూతన ఉత్పాదనకు, ప్రయత్నానికి శుభ ఆరంభం అవుతుంది.

చిరకాలం నిలకడగా కృషి చేయటం (ఫలితాలు పట్టించు కోకుండా) అంటే అన్నిటినీ పట్టి ఉంచే జిగురు. మీరు ఏవో కొన్ని అడుగులు వేసి, వెనక్కు తిరిగితే, గమ్యం చేరబోవటం లేదు. గమ్యం చేరుకోవాలంటే తగినంత కాలం మీరు నిబద్ధులై కొనసాగాలి. నిలకడగా చేస్తూ ఉంటే పని సులువవుతుంది. మీ సుఖారామం నుంచి వెలికి రావటం అవసరమని మీకు గుర్తు ఉన్నది కదా! మీరు కొన్నివారాలపాటు మీ సుఖారామం వెలుపల ఉంటే, ఆ తర్వాత మీకు అసౌఖ్యం అనిపించదు. మీ సుఖారామం విస్తరించిన కొద్దీ, మీకు సాధ్యమైన పనులు కూడా విస్తరిస్తాయి.

వెల్త్ కాంట్ వెయిట్: ఎవాయిడ్ ది 7 వెల్త్ ట్రాప్స్, ఇంప్లిమెంట్ ది 7 బిజినెస్ పిల్లర్స్, అండ్ కంప్లీట్ ఎ లైఫ్ ఆడిట్ టుడే! అనే పుస్తక రచయిత డేవిడ్ ఆస్బర్న్. ఆ పుస్తకం న్యూయార్క్ టైమ్స్ ఉత్తమ అమ్మకాలు సాధించిన జాబితాలో చేరింది. ఆయన మిరకిల్ మార్నింగ్ మిలియనీర్స్: వ్వాట్ ది వెల్దీ డూ బిఫోర్ 8 ఎ ఎం దట్ విల్ మేక్ యు రిచ్ అనే పుస్తకానికి సహ రచయిత కూడా. ధనవంతులు కావటమనేది కేవలం ఒక ఎన్నిక అని తరుచు అంటారు ఆయన. అది ఎలాగో కూడా ఆయన చెబుతారు. ధనికులైన పెద్దలను గురించి అధ్యయనం చేసి, వారి మనస్తత్వం అలవరుచుకుంటే (విశ్వాసం), చిరకాలం వారి ప్రవర్తన అనుసరిస్తే (ప్రయత్నం/కృషి), మీకు కూడా అవే ఫలితాలు ఎదురవుతాయి. ఇక్కడ ధనికులు కావటం" అనే పదాల స్థానంలో మీకు ముఖ్యం అనుకున్న ఫలితాలు (ఆనందం, ఆరోగ్యం, ప్రేమించే తల్లి/తండ్రి మరేదైనా సరే మీ ఇష్టానుసారం) చేర్చవచ్చు.

అది నిజమని మీరు నమ్మితే, (దాదాపు అందరికీ అది వర్తిస్తుందని నా నమ్మకం) ప్రతి ఒక్కరూ ఎందుకు ధనికులు కాలేదు? అసాధారణ సంపద

సృష్టించాలి అంటే, అసాధారణ కృషి అవసరం. అలవాటు లేని పని చేపట్టటం కంటే, అలవాటు ఉన్న పని చేయటం సులభం. మీరు కష్టపడి పనిచేసేవారూ, క్రమశిక్షణ కలవారూ అయినా, కాకపోయినా, మనం అందరమూ మన పనులు నెరవేరటానికి ఎంత తక్కువ వీలయితే అంత తక్కువ శ్రమ చేస్తాం. ఏపని ఎంతవరకు చేస్తే మీరు ఆశించిన ఫలితాలు లభిస్తాయో మీకు తెలిస్తే చాలు. అప్పుడు మీరు ఆ అవసరమయిన శ్రమ మాత్రమే చేయవచ్చు.

ఏయే పనులు చేస్తే మీరు కోరిన ఫలితాలు లభిస్తాయో పరిశీలించుదాం. అప్పుడు అసాధారణ కృషి సాధారణ మవుతుంది.

మొదటి మెట్టు: మీ పద్ధతి ముందుగా నిర్ణయించండి

మీరు సమర్థులైన వ్యక్తిగా రూపొందాలి అంటే మీ ధ్యేయం ఏమిటో మీరు నిర్ణయించారు. ఆ ధ్యేయం సాధిస్తారు మీ అచంచల విశ్వాసంతో ప్రయత్నించటానికి నిర్ణయించుకున్నారు. ఇప్పుడు మీరు అనుసరించబోయే పథకం ఏమిటో నిర్ణయించాలి. మనం సాధించదలచిన ప్రతి ఒక్క లక్ష్యానికి, లేదా ఫలితానికి ముందు ఒక ప్రక్రియ, పద్ధతి ఉంటాయి. మనం కోరిన ఫలితాలు, ఆ ఫలితాలు మనకు ప్రసాదించే జీవితమూ, కలగాలంటే మనం కొన్ని చర్యలు చేపట్టాలి, పనులు చేయాలి.

ప్రతిరోజూ అన్నిటికంటే ముందు మీరు చేయబోయే పని ఏమిటి? ఆ పని ఏమిటో మీకు నిశ్చయంగా తెలియక పోతే, మీరు కోరిన లక్ష్యానికి దారితీసే పనులు ఏమిటో గూగుల్ లో వెతకండి. లేదా ఆ విషయం మీద ఉత్తమ రచనల కోసం అమెజాన్ లో వెతకండి. ఒక ఉపదేశకులను. శ్రేయోభిలాషిని వెతికి పట్టుకొండి. మీరు ఏమి చేయాలో, ఎలా ముందుకు సాగాలో తెలుసుకోవటానికి కొంత అన్వేషణ చేయటంలో తప్పేమీ లేదు.

కట్కో లో పని చేస్తున్నపుడు 200,000 డాలర్ల విక్రయాలు సాధించాలని నిశ్చయించుకున్నపుడు మొట్టమొదటగా ఆ లక్ష్యం సాధించిన నా సహోద్యోగులను కాల్ చేశాను. ఆ ఉన్నత లక్ష్యం సాధించాలని ఆశిస్తే, నాకు కలిగిన ప్రశ్నలు, మానసిక ఉద్వేగాలు వ్రాసి పెట్టుకున్నాను. దానితోబాటు ఆ లక్ష్యం సాధించటానికి ప్రతిరోజూ, ప్రతివారం వారు ఏమిచేశారు, ఎలా చేశారు అని అన్న ప్రశ్నలు వ్రాసి పెట్టుకున్నాను. ఆ స్థాయి

విజయము, సఫలత సాధించాలంటే, వారు ఏమి చేశారో తెలుసుకోవాలని నా తృష్ణ.

వారందరినీ ముఖాముఖి కలిసి చర్చించిన తర్వాత నాకు ఒక విషయం బోధపడింది. వారందరూ నిలకడగా కృషి చేశారు. నేను చేస్తున్న పనులకూ వారు చేస్తున్న పనులకూ మధ్య వ్యత్యాసం ఏమీ లేదు. వారిలో ప్రత్యేక ప్రతిభా పాటవాలు, అమ్మకాల గారడీ ఏమీ లేవు. తమ లక్ష్యానికి అనువుగా అవసరమైన టెలిఫోన్ కాల్స్ చేశారు. తగినన్ని ఎపాయింట్ మెంట్లు ముందుగానే ఏర్పాటు చేసుకున్నారు. అందరు సేల్స్ రిప్రజెంటేటివ్ లు చేసే పనే అది. కాని ఈ ఉన్నత సాధకులు ప్రతిరోజూ నిర్ణీత సంఖ్యలో ఫోన్ కాల్స్ చేస్తారు. ప్రతివారము క్రమం తప్పకుండా నిర్ణీతమైన ఎపాయింట్ మెంట్ల ద్వారా కలవవలసిన వారిని కలిసి తీరుతారు. నేను కొంతకాలం ఉధృతంగా పనిచేసి కొంత సొమ్ము సంపాదిస్తాను. అప్పుడు విరామం తీసుకుని నా శ్రమ ఫలితం ఆనందంగా అనుభవించటానికి ప్రయత్నం చేస్తాను. కాని ఆ ప్రవీణులు మాత్రం తమ పనివిడిచి పెట్టలేదు. ప్రతిరోజూ ఏదిఏమైనాసరే, వారు అనుకున్న కాల్స్, ఎపాయింట్ మెంట్లు పూర్తి చేసినదాకా వదిలేవారు కారు. “సఫలత సాధించనివారు అప్పుడప్పుడు చేసేపని సఫలత సాధించినవారు అలవాటుగా చేస్తారు.” అన్న నానుడిలో చాలా గూడార్థం గోచరించింది.

వారి సఫలతా రహస్యం నాకు అంత ఘనంగా ఏమీ కనబడలేదు. కానీ నేను చేయవలసిందల్లా ఆ పద్ధతి అనుసరించటమే. నా అమ్మకాల లక్ష్యం సాధించాలంటే నాకు ఎన్ని అపాయింట్ మెంట్లు కావాలో లెక్కవేశాను. అన్ని అపాయింట్ మెంట్లు దొరకాలంటే ఎన్ని కాల్స్ చేయాలో గుణించి నిర్ణయించాను. సంవత్సరానికి 200,000 డాలర్ల విలువచేసే కట్కో పరికరాలు అమ్మాలి అంటే, నేను నిలకడగా వారానికి కనీసం రెండు వందల కాల్స్ (రోజుకు నలభై కాల్స్ చొప్పున వారానికి ఐదు రోజులు) చేయవలసి ఉంటుంది అని నా అంచనా. అప్పుడు వారానికి పధ్నాలుగు అపాయింట్ మెంట్లు దొరికే అవకాశం ఉన్నది. అందులో సగటున పది అమ్మకాలు జరుగవచ్చు. అప్పుడు వారానికి సుమారు 4000 డాలర్ల అమ్మకాలు జరుగుతాయి.

రోజుకు నలభై కాల్స్ అంటే అంత అసామాన్యం అనిపించలేదు. ఒకరోజులో నలభై కాల్స్ ఇంతకు మునుపు చాలాసార్లు చేశాను, కాకపోతే

నిలకడగా ప్రతిరోజూ ఎన్నడూ చేయలేదు. నేను 100,000 డాలర్ల అమ్మకాలు సాధించిన రెండు సంవత్సరాలూ నేనువారానికి ఐదురోజులు సగటున రోజుకు ఇరవై కాల్స్ చేశాను. ఇప్పుడు అది బ్రహ్మవిద్య ఏమీ కాదని గ్రహించాను. నా కాల్స్ రెట్టింపు చేస్తే, నా అమ్మకాలు రెట్టింపు అవుతాయి, నా ఆదాయం కూడా రెట్టింపు అవుతుంది. నలభై కాల్స్ చేయటానికి నాకు రెండు గంటలు పట్టింది. ఇక ఆ తర్వాత నేను ఏర్పాటు చేసుకున్న అపాయింట్ మెంట్లు హాజరు కావటమే. ఆ లక్ష్యం ఒకనాడు భయానకంగా దర్శన మిచ్చింది. యాభై సంవత్సరాల పైబడిన కంపెనీ చరిత్రలో అది చేతివేళ్ళమీద లెక్కపెట్ట దగినంత (చేతివేళ్లు ఎక్కువ అవుతాయేమో) మంది మాత్రమే సాధించారు. హటాత్తుగా ఆ భయపెట్టే లక్ష్యం చాలా సులువుగా సాధ్యమని పించింది. ఏమిచేయాలో, ఎలా చేయాలో ముందుగానే నిర్ణయిస్తే కలిగే శక్తి ఇది. అప్పుడు అసాధారణమనుకున్న కృషి సాధారణ మవుతుంది. మన ముఖ్యమైన లక్ష్యాలు, పెద్దవనుకున్న లక్ష్యాలు మొదట భయపెడతాయి. కాని అందుకు అనుసరించ వలసిన పద్ధతి మాత్రం భయానకమూ కాదు, అసాధారణమూ కాదు. ఇందుకు మరికొన్ని ఉదాహరణలు:

అనవసరమైన అధిక బరువు తగ్గించుకోవటానికి ఒక పద్ధతి ఉంటుంది. అది నిత్య వ్యాయామం. ఏమి తింటున్నాము, ఎంత తింటున్నాము అన్నది పరిమితం చేయటం. (మీ శరీరానికి ఎటువంటి ఆహారం సరిపడుతుంది, ఎప్పుడు తినాలి, వగైరా)

మీకు ఆర్థిక స్వాతంత్ర్యం కావాలంటే, మీరు తగినంత సంపాదించాలి. మీరు చెల్లించే బిల్లుల మొత్తం కంటే ఎక్కువ పొదుపు చేయాలి.

మీరు మారథాన్ పరుగులో పాల్గొన దలిస్తే ఆరోజున 26.2 మైళ్ళకు పైగా పరిగెత్తగలగాలి. అందుకు శిక్షణ అవసరం. రోజుకు, లేదా వారానికి కొన్ని నిర్ణీతమైన మైళ్ళు పరిగెత్తి అభ్యాసం చేయాలి. ఆ అభ్యాసం పరుగు పందెం రోజుదాకా నిత్యమూ కొనసాగాలి.

మీరు ఒక పుస్తకం ప్రచురించ దలిస్తే, మీరు నిలకడగా ప్రతిరోజూ కొంత వ్రాయాలి. అందుకు మీరు కట్టుబడి ఉండాలి. ఈ పుస్తకం పూర్తి చేయటానికి నేను రోజుకు 1000 పదాలు వ్రాయటానికి కట్టుబడి నాకు

ఇష్టం ఉన్నా లేకపోయినా, ప్రతి ఒక్క రోజూ ఆ పని చేశాను. (ప్రతిరోజూ చేయాలంటే నాకు గిట్టేది కాదు, నమ్మండి.)

ఇప్పుడు చూశారు కదా! మీ పద్ధతి పద్మవ్యూహంలాగ దుర్భేద్యం కానక్కరలేదు. అది ఎంత సరళమైతే అంత మంచిది. మీరు చేయవలసిందల్లా, మీ ధ్యేయం సాధించటానికి అవసరమైన పద్ధతి ఏదో నిర్ణయించండి. ఆ పద్ధతి అనుసరించటానికి నిబద్ధులై ఉండండి. ఆ పద్ధతి మీ దినచర్యలో చేర్చండి. అంతే. అంతకు మించి మీరేమీ చేయనక్కర లేదు. మీ ధ్యేయం సాధించటానికి ఆ నాడు చేయవలసిన పనులు పూర్తిచేస్తే, మీరు మిగిలిన లక్ష్యాలు సాధించటానికి అవసరమైన ఇతరవ్యాపకాలలోకి దిగవచ్చు.

మీ పద్ధతి ఏమిటో తెలుసుకోవటానికి మీరు వేసుకోవలసిన ప్రశ్న: నేను అనివార్యమైన సఫలత సాధించాలంటే నేను నిలకడగా చేయవలసిన పనులేమిటి?

రెండవ మెట్టు: ఫలితాలతో బంధంనుంచి విడిపడండి

మన పద్ధతి అనుసరించటంలో మంచిరోజులు ఉంటాయి, చెడు రోజులు ఉంటాయి. చెడురోజులు ఎదురవుతాయనటంలో సందేహం లేదు. చెడువారాలు కూడా ఉండవచ్చు. అవి అనివార్యం కావచ్చు అంతమాత్రాన అవి రుచికరం కాబోవు. వాస్తవం ఏమిటంటే మానవమాత్రులు ఉద్వేగ పూరితులు. ఆ ఉద్వేగ స్వభావం కారణంగా మనం మన ఫలితాలకుకూడా ఉద్వేగ పూర్వకంగా అంటుకుపోయి ఉంటాము. ఫలితాలకు మనం ఉద్వేగ పూర్వకంగా అతుక్కుని ఉంటే, ఆ పద్ధతి అనుసరించే మన నిబద్ధత కుంటుపడుతుంది. ఆ పద్ధతి నిలకడగా నిర్విఘ్నంగా అనుసరిస్తేనే మనం ఆశించిన ఫలితాలు దక్కుతాయి. చాలామందికి వారు ఆరంభించిన కార్యం సాధించక పోవటంతో నిస్పృహ, నిరాశ, నిరుత్సాహాలతో ముగుస్తుంది. కాని అలా కానక్కర లేదు. మీరు ఒక పద్ధతికి నిబద్ధులై ఉన్నపుడు ఒకరోజు కలిగిన ఫలితాలవల్ల నిరాశ, నిస్పృహలకు లోను కాకండి. మీ దీర్ఘకాలిక ఫలితాలు వాటంతట అవే సర్దుకుని చక్కబడతాయి. ప్రతిరోజూ మీరు వాటిని గురించి విచారించ నక్కరలేదు.

నిజజీవితంలోని కొన్ని ఉదాహరణలు ఇవిగో:

1. నా స్నేహితులు ఒకరు ఉన్నారు. బరువు తగ్గటం ఆయన లక్ష్యం. ఆయన పద్ధతి: కాలరీల విలువ అనుసరించి ముఖ్యంగా శాకాహారం తినడం. క్రమం తప్పకుండా ప్రతిరోజూ వ్యాయామం చేయటం. ఒకనాడు అయన నాకు ఫోన్ చేశారు, "హాల్, నువ్వు చెప్పిన నిర్ణీత వ్యూహం అనుసరించి ప్రయత్నిస్తున్నాను. గత మూడు వారాలుగా రోజుకు ముప్పె నిమిషాల చొప్పున వారానికి నాలుగు రోజులు వ్యాయామం చేస్తున్నాను. కాని ఇంత వరకూ నేను బరువు ఏమీ తగ్గలేదు. కాగా పోగా, నేను ఒక పౌండ్ బరువు పెరిగాను. ఎందుకో నాకు అర్థం కావటం లేదు. నా ఉత్సాహం అంతా నీరు కారిపోతున్నది." అన్నారు. ఆయనను తన శరీరంలో కొవ్వు శాతం పరీక్షించుమని చెప్పాను. ఎందుకంటే, అతని కండలు దృఢపడి ఉండవచ్చు. అందువల్ల బరువు తగ్గినట్లు కనిపించదు. సరిగ్గా అదే జరిగింది. మూడు నెలల తర్వాత అతని శరీరంలో కొవ్వు 24 శాతం నుంచి 14 శాతానికి దిగింది. ఆయన తన కార్యక్రమానికి కట్టుబడి కొనసాగారు గనక అది సాధ్యమయింది. తన బరువు అనుకున్నట్లు తగ్గనపుడు అయన ఆ కార్యక్రమం విడిచి పెట్టి ఉంటే, ఈనాటిలా ఆరోగ్యంగా, దృఢంగా ఉండేవారు కాదు.

2. కొన్ని సంవత్సరాల క్రితం నాకు ఒక క్లయంట్ ఉండేవారు. ఆయన తన కంపెనీలో దేశంలోనే ప్రఖ్యాతి చెందిన సేల్స్ టీం మేనేజ్ చేస్తూ ఉండేవారు. ఆయన అద్భుతమైన ఫలితాలు సాధించటానికి అలవాటుపడిన సూపర్ స్టార్. మేము ఇద్దరమూ కలిసినప్పుడు అయన తన తన టీం ద్వారా ఆ సంవత్సరానికి 1.3 మిలియన్ డాలర్ల అమ్మకాలు సాధించాలి. మా శిక్షణా సమయంలో ఆయన చేసిన ఒక కాల్ నాకు బాగా గుర్తు ఉన్నది. ఆ కాల్ కు పూర్వం కొన్ని వారాలుగా ఆయన టీం అమ్మకాలు పడిపోయాయి. ఆయన భయపడి, డీలా పడిపోయారు. ఆయన తమ వార్షిక విక్రయ పథకం, సాప్తాహిక విక్రయ పథకాలు మళ్ళీ మళ్ళీ పర్యావలోకనం చేస్తూ దిగులు పడసాగారు. తను

చేయవలసినదంతా చేస్తున్నారు. కాని వారి సేల్స్ రిప్రజెంటేటివ్ ల అమ్మకాలు మాత్రం ఆయన ఆశించినట్లు జరగటం లేదు.

ఆయన తన టీం ఏరోజుకారోజు సాధించే ఫలితాలు, తాత్కాలిక ఫలితాలు చూసి ఉద్వేగ పడుతున్నారు. రిప్రజెంటేటివ్ ల రోజువారీ ఫలితాలు చూసి ఆయన కంగారు పడుతున్నారు. ఆ రిప్రజెంటేటివ్ ల రోజువారీ అమ్మకాలు ఆయన చేతిలో లేవు. అందువల్ల ఆయన తన పద్ధతికి అంకితమై ఉండలేక పోవచ్చు. ఆయన ఆ ఫలితాలమీద తన ప్రభావం చూపవచ్చు, కాని వాటిని సూటిగా కంట్రోల్ చేయలేరు. ఆయన రిప్రజెంటేటివ్ కాల్ చేసినప్పుడు ఎంతమంది సమాధానం చెప్పారో ఆయన చేతిలో లేదు. అలాగే ఆ కాల్ చేసినప్పుడు అవతలి వారి మూడ్ ఎలా ఉందో కూడా ఆయన చేతిలోలేని విషయం. తన రిప్రజెంటేటివ్ కు ఎవరు అపాయింట్ మెంట్ ఇచ్చారో, ఎవరు ఇవ్వలేదో ఆయన చేతిలోలేని విషయం. అపాయింట్ మెంట్ ఇచ్చి ఆ సమయానికి కనపడక పోవటం మరొక అవాంతరం. అదీ ఆయన చేతిలో లేదు. ఆ రిప్రజెంటేటివ్ దగ్గర ఎవరు కొన్నారో, ఎవరు కొనలేదో ఆయన చేతిలో లేదు. వారు అదనపు పరిచయాలకు తోడ్పడ్డారా లేదా అన్నది ఆయన చేతిలో లేదు. ఆయన వాటన్నిటిని గురించీ, ఇంకా మరిన్ని విషయాలను గురించీ చింతిస్తున్నారు. ఆయన చేయగలిగినది తన రిప్రజెంటేటివ్ లు రోజుకు అనుకున్న కాల్స్ చేశారా, లేదా? అది ఒక్కటే ఆయన కంట్రోల్ లో ఉన్న క్రియ. ఒకసారి ఆయన ఆ విషయం గ్రహించిన తర్వాత ఆయన ఉద్యోగమే మారిపోయింది. అప్పటినుంచి ఆయన తన రిప్రజెంటేటివ్ ల తాత్కాలిక ఫలితాలను పట్టించుకోలేదు . ఆ నిర్ణయానికి వచ్చిన తర్వాత, ఆ రోజు ఆయన టీం అమ్మకాలు ఎంత, ఆ వారానికి నిర్ణీతమైన అమ్మకాలు జరిగాయ లేదా అన్న విషయాలు ఆయన పూర్తిగా వదిలివేశారు. అమ్మకాల ఫలితాలు రాక మునుపే ఆయన ఏది వచ్చినా అంగీకరించటానికి సిద్ధంగా ఉన్నారు (దాన్ని మార్చలేము. గుర్తు ఉన్నదా?). ఆయన తన బృహద్ లక్ష్యం మీద

మనసు లగ్నం చేశారు. ఆయన రిప్రజెంటేటివ్ లు అనుకున్న ప్రకారం నిలకడగా ప్రతిరోజూ కాల్స్ చేస్తే, మొత్తం మీద ఆశించిన ఫలితాలు లభిస్తాయి. ఇప్పుడు ఆయన కర్తవ్యమ్ ఆ రిప్రజెంటేటివ్ లు ప్రతిరోజూ ప్లాన్ ప్రకారం నిర్ణీతమైన కాల్స్ చేసేట్లు చూడాలి. ఆయన తన పద్ధతిమీద మనసు లగ్నం చేయాలని గ్రహించినప్పుడు ఆయన ఒత్తిడి అప్పటికప్పుడే తగ్గటం నేను గమనించాను.

3. ఇంకొక వ్యక్తిగత ఉదాహరణ ఇస్తాను. మిరకిల్ మార్నింగ్ ప్రచురణ అయినప్పుడు, ఆ పుస్తకం ప్రచారం చేయటానికి నా దగ్గర సగటు మనిషి దగ్గర ఉండే సాధారణ వనరులకు మించి ఏమీ లేవు. నాకు ఒక వేదిక లేదు, ఒక పెద్ద ఇ-మెయిల్ లిస్టు లేదు. ఆ వనరులు ఉన్నవారెవరూ అప్పట్లో నాకు తెలియదు. మరి నా కొత్త పుస్తకం ప్రచారం చేయటం ఎలా? చాలామంది రచయితలతో మాట్లాడాను. ఆన్ లైన్ పరిశోధన కూడా చేశాను. పాడ్ కాస్ట్ లలో ఇంటర్ వ్యూ చేయబడటమే ఉత్తమ మార్గమని, ప్రాధమిక వ్యూహమని నాకు తోచింది. పాడ్ కాస్ట్ ఇంటర్ వ్యూలు వినే పెద్దలు వ్యక్తిత్వ వికాసంలో శ్రద్ధ చూపేవారని నా అనుమానం. దానికి తోడు అది చాలా తక్కువ ఖర్చుతో కూడిన వ్యవహారం. అక్కడ మీ సమయం తప్ప మరేమీ ఖర్చు లేదు.

అప్పటినుంచి నేను మూడువందలకు పైగా పాడ్ కాస్ట్ ఇంటర్వ్యూ లు చేశాను. దానికితోడు అచీవ్ యువర్ గోల్స్ అనే శీర్షిక నేను రెండువందలకు పైగా పాడ్ కాస్ట్ ఉపాఖ్యానాలు నిర్మించాను. పుస్తకం విడుదల అయిన మొదటి నెలలో సాధించిన అమ్మకాలు సాధించటానికి నాకు పద్దెనిమిది నెలల ఇంటర్వ్యూలు చేయవలసి వచ్చింది. తాత్కాలిక ఫలితాలు విడిచిపెట్టి, మీరు అనుకున్న పద్ధతికి కట్టుబడి ఉండటం ఎంత ముఖ్యమో కింది గ్రాఫ్ చూపిస్తుంది. ఆ పద్దెనిమిది నెలలు నేను ఇంటర్ వ్యూలు సంపాదిస్తూ, పాడ్ కాస్ట్ ఉపాఖ్యానాలు చెబుతూ శ్రమ పడ్డాను. కాని అమ్మకాలు అంతంత మాత్రమే. కింది గ్రాఫ్ చూస్తే నేను డిసెంబర్ 2012 నుంచి జూన్ 2014 వరకూ ఎక్కువ అమ్మకాలు జరప లేదని మీకు తెలుస్తుంది. ఆ సమయంలో నా

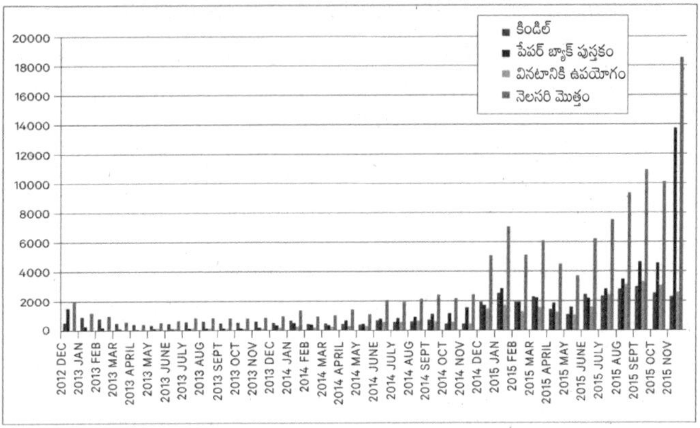

శ్రమకు తగిన ఫలితం లభించలేదన్నమాట. నేను ఆ తాత్కాలిక ఫలితాలకు దిగజారిపోయి, నా ప్రయత్నం విరమించి ఉంటే నేను ఎన్నటికీ ఆశించిన ఫలితాలు సాధించేవాడిని కాను. కాని నాకు నా పుస్తకం మీద నమ్మకం ఉన్నది. అది ప్రజల జీవితాలు మారుస్తుందని నాకు తెలుసు. కనుక నేను నా పద్ధతికి కట్టుబడి ప్రచారం కొనసాగించాను. చివరికి నా పద్ధతికి నా కట్టుబాటు ఫలితాలు చూపింది. ఈ నాటికి ది మిరకిల్ మార్నింగ్ అమ్మకాలు మిలియన్ కాపీలకు మించి పోయాయి. అందులో సగం యునైటెడ్ స్టేట్స్‌లో అమ్ముడు పోయాయి. మిగిలిన సగం విశ్వవ్యాప్తంగా నూటికి పైగా దేశాలలో విస్తరించాయి. చెప్పుకోదగిన లక్ష్యాలు సాధించటానికి మనం ఆశించిన దానికంటే ఎక్కువ కాలం పట్టుతుంది. కాని అచంచల విశ్వాసంతో మనం మన అసాధారణ కృషి కొనసాగిస్తే, మనం అద్భుతాలు సృష్టించగలం అనటానికి ఇది అదనపు నిదర్శనం.

మూడవ మెట్టు: మీ పద్ధతికి ఒక క్రమం ఏర్పరచండి

మనం జిమ్ డ్రెస్ కొంటాము. మనకు ఆసక్తి ఉన్న విషయం మీద కొన్ని పుస్తకాలు కొంటాము. ఆ తర్వాత అవి ఎవరూ ఉపయోగించక, మీ రూమ్‌లో ఒక మూలన పడి ఉంటాయి. అప్పుడు ఎలా అనిపిస్తుందో మనకు

తెలుసు. మనం బిజీగా ఉన్నాం. పిల్లలకు సుస్తి చేసింది. మన క్లయంట్ మరికొంత పని మనకు అప్పగించాడు. జీవితంలో ఇలా జరుగుతూనే ఉంటుది.

మీరు అనుకున్న పద్ధతి క్రమం తప్పకుండా అనుసరించటానికి దానిని మీ దినచర్యలో చేర్చటం ఒక మార్గం. పునఃపునః దర్శనం ఇచ్చే అపాయింట్ మెంట్ లాగా కనబడటం ఉత్తమం. రోజులో మీ సమయం ఎలా గడుపుతారో మీరు క్రియాశీలకంగా పరిశీలించాలి. లేకపోతే ఏమీ మారదు. ఎక్కడి గొంగళి అక్కడే.

మీ క్యాలెండర్ తీసుకోండి పుస్తకం అయినా సరే, కంప్యూటర్ అయినా సరే. ప్రతిరోజూ మీరు మీ ప్రక్రియ ఎప్పుడు మొదలు పెట్టి, ఎప్పుడు పూర్తి చేస్తారో వ్రాయండి. ప్రత్యేకంగా ఆ ప్రక్రియలో ఏమేమి చేయాలో వ్రాసి పెట్టుకొండి. మీరు పోస్ట్ గ్రాడ్యుయేట్ డిగ్రీ కోసం చదువుతూ ఉంటే, ప్రతి ఒక్క సెమెస్టర్‌లో మీరు ఎన్ని క్లాసులు తీసుకోబోతున్నారో, ప్రతిరోజూ చదవటానికి, హోం వర్క్ చేయటానికి ఎంత సమయం వెచ్చించ బోతున్నారో వ్రాసి పెట్టుకోండి. మీరు డిజిటల్ క్యాలెండర్ ఉపయోగిస్తూ ఉంటే (అదే ఉత్తమం అని నా అభిప్రాయం), అందులో పునఃపునః దర్శనం ఇచ్చే అపాయింట్‌మెంట్‌లా నోట్ చేసి పెట్టుకొండి.అప్పుడు మీరు చేయవలసిందల్లా ఆ సమయానికి ఆ పని చేయటమే. మీ పిల్లలతో మరికొంత సమయం గడపాలని ఆశిస్తే, ఆ పని ఎప్పుడు చేయాలో క్యాలెండర్‌లో నోట్ చేసి పెట్టుకోండి. కేవలం మీకోసం మరికొంత స్వేచ్ఛా సమయం కావాలనుకుంటే, ఆ విషయం కూడా, ఎప్పుడు, ఎంతసేపు అని మీ క్యాలెండర్లో నోట్ చేసి పెట్టుకోండి. అన్నిటికంటే ముఖ్యమైన విషయం ఏమిటంటే ఈ సమయంతో మరే విషయమూ పోటీ పడకూడదు. మీరు అనుకున్న పద్ధతి పూర్తి చేయటానికి అవసరమైన సమయం కాపాడుకోండి. అన్నిటినీ మించి, మీ ధ్యేయం సాధించండి. అప్పుడే మీ ధ్యేయం సాధ్యాసాధ్యాల నుంచి సంభావ్యతకు చేరుతుంది. అక్కడినుంచి అనివార్యతకు చేరుతుంది. మనకు కావలసింది అదే కదా!

ఇది అతిగా ధ్వనిస్తుందని నాకు తెలుసు. మీ చేయి పట్టుకొని వదలకుండా ఉన్నట్లు అనిపించవచ్చు. ఏదైనా అంత ముఖ్యమైన విషయం కాకపోతే, మీ కార్యక్రమంలో దానికి చోటు దొరకదని నేను తెలుసుకున్నాను. దొరకవచ్చు కాని నిలకడగా కాకపోవచ్చు.

మీ ప్లేట్ అప్పటికే నిండి ఉన్నదనీ, అందులో ఇక చోటు లేదనీ మీకు అనిపించవచ్చు. మరొకసారి మీ దినచర్య తిరగేయండి. మరికొంత వాడిగా, వేడిగా పనిచేయటానికి అవకాశం ఎక్కడ ఉన్నదో తరిచి చూడండి. లేకపోతే, ముఖ్యం కాని విషయాల స్థానంలో మీ ధ్యేయానికి అవసరమయిన చర్యలు చేర్చండి. అప్పుడు మీరు కోరుకున్న చోటికి చేరగలుగుతారు. మీ పనులు కొన్ని డెలివరీ సర్వీసుల ద్వారాకూడా చేయించు కోవచ్చు. ఈ సర్వీసు ఖర్చు తక్కువ కూడాను. వాటిలో – ఇన్స్టా కార్ట్, అమెజాన్ ప్రైం నౌ, ఊబర్ ఈట్స్, గ్రబ్ హబ్, డోర్ డాష్ వంటి ఆహార సదుపాయాల డోర్ డెలివరీ సర్వీసులు – నా ముఖ్యమైన లక్ష్యాలు, ధ్యేయం, ఇంకా ఇతర లక్ష్యాలు సాధించటానికి నేను ఈ సర్వీసులు చాలా విరివిగా ఉపయోగిస్తాను – ఇవి చాలామటుకు మీ స్మార్ట్ ఫోన్ లో యాప్స్ గా అందుబాటులో ఉన్నాయి. అలాగే మీరు టెలివిజన్ చూడటానికి వినియోగించే గంట సమయము మీ పిల్లలతో ఆడుకోవటానికి వినియోగించవచ్చు. లేదా మీరు కొత్తగా మొదలు పెట్టిన వ్యాపారం చూసుకోవటానికి ఒక గంట ముందుగా మేలుకోవచ్చు. మీరు ఏమేమి చేయాలో, అవి ఎప్పుడు చేయాలో స్పష్టంగా తెలిసి ఉండటంతో బాటు వాటిని మీ కార్యక్రమంలో వ్రాసి పెట్టుకుంటే, మీ లక్ష్యం చేరుకోవటం సులభం అవుతుంది.

నాలుగవ మెట్టు: మీ సఫలత భద్రత – మీ బాధ్యత.

మిమ్మల్ని గురించి, ఎదటివారి కంటే, మీకు బాగా తెలుసు. మీ కార్యక్రమానికి మీరు బద్ధులై ఉండాలి, బద్ధులై కొనసాగాలి అంటే మీకు ఏమనిపిస్తుంది? మీలో ఆత్మవిశ్వాసం ఉన్నదా? మీరు దేనికైనా నిబద్ధులయితే, మరెవరికైనా బాధ్యులు అయినా కాకపోయినా మీరు లక్ష్యం దిశగా ముందుకు సాగుతారా? అలా అయితే మీరే స్వయంగా అద్భుత సమీకరణం అమలు జరపవచ్చు. కాని చాలామంది ఆరంభ శూరత్వం ప్రదర్శించి, మధ్యలో ఎక్కడో చతికిల బడతారు.

ఇక్కడ వాస్తవం ఏమిటంటే, ఒక సార్థకమైన ఫలితం కలగాలి అంటే ఆ ఫలితం లభించేవరకూ ఆ పద్ధతి, కార్యక్రమం కొనసాగాలి. కాని అది అంత సులభమైన పని కాదు. అది సులభమై ఉంటే అందరూ ఆ పనిచేసేవారు. అప్పుడు ఈ పుస్తకంతో పని ఉండదు. కాని స్వయంశిక్షణ(self-discipline) సర్వసామాన్యమైన లక్షణం కాదు. ఆ లక్షణం అందరికీ ఉంటే, అందరూ,

సర్వకాల సర్వావస్థలలోనూ, అన్ని లక్ష్యాలూ సాధిస్తూ ఉంటారు. మీరు మీ కార్యక్రమాన్ని నిర్విఘ్నంగా అనుసరిస్తారు అని దృఢ పరుచుకోవటానికి, మీ సమానులైనవారితో బాధ్యత ఏర్పరుచుకోవట ఒక ఉత్తమ మార్గం. ఈ విషయం మనం 6 వ అధ్యాయంలో చర్చించాం. కాని ఇది మళ్లీమళ్ళీ చెప్పదగిన విషయం. అది మిమ్మల్ని నిజాయితీపరులుగా నిలబెడుతుంది. మిమ్మల్ని ముందుకు నడిపిస్తుంది.

బాధ్యత రకరకాల రూపు రేఖలలో దర్శన మిస్తుంది. ఒకపని చేయటానికి, లేదా ఒక ఫలితం చూపించటానికి మీరు బాధ్యులై ఉండవచ్చు. లేదా ఒకరు చెప్పినట్లు చేయవలసి వస్తుంది. లేదా ఒకపని ఒక నిర్ణీత పద్ధతిలో చేయవలసి వస్తుంది. కొంతమంది గడువు తేదీ ఉంటే ఉత్తమంగా పని చేస్తారు. మరికొందరు విముఖ ఫలితాలు తప్పించుకోవటానికి స్పందిస్తారు. మరికొందరు పురస్కారాలు, బహుమానాల మీది ఆసక్తితో ఉత్తమ శ్రమ చేస్తారు. మీకు ఏది ప్రేరణ కలిగిస్తుందో తెలుసుకోవటం చాలా ముఖ్యం. అప్పుడు ఆ మార్గాన శ్రమించటం ఉత్తమం. మిమ్మల్ని మరొకరు పర్యవేక్షణ చేయటం తరుచు బాగా పనిచేస్తుంది. పరస్పర పర్యవేక్షణ ఇంకా మెరుగు.

మీ లక్ష్యం సాధించటానికి మరొకరి సహాయం కోరటం బలహీనత కాదు. మిమ్మల్ని నిర్వీర్యుల్ని చేయదు. మీకు తెలివితేటలు, చురుకుదనం తెచ్చిపెడుతుంది. ఫార్చ్యూన్ 500 CEO లని తీసుకోండి. వారి బరువు బాధ్యతలు ఎంత భారంగా ఉంటాయో ఊహించండి. ఆయన/ఆమె షేర్ హోల్డర్స్ కు, స్టాఫ్ సభ్యులకు, సంస్థ నిర్వాహక సమితికి, ఇంకా అప్పుడపుడు నిర్వాహక సభ్యుల శిక్షకులకు అందరికీ సమాధానం చెప్ప వలసి ఉంటుంది. మరొకరికి మీరు సమాధానం చెప్పవలసినప్పుడు, మీరు మీ బాధ్యతకు కట్టుబడి ఉంటారు. మీరు జిమ్ కు వెళ్ళినప్పుడు అక్కడ మీ కోసం ఒక శిక్షకులు కాచుకొని ఉంటే అది సులభం అవుతుంది కదా! ఆలోచించండి. చాలా దూరం పరిగెత్త వలసినప్పుడు, ఒక స్నేహితుడితో కలిసి పరిగెత్తటం సులువుగా తోస్తుంది కదా! మీ లక్ష్యం ఏదైనా కానీయండి, మీరు ఒక జవాబుదారు భాగస్వామిని పట్టుకోవాలి. ఒక శ్రేయోభిలాషిని మీరు అన్నీ అనుసరిస్తున్నారా లేదా చెక్ చేయమనండి. మీ స్వంత జవాబుదారీ బృందాన్ని తయారు చేయండి. (ఏదైనా చేయటానికి మీరు జవాబుదారీ కావాలంటే, మరొకరిని ఆ జావాబుదారీకి మీరు నడిపించటమే అన్నిటినీ మించిన ఉత్తమ

మార్గం). లేదా మీరు గమ్యం చేరేలా తోడ్పడటానికి ఒక శిక్షకులను నియమించుకోండి. మీ జవాబుదారీ భాగస్వామి స్ట్రిక్ట్ గా ఉండాలి. నిలకడగా, ఉండాలి. మీపట్ల, మీ సఫలతపట్ల శ్రద్ధ కలిగి ఉండాలి. అప్పుడే మీ జవాబుదారీ మూలం సత్ఫలితాలు ఇవ్వగలదు.

ఐదవ మెట్టు: మీ ఫలితాలు పరిశీలించండి. తదనుగుణంగా మీ పద్ధతి సవరించండి.

మీరు మీ ప్రక్రియ అనుసరించి అభ్యాసం చేస్తున్నపుడు, వెలువడుతున్న మీ ఫలితాలు ఎలా ఉన్నాయోనని గమనించటం అవసరం. రెండు నెలల తర్వాత తూనికలో తేడా ఏమీ లేకపోతే, మీ ఆహార పథకం, వ్యాయామ పథకం పర్యావలోకనం చేయవలసిన అవసరం కలగవచ్చు. మీరు ఆశించిన అమ్మకాలు జరగకపోతే, ఖాతదారులకోసం అన్వేషణ, లేదా మార్కెటింగ్ పద్ధతి ఉధృతం చేయవలసిన అగత్యం ఏర్పడవచ్చు. మీరు అనుకున్న రచనావ్యాసంగం అడుగు ముందుకు పడకపోతే, మీ దినచర్య పరిశీలించండి. రచనా వ్యాసంగానికి మరొక కాల నిర్ణయం అవసరమేమో చూడండి.

వారానికి ఒకసారి, లేదా నెలకు ఒకసారి మీ కార్యక్రమం పరిశీలించండి. అప్పటివరకు వచ్చిన ఫలితాల ఆధారంగా మార్పులు, చేర్పులు ఏమైనా అవసరమేమో పరిశీలించండి. మీ ప్రక్రియ స్పష్టము, సుగమము చేయటమే ఈ పరిశీలన లక్ష్యం. అప్పుడు దానిని అమలు జరపటం మీకు అనాయాసము, ఆహ్లాదకరము అవుతుంది. ఆ కార్యం నిరాటంకంగా నెరవేరక పోతూ ఉంటే ఈ వారం వారం, నెలసరి పర్యావలోకనంలో తగిన మార్పులు చేర్పులు చేయటానికి సరయిన తరుణం.

మీరు మీ అద్భుతం సాధించారు. తర్వాత?

అద్భుత సమీకరణం అంటే ఏదో ఒక అద్భుతం సాధించి తిరిగి మన మామూలు బాటలోకి వెళ్ళటం కాదు. అద్భుతాల ప్రవీణుల బృందంలో మనకు ఒక స్థానం లభించాలి. మనంకూడా వారిలాగానే మన జీవితంలో అన్ని రంగాలలోను కొలతకు అందే అద్భుతాలు ప్రత్యక్ష పరుచుకోవాలి. ఆ కార్యం పునఃపునః కొనసాగుతూనే ఉండాలి. అలా చేయాలంటే, మీ

సఫలతలు, విజయాలు పెరుగుతున్నకొద్దీ, మీరు, మీ లక్ష్యాలు ఉన్నతం కావాలి, పరిణతి చెందాలి.

ఆ బాటన మీరు నేర్చుకున్న పాఠాలు గమనించి అవగాహన చేసుకోండి. తర్వాతి ప్రణాళికకు మిమ్మల్ని ప్రచోదన చేయటానికి వాటిని ప్రయోగించండి. ఇంతకు మునుపు చెప్పినట్లు, నా కుటుంబంతో ఎక్కువ సమయం కాలక్షేపం చేయటానికి ఒక ధ్యేయం ఏర్పరుచుకున్నాను; ఒకసారి అది ఒక సహజమైన దినచర్యగా మారిన తర్వాత, నా జీవితాంతం క్యాన్సర్‌కు దూరం గా ఉండటానికి ధ్యేయం ఏర్పరుచుకున్నాను. ఆ ధ్యేయం నెరవేరిన తర్వాత, ఈ పుస్తకం వ్రాయటం నా ధ్యేయం చేసుకున్నాను. మీరు నిశ్చయించుకునే ప్రతి ఒక్క ధ్యేయము అద్భుతాల ప్రవీణులుగా మీ సామర్థ్యాలను సాన పడుతుంది. అప్పుడు మీకు అసాధ్యమైన అద్భుతం అంటూ ఏమీ ఉండదు.

ఆచరణలో మీ ప్రక్రియ

జెరెమీ రైసిగ్ ఈ ప్రపంచంలో నా అభిమాన గాయకులు. ఆయన "బ్రోతా జేమ్స్" గా ఈ ప్రపంచానికి తెలుసు. ఆయన అద్వితీయ నైపుణ్యం గల గాయకులు. ఆయన తన గానంతో ఈ ప్రపంచంలోకి ఎంతో సుముఖతను, శుభాన్ని తీసుకువస్తారు. ఆయన సంగీతం మీలో సద్భావనలు రేకెత్తించేలా తీర్చిదిద్ది ఉంటుంది. ఆయన మంచి సంగీతంతో సుముఖ, సద్భావ సందేశాలు రంగరిస్తారు. కనుక మీరు వినే ప్రతిఒక్క గానము మీ మనసులో సద్భావనలు, తద్వారా అమితానందము కలిగిస్తుంది. అలా చేయగలిగిన గాయకులు నాకు తెలిసి ఆయన ఒక్కరే.

తన సంగీత వృత్తి ఆరంభంలో జెరెమీ ఒక వెనకబడ్డ బ్యాండ్‌తో కలిసి పర్యటన చేశారు. ఆయన చాలా వాయిద్యాలు వాయించారు. కాని ఆయనకు పాటపాడాలని అభిలాష. ఎన్నిసార్లు ప్రయత్నించినా ఆ బ్యాండ్ సభ్యులు ఆయన పాడటానికికి ఒప్పుకోలేదు. ఆయన స్వరం విన సొంపుగా ఉండదని వారి అభిప్రాయం.

ఆ బ్యాండ్‌తో నాలుగు సంవత్సరాలు పర్యటన చేసిన తర్వాత 2013లో ఆయన పాడటం నేర్చుకోవాలనీ, తను స్వయంగా పాటలు వ్రాయాలనీ నిర్ణయించారు. ఒక బ్యాండ్ లో తను ముఖ్య గాయకులుగా ఉండాలని ఆయన సంకల్పం. తనతో చేరుమని ఆయన కొదరిని అడిగారు. కాని వాళ్ళు కూడా ఆయన స్వరం తగినంత మధురంగా ఉండదని అభిప్రాయ పడ్డారు.

తన కల నిజం చేసుకోవాలనే దృఢ నిశ్చయంతో ఆయన ఇద్దరు వేరేవేరే సంగీత శిక్షకుల దగ్గర పాటలు పాడటంలో శిక్షణ తీసుకోవటం మొదలు పెట్టారు. ప్రతిరోజూ క్రమం తప్పకుండా ఆయన పదిహేను, ముప్పై నిమిషాలు అభ్యాసం చేశారు. ఏదో ఒకనాడు తన లక్ష్యం చేరుకుంటాననే దృఢ విశ్వాసంతో ఆయన తన అభ్యాసం సాగించారు. ఇక్కడ ఒక విషయం గుర్తించండి. ప్రతిరోజూ క్రమం తప్పకుండా పదిహేను నిమిషాలనుంచి ముప్పై నిమిషాలు అభ్యాసం చేయటమే ఆయన అసాధారణ కృషి. అది చాలా సాధారణంగా కనిపించవచ్చు. అక్కడ ఆయన నిబద్ధత, దీర్ఘకాలం నిలకడగా అభ్యాసం దానిని అసాధారణం చేసింది. 2014 మార్చిలో ఆయనకు మొట్టమొదటి సంగీత కచేరీ అవకాశం లభించింది. చివరికి 2015 సంవత్సరం మధ్యలో ఆయనకు పురస్కార సహితమైన కచేరీ లభించటంతో ఆయన కృషికి ఫలితం లభించింది.

ప్రస్తుతం బ్రోతా జేమ్స్ ఉత్తేజపరిచే గాయకుడిగా తనకల నిజం చేసుకుని దేశమంతా పర్యటిస్తున్నారు. ఆయన క్లాసులు నిర్వహించి సంగీతం నేర్పుతున్నారు కూడా. కాని వారానికి ఐదు రోజులు రోజుకు పదిహేను నుంచి ముప్పై నిమిషాలు సంగీతం అభ్యాసం చేసే నిబద్ధత మాత్రం ఆయన కొనసాగిస్తూనే ఉన్నారు. “పదేపదే పునశ్చరణ చేసే సూక్ష్మమైన పని మహాకార్యం అయి కూర్చుంటుంది.” అంటారు ఆయన. తన ప్రక్రియకు ఆయన నిబద్ధత ఫలితాలు చూపుతూనే ఉన్నది. ఆయన స్వరం పనికిరాని స్థాయి నుంచి ఫర్వాలేదనే స్థాయికి అక్కడినుంచి మహోన్నత స్థాయికి ఎదిగింది. ఇప్పుడు ఆయనను ప్రఖ్యాతి చెందిన గాయకులు జేసన్ మ్రాజ్ తో పోలుస్తున్నారు. జెరెమీ తన స్వరం మెరుగు పరుస్తూనే ఉన్నారు. అధికాధిక శ్రోతలను అలరిస్తూనే ఉన్నారు. గత సంవత్సరం బ్రోతా జేమ్స్ 150 కి పైగా

వివిధ రకాల సంగీత కార్యక్రమాలు జరిపారు. ఒక ప్రక్రియకు నిబద్ధులై ఉంటే సఫలత అనివార్యం అని చెప్పటానికి ఆయన పరిపూర్ణ ఉదాహరణ.

మీరు చేయవలసినవి అనుకున్న పనులు చేయటం ఎలా? (చేయాలని మీకు అనిపించక పోయినా సరే)

నా క్లయంట్లు, పాఠకుల దగ్గరినుంచి సర్వసాధారణంగా వచ్చే ప్రశ్న ఒకటి ఉన్నది: "కొన్ని పనులు నేను చేయాలని నాకు తెలుసు. ఆ పనులు చేయటానికి నన్ను నేను ప్రేరేపించుకోవటం ఎలా?" ఆ అడుగుతున్న వారి స్వరంలో నిరాశ, నిస్సహాయత ధ్వనిస్తుంది.

చిన్న తనం నుంచీ మనం చేయవలసిన పనులు చేయటం ఎవరూ చెప్పకుండా, సర్వసాధారణంగా జరగలేదు. కూరగాయలు ఎక్కువగా తినటం ఆరోగ్యకరమని, పొదుపుగా జీవించటం దూరదృష్టి అని, పని చేసేటప్పుడు అప్పుడప్పుడు నిదానించి మనసుకు విశ్రాంతి ఇవ్వటం వల్ల ఒత్తిడి తగ్గుతుందనీ మన అందరికీ తెలుసు. కాని మనం కిందామీదా పడి బండి ఈడ్చుకు వస్తాం. ఈ సూక్తులు ఏవీ పట్టించుకోము. అదేవిధంగా మనం ఏదైనా సార్థకమైన లక్ష్యం వెంటాడుతున్నపుడు వాయిదాలు వేసే లాలస, జబ్బు కలగకుండా ఉండే మార్గం వెతుక్కోవాలి. ఎందుకంటే తమకు నచ్చిన పనులు మాత్రమే చేసేవారు చెప్పుకోదగిన పని ఏమీ చేయలేరు.

వాయిదాలు వేయటం ఒక జీవనమార్గం అవుతుంది. ఇరకాటం కలిగించేవి, తెలియనివి, నిరూపితం కానివి మనం అలవాటు కొద్దీ ఆలస్యం చేస్తూ ఉంటాము – మనం ఉన్నచోటినుంచి చేరదలచిన చోటికి చేర్చే సాధనాలు. మనం ఏమి చేయాలో తెలుసు. కాని మనకు ఆ పని చేయాలని అనిపించటం లేదు. మరి ఆ పని జరిగేది ఎలా? మొదట ఆపని చేయాలని అనిపించక పోవటానికి, వాయిదా వేయటానికి గల కారణం తెలుసుకోవాలి. ఆ వాయిదా వేయకుండా ఉండటానికి మార్గం కనుక్కోవాలి. వాయిదా వేయటానికి మీకు సవాలక్ష సాకులు దొరుకుతాయని నాకు తెలుసు. కాని అసలు కారణం ఒక్కటే: మీరు వాయిదా వేసే పనిలో మీకు ఏదో ఒక బాధ, భయం, అసౌకర్యము కనిపిస్తున్నాయి. అంతే.

వాయిదాలు వేయటం మానాలంటే, ఆ బాధ, భయము, అసౌకర్యం అన్నీ ఊహాజనితాలు అని తెలుసుకోవాలి. అంతా మీ మనసులో ఉన్నది. మీరు బాధాకరం, భయంకరం, అసౌకర్యం అనుకున్న పని చేయటం మొదలు పెడితే, ఆ ఆలోచన అంతా అసందర్భ మవుతుంది, మాయమవుతుంది. ఆ పని చేయటం ఎలాగా అని ఆలోచిస్తూ కూర్చుంటే భయం కలగటం సహజం. మీరు ఆ విషయాన్ని గురించి ఎంత ఆలోచిస్తే అంత వాయిదా వేస్తారు. కానీ వాస్తవంగా చేస్తే? మీరు చేయాలి అని మీకు తెలుసు. మీరు ఆలోచిస్తున్న పని మీరు చేస్తే? అపుడు పూర్తి విడుదల! మీకు మీ భయంనుంచి విముక్తి కలుగుతుంది. ఆ పని మీరు అనుకున్నంత బాధాకరం కాదని తెలుసుకుంటారు. అంతవరకూ మీరు అసౌకర్యంగా భావించినది ఇప్పుడు మీ ఒడిలో మీ సుఖారామంలో ఒదిగి ఉన్నది.

కనుక, మీరు మామూలుగా అలవాటు ప్రకారం వాయిదాలువేసే పనులు చేయటానికి ప్రేరణ కావాలంటే, మీరు ఉన్న చోటినుంచి కదలాలి. మొదటి అడుగు వేయాలి. ఆ మొదటి అడుగు మరొక అడుగు ముందుకు వేయటానికి తగిన ప్రేరణ కలిగిస్తుంది. కాని ఆ మొదటి అడుగు వేసే బాధ్యత మీమీద ఉన్నది.

జిమ్ కు వెళ్ళటం ఇవాళ, రేపు అని వాయిదాలు వేస్తూ ఉంటే, మీ జిమ్ బ్యాగ్ తీసుకొండి. మీ నిర్ణీత వ్యాయామ సమయానికి కారు ఎక్కండి. ఏమీ ఆలోచించకండి. కారు ఎక్కండి. జిమ్ వెళ్ళే కార్యక్రమంలో మీరు ఆ మొదటి అడుగు వేస్తే, డ్రైవ్ చేసుకుంటూ మీరు జిమ్ కు (ఇన్ని నెలలుగా మీరు మెంబర్ షిప్ ఫీజు కడుతున్న జిమ్) వెళ్ళే అవకాశాలు కలుగుతాయి. పార్కింగ్ లాట్ లోకి తిరిగి, మీ కారుకు ఒక చోటు కనుక్కొని పార్క్ చేసే సరికి, జిమ్ బ్యాగ్ చేతబట్టి జిమ్ లోకి వెళ్ళాలనే ప్రేరణ కలుగుతుంది. ఇప్పుడు కలిగే ప్రేరణ వేరు. ఇంటిలో సోఫా మీద జారగిలబడి, ఇవాళ జిమ్ కు వెళ్దామా వద్దా అని ఆలోచిస్తూ ఉన్నప్పటికంటే ఈ ప్రేరణ చాలా రెట్లు అధికం. మీరు లోపలికి అడుగు పెట్టినపుడు, స్పీకర్‌లో నుంచి ఉత్సాహపరిచే సంగీతం గట్టిగా వినపడుతుంది. బరువులు ఎత్తేవారూ, ట్రెడ్ మిల్ మీద పరుగులు తీసేవారూ దర్శనం ఇస్తారు. మీరు కూడా వారితోబాటు చేరబోతున్నారని ఇప్పుడు ధైర్యంగా చెప్పగలను. వాళ్ళతోబాటు చేరినపుడు, మీరు గర్వంగా అనుభూతి చెందుతారు. వాయిదాలు వేయటమనేది ఒక

ఎన్నిక. అంతకంటే మరేమీ కాదని మీరే గ్రహిస్తారు. ఆ వాయిదాలకు కారణం ఏమిటో తెలిసిన తర్వాత ఇక మీరు వాయిదాలు వేయబోవటంలేదు.

వాయిదాలు వేసే అలవాటు మానుకోవాలంటే మొదటి అడుగు వేయటమే మందు. మీ లక్ష్యాలు సాధించటానికి మీరు చేయవలసిన కార్యక్రమంలో మొదటి అడుగు, నిష్ప్రయోజనం అనిపించే మొదటి అడుగు వేయటమే పరిష్కారం. మీరు కదలటం మొదలు పెట్టారంటే, మీరు మీ అలసత్వాన్ని జయించినట్లే. ఇప్పుడు చేయవలసిందల్లా అదే దారిన ముందుకు సాగటం. మీరు నిర్ణయించిన ప్రక్రియతో రోజూ ఇదే పద్ధతి అవలంబించండి. మీరు తెలుసుకునే లోపల అలసత్వం అంటే ఎలా ఉంటుందో ఊహించటానికి మీరు సతమత మవుతారు.

అసాధారణ కృషి అంటే అంత అసాధారణం ఏమీ కాదని చెప్పాను కదా! కావలసినదల్లా మళ్ళీమళ్ళీ చేయటానికి అనువుగా ఉండే సరళమైన ప్రక్రియ. దానిని మీ దినచర్యలో చేర్చండి. ఆ ప్రక్రియతో ఉద్వేగపరంగా బంధం పెట్టుకోకండి. (రోజువారీ ఫలితాలను గురించి పట్టించుకోకండి). జవాబుదారీ ఉండటానికి స్నేహితులతో, సన్నిహితులతో చేతులు కలపండి. అవసరమైతే దారిలో కొన్ని మెలికలు. మీ ప్రక్రియ మీరు అనుకున్నంత సరళము (లేదా క్లిష్టము) చేయవచ్చు. రోజుకు కేవలం పదిహేను – ముప్పై నిమిషాల అభ్యాసంతో బ్రోతా జేమ్స్ సంగీత ప్రపంచంలో ఎంత దూరం ప్రయాణం చేశాడో గుర్తు ఉన్నది కదా! రోజుకు నలభై కాల్స్ (అందుకు రెండు గంటలు పట్టింది) మాత్రమే చేసి నేను నా మొదటి ఆరు అంకెల ఆదాయం సాధించాను. నేను చెప్పేది ఇప్పుడు మీరు నమ్మక పోవచ్చు. కాని త్వరలోనే మీరు ప్రతిరోజూ మీ ప్రక్రియలో నిమగ్నులు కావటానికి ఎదురు చూస్తూ ఉంటారు. దానిని ఎలా చేపట్టాలో తెలిసిన తర్వాత, ఆ ఘనమైన, భయానకమైన లక్ష్యం కేవలం ఒక చెలగాటం అవుతుంది.

అద్భుత సమీకరణం అమలు జరపటానికి అవసరమైన మెట్లు తెలుసుకున్నారు. ఇప్పుడు రాబోయే అధ్యాయం ఈ ప్రక్రియ మీ జీవితంలో ప్రతిరంగంలోనూ మళ్ళీమళ్ళీ అమలు జరిపి అద్భుతాలు సాధించటం ఎలాగో వివరంగా తెలియ బరుస్తుంది.

9

అద్భుతాలు కొనసాగించండి

అసాధారణ ఫలితాలు పదేపదే సృష్టించండి

మీరు అద్భుతాలను నమ్మితేనే
అద్భుతాలు జరుగుతాయి.

-పాలో కొల్హో

కొలతకు అందే నిజమైన అద్భుతాలు సృష్టించ గలిగితే ఉత్తేజము, ఉద్రేకము కలగటం సహజం. తాము కలగన్న జీవితానికి తాళాలు దొరికితే ఎవరికి మాత్రం ఉత్తేజము, ఆవేగము కలగవు? ఆర్థిక భద్రత, స్వేచ్ఛ మీ కోరిక కావచ్చు. మీరు సరికొత్త బాంధవ్యానికి సిద్ధమవుతూ ఉండవచ్చు. లేదా మీ బాంధవ్యాన్ని చక్కదిద్దటానికి ప్రయత్నిస్తూ ఉండవచ్చు. మీకు సంతృప్తి కలిగించే ఉద్యోగం కోసం వెతుకుతూ ఉండవచ్చు. ఆరోగ్యవంతులై దృఢమైన శరీరంతో శారీరకశక్తి అనుభూతి చెందాలని అనుకుంటూ ఉండవచ్చు. సంతోషంగా ఉండటమే మీ ధ్యేయం కావచ్చు. జీవితంలో ఈ అభివృద్ధి సాధ్యం అని తెలిసి ఉత్తేజం పొందటం ఒక ఎత్తు. వాటిని జీవితంలో అనివార్యంగా ప్రవేశపెట్టటం మరొక ఎత్తు.

తలుచుకున్నంత మాత్రాన అద్భుతాలు సృష్టించగల సమర్థత కలిగి ఉండాలంటే, మీరు అద్భుతాల ప్రవీణుల లక్షణాలు పెంపొందించుకొని, వాటిని సమర్థవంతంగా కాపాడుకోవాలి. మీ లక్ష్యం అదే అయితే, మీరు అద్భుతాల ప్రవీణులలాగా ఆలోచించాలి, ఆచరించాలి. సర్వకాల సర్వావస్థలలోనూ మీరు అలా ఆలోచించాలి, ఆచరణలో పెట్టాలి.

భయభూతమైన ఆలోచనల స్థానంలో మీరు విశ్వాసపూరితమైన ఆలోచనలు ప్రవేశపెట్టాలి. గతంలో మిమ్మల్ని వెన్నంటి వచ్చిన పరిమితులను మీరు మర్చిపోవాలి. మీరు కూడా అందరిలాగానే విలువైన వ్యక్తులనీ, యోగ్యులని, మీరు కోరిన ప్రతి ఒక్కటీ సృష్టించగల సమర్థులనీ భావించాలి. ఈ భావం ఇప్పటికే కొన్నిసార్లు (కొన్నిసార్లకు మించి కూడా) చెప్పి ఉన్నామని నాకు తెలుసు. మీరు ఆపని మానసిక స్థాయిలో, ఉద్వేగస్థాయిలో సాధించటానికి నేను సహాయపడతాను. అప్పుడు మీలోని మేలైన కొత్త వ్యక్తిని మీరు చూడగలుగుతారు. మీరు కలలుగన్న నూతన వ్యక్తిత్వంతో, మీరు సృష్టించ దలచిన సరికొత్త భవిష్యత్తుతో సరితూగి మీరు జీవించ గలుగుతారు.

ఎర్ల్ నైటింగేల్ ఉత్తేజకరమైన ఆడియోలు, పుస్తకాలకు పేరు పొందారు. "మనం ఏమి ఆలోచిస్తే అదే అవుతాం." అంటారు ఆయన. బుద్ధ భగవానుడు "మన ఆలోచనలే మనం. మనం ఎవరం అన్నది మన ఆలోచనల నుంచి పుట్టుకు వస్తుంది. మన ఆలోచనలతో ఈ ప్రపంచం తయారు చేస్తాం." అన్నారు. మన అనన్యత్వం, మన విలక్షణత రూపుదిద్దేది మన మనస్తత్వమేనని నేను మీకు గుర్తుచేస్తూ వచ్చాను కదా! అయితే మీ మనస్తత్వాన్ని

వ్యూహాత్మకంగా రచించటానికి మీరు ఎంత సమయం వెచ్చించుతున్నారు? మిమ్మల్ని అద్భుతాల ప్రవీణుల కోవలో నిలబెట్టటానికి అవసరమైన ఆలోచనలు, ప్రవర్తనలతో మీ మనసు సంస్కరించటం ఎలాగో ఈ అధ్యాయంలో నొక్కి చెప్పబోతున్నాం. అదృష్ట వశాత్తూ ఈ ప్రయోజనం సాధించటానికి ఒక ప్రత్యేక అభ్యాసం ఉన్నది.

అద్భుత సమీకరణం ఆచరణకు ఒకే ఒక అభ్యాసం

నా పుస్తకం మిరకిల్ మార్నింగ్ లో నేను ఒక పథకం పరిచయం చేశాను. దానిపేరు లైఫ్ సేవర్స్ (life S.A.V.E.R.S). ఆ సంక్షిప్తపదంలో ఆరు అభ్యాసాలు ఉన్నాయి. మానవ చరిత్రలోనే అవి కాలాతీతంగా, విశ్వవ్యాప్తంగా ఆచరణీయాలు, శాస్త్రపరంగా నిరూపితమైన వ్యక్తిత్వ వికాస అభ్యాసాలు. (వాటిలో ఏదీ నేను కనుగొన్నది కాదు). నిశ్శబ్దం (Silence), నిశ్చయాలు (Affirmations), ఊహాదృశ్యం (Visualization), వ్యాయామం (Exercise), పఠనం (Reading), లేఖనం (Scribing). మీ మనసును అనుకూలపరిచి, మిగిలిన రోజంతా మీరు ఏకాగ్రం చేయటానికి తోడ్పడుతాయి.

ఈ అభ్యాసాలు అన్నీ ప్రతిఒక్కటీ మీలో పరివర్తనం కలిగించగల శక్తియుతాలు. కాని సాధారణంగా ఇంటర్ వ్యూలలో నా "అభిమాన పదం" ఏమిటని అడుగుతూ ఉంటారు. రాజకీయంగా సమాధానం చెబితే "ఇక్కడ నా అభిమానపదం అంటూ ఏమీ లేదు, అన్నీ సమానమే, ముఖ్యమే" అని చెప్పవచ్చు. కాని మనలో మనం రాజకీయంగా కాక మనఃపూర్వకంగా సమాధానం చెప్పటం నా అభిమతం. (అది తప్పుకూడా కావచ్చు).

అవును, వీటిలో నా అభిమాన పదం ఉన్నది. నా అనుభవంలో అది అమిత ప్రభావశాలిగా నిరూపించింది. వ్యక్తిత్వవికాసానికీ, పరివర్తనకూ S.A.V.E.R.S. లో నా అభిమాన పదం నిస్సందేహంగా A. అంటే Affirmations. కాని (ఇది ఒక పెద్ద కాని) మీరు అనుకున్నట్లు కాదు.

ఈ Affirmations (నిశ్చయాలు, ప్రమాణాలు, ప్రతిజ్ఞలు) లో ఒక ప్రమాదం ఉన్నది. మహా అయితే అవి ప్రభావరహితాలు లేదంటే అరుచికరాలు. అవి ఊహాఫలకం కోవలోకి వస్తాయి. మీరు గోడమీద కొన్ని బొమ్మలు అతికిస్తారు. ఆ తర్వాత పడక మీద వెనక్కువాలి మీ యదార్థం

ఇంద్రజాలంలాగా మారిపోవాలని ఆశిస్తారు. కాని అది జరిగేపని కాదు. అదేవిధంగా కేవలం చిలకపలుకులు పలికినంత మాత్రాన మీరు మారబోవటంలేదు. మారవచ్చు. కాని స్వీయసాయం గురువులు చెబుతున్న మార్గంలో మాత్రం అది జరగదు.

నా చిన్నతనంలో అందరిలాగానే నేనూ ఈ ప్రమాణాలు, ప్రతిజ్ఞలు చప్పుడు చేయటం మినహా మరేమీ జరగదని నమ్మినవాడిని. మంచి అనుభూతి కలిగించే స్వగతాలు అనేకం ఉన్నాయి. అవి తాత్కాలికంగా ఒక మంచి అనుభూతి కలిగిస్తాయి. అంతకు మించిన యదార్థం వాటిలో పూజ్యం అని నా ఆలోచన. ఫలితాలకోసం ప్రయత్నించేవారు, నాలాంటివారు, లౌకికజ్ఞానం కలిగినవారు మన లోపాలు కప్పిపుచ్చుకోవటానికి ఆ ప్రమాణాలు జపం చేయబోవటం లేదు. నాకు అవి ఫలితాలు చూపిస్తాయన్న నమ్మకం లేదు.

నేను మూడవ దశకంలో అడుగుపెట్టి, వ్యక్తిత్వ వికాసం అధ్యయనం మొదలుపెట్టినప్పుడు ఈ ప్రమాణాలు తిరిగి దర్శనం ఇచ్చాయి. పరివర్తనకు అవే అసలుసిసలు సాధనం అని చెప్పారు. కొన్ని పదబంధాలు జపం చేసినట్లు మళ్ళీ మళ్ళీ ఉచ్చరించాలి. వాటిలో నమ్మకం కుదిరేవరకూ జపించాలి. అప్పుడు నా జీవితం మారిపోతుందని హామీ. స్వతహాగా నేను బద్ధకస్తుడినని నా నమ్మకం. నా ప్రవర్తనకూడా తదనుగుణంగానే ఉండేది. కనుక నాకు ఈ ప్రమాణాలు సరయిన తోడు దొరికినట్లు అనిపించింది. నేను ఏమీ ఎక్కువ శ్రమ పడనక్కర్లేదు అనుకున్నాను. అంతే, దూకేశాను.

ఏమీ జరగలేదు. అందరిలాగానే ఆ ప్రమాణాలతో పోయి గోడకొట్టుకోవటానికి నాకూ ఎక్కువకాలం పట్టలేదు. స్వీయసాయ రంగంలో ఆద్యులు బోధించిన పద్ధతి అనుసరిస్తే ఏమీ జరగలేదు. నేను జపంచేసిన ఆ ఘనమైన జీవితం కనుచూపు మేరలో ఎక్కడా కనిపించలేదు. "నేను మిలియనీర్ ను" అని ఎన్నిసార్లు ఎంతకాలం జపించినా నా బ్యాంక్ ఎకౌంట్ లో పైసా కూడా జమకాలేదు. నేను కానిది "నేనే" అని ప్రతిజ్ఞ చేయటం నాకు అపసవ్యంగా తోచింది.

అప్పుడు ఉన్నట్టు ఉండి ఒకనాడు నాకు జ్ఞానోదయం కలిగింది. తప్పు ఆ ప్రమాణాలలో, ప్రతిజ్ఞలలో లేదని గ్రహించాను. వాటిని అపార్థం చేసుకున్నారు. తప్పుగా బోధించారు. తప్పుదారిన ప్రయోగించారు. వాటిలో ముఖ్యంగా రెండు తప్పులు జరిగాయని నా నిశ్చయం. అప్పుడు వాటిపట్ల

నాదృష్టి పూర్తిగా మారిపోయింది. దానితో నాపద్ధతి పూర్తిగా మార్చుకొని ఆ ప్రమాణాలు పునర్నిర్మాణం చేశాను. ఇప్పుడు అవి ప్రయోగాత్మకాలు, ఆచరణీయాలు అయ్యాయి. నిత్యమూ కొలతకు అందే ఫలితాలు ప్రదర్శించాయి.

రాబోయే పేజీలలో నేను మీకు అద్భుతసమీకరణం ప్రమాణాలు, ప్రతిజ్ఞలు సృష్టించటానికి ఒక్కొక్క అడుగు వేయిస్తూ ముందుకు నడిపిస్తాను. ఈ ప్రమాణాలు సత్యం. అద్భుత సమీకరణ ప్రయోగం వేగతరం చేయటానికి రూపొందించ బడినవి. కాని అక్కడికి వెళ్లేముందు వాటిలో నేను కనుక్కున్న రెండు లోపాలు, వాటివల్ల కలిగే సమస్యలూ పరిశీలించుదాం.

1. అబద్ధాలు మీకు అవాస్తవిక అనుభూతి కలిగిస్తాయి

మనమందరమూ మన జీవితంలో ఏదో ఒక భాగమో, లేదా జీవితం అంతానో మెరుగు పరచాలని ఆశిస్తాం. డబ్బు, ప్రేమ, ఆరోగ్యవంతమైన శరీరం, లేదా రోజుకు మరొక గంట అదనపు సమయం కావాలని కోరుతాం. అచంచల విశ్వాసము, అసాధారణ కృషి ఉంటే మనం ఇవన్నీ (దాదాపు అన్నీ!) సాధించవచ్చు. కాని మనకు మనం అబద్ధాలు చెప్పుకొని మాత్రం వీటిని సాధించలేము. స్వీయసాయం గురువులందరూ చేసింది అదే. మనచేత వారు అలాటి ప్రమాణాలు ప్రతిజ్ఞలు చేయించారు.

> మన అందరికీ
>
> నేను సఫలత సాధించాను.
>
> నేను డబ్బును అయస్కాంతంలాగా ఆకర్షిస్తాను.
>
> నా శరీరం పరిపూర్ణ శిల్పంలాగా ఉన్నది.
>
> నా బాంధవ్యం ప్రేమమయం, అనుబంధ మయం.
>
> వంటి పదబంధాలు పునశ్చరణ చేయుమని చెప్పారు.

ఈ కథనాలు నిజం కాకపోతే, అవి నిజంకావని మీ అంతరంగానికి తెలుసు. వాటిని పునశ్చరణ చేసి మీకు మీరే బొంకుతున్నారు. మీ ఉపచేతన ఈ అబద్ధాలని తిప్పికొడుతుంది. దానితో మరొక అంతరంగ ఘర్షణ (ఉన్నవి చాలనట్లు) ఏర్పడుతుంది. ఇప్పుడు ఉద్వేగ పరిస్థితి మునుపటికంటే ఇంకా వికటిస్తుంది. 2009 లో సైకలాజికల్ సైన్స్ అన్న పత్రికలో ఒక అధ్యయనం

ప్రచురణ అయింది. ఆ అధ్యయనం ఆత్మాభిమానం కొరవడిన వ్యక్తి, "నేను మనోజ్ఞమైన వ్యక్తిని." అని పునశ్చరణ చేసినపుడు మరింత దిగజారి పోయారు అంటుంది. ఆలోచించండి: మీరు మనోజ్ఞమైన వ్యక్తి కారని (అది నిజమా, అబద్ధమా అన్నది వేరే విషయం) మీ అభిప్రాయమైతే, పైన చెప్పిన కథనం పునశ్చరణ చేసినందువల్ల మీ విముఖ వ్యక్తిత్వంమీద మరొక పెద్ద అబద్ధాలకోరు గూడు కట్టుకుంటారు.

ఇటువంటి ప్రమాణాలు, ప్రతిజ్ఞలు మీమీద మీకు ఉన్న నమ్మకాన్ని వమ్ము చేస్తాయి. అద్భుతాల ప్రవీణులు కావాలని కలగంటున్న మీ పురోగతికి అడ్డు తగులుతాయి. అటువంటి డొల్ల ప్రమాణాలు మీ ఒత్తిడిని, ఆదుర్దాను తాత్కాలికంగా తగ్గించవచ్చు. కాని మీరు కోరుకున్నది సాధించనీయకుండా అవి మీ దారికి అడ్డు తగులుతాయి. నిజం – మీ అసలు నిజం ఒక్కటే గెలుస్తుంది.

2. స్తబ్ధమైన భాష మిమ్మల్ని క్రియాత్మకులు కాకుండా ఆపుతుంది

జనం తమ జీవితం మెరుగు పరుచుకోవాలనుకున్నపుడు, వారికి ఎదురయ్యే అతి పెద్ద అవరోధం నేను మొదట/తర్వాత ఏమి చేయాలి? తర్వాత ఏమి చేయాలో వారికి తెలియదు. కనుక వారు చేష్టలు ఉడిగి పోతారు. అంటే, నిశ్చేష్టులై చివరికి తాము చేయదలచిన పనికి స్వస్తి చెబుతారు. చాలా ప్రమాణాలు, ప్రతిజ్ఞలు ఇలాంటి స్తబ్ధమైన భాష ప్రయోగించి నిష్క్రియను, స్తబ్ధతను బలపరుస్తాయి. చివరికి మీరే ఏదో ఒకటి చేయాలి అనే వాస్తవాన్ని ఈ ప్రమాణాలు దాచిపెడతాయి. మీ గదిలో గోడకు వేలాడే విజన్ బోర్డ్ కూడా ఇటువంటిదే. ఏమీ చేయకుండానే మీరు కోరినది సాధించ వచ్చునని ఈ ప్రమాణాలు చెబుతాయి.

ధనం మీ దిశగా ప్రవహిస్తుంది. మీ హృదయ రాణి / రాజు గుమ్మం వెలుపల కాచుకొని ఉన్నారు. అలా జరిగితే అద్భుతంగా ఉండదూ? మనం అందరమూ మన లేజీ బాయ్ వాలుకుర్చీలలో విశ్రాంతి తీసుకుంటూ అద్భుతాలు సృష్టించవచ్చు. నన్ను కూడా అందులో చేర్చుకోండి! కాని జీవితం అలా నడవదు. డబ్బు మన పెరట్లో చెట్లకు కాయటం లేదు. మీ సంగతి నేను చెప్పలేను కాని, మా ఇంటిగుమ్మం ముందు ఎవరైనా తారట్లాడుతూ ఉన్నట్లు అనుమానం కలిగితే (వారు పోస్ట్ మాన్, లేదా అమెజాన్ ప్రైం నుంచి వచ్చిన డెలివరీ మనుషులు కారని రూఢిచేసుకున్న

తర్వాత) నేను మాత్రం పోలీసులను పిలుస్తాను. ఇటువంటి ప్రమాణాలు, ప్రతిజ్ఞలు కూడా అబద్ధాలే. మన లక్ష్యాలు సాధించాలి అంటే మనమే ఏదో, ప్రత్యేకించి ఏదో ఒకటి చెయ్యాలి. జీవితంలో మీరు కోరే ప్రతిఒక్క ఫలితం వెనక ఒక ప్రక్రియ ఉంటుందని గుర్తు ఉంచుకోండి. మీరు మీ ప్రక్రియ నిర్వచించి, అమలు పరచాలి. అది దృఢ పరుచుకోండి. అప్పుడు మీరు అడుగు ముందుకు వేస్తారు.

ప్రభావశాలులయిన ప్రమాణాలు నిర్మించటం ఎలాగో నేర్చుకోవటానికి తర్వాతి భాగానికి కదిలేముందు ఇక్కడ కొన్ని ప్రమాణ వాక్యాలు ఉన్నాయి. అవి నా అభిమాన వాక్యాలు. అవి ప్రమాణాల ప్రయోజనాలు దృఢపరుస్తాయి.

> ప్రమాణాల పునశ్చరణ నమ్మకానికి దారి తీస్తుంది.ఆ నమ్మకం ఒకసారి దృఢవిశ్వాసంగా రూపుచెందిన తర్వాత ఘటనాఘటన సంభవం మొదలవుతుంది.
>
> –మహమ్మద్ ఆలి

> ఉపచేతనకు ధృఢవిశ్వాసంతో తరుచుగా పంపిన ఏ ఆలోచన అయినా చివరికి అంగీకారం అవుతుంది.
>
> –రాబర్ట్ కొలియర్, స్వీయసాయం రచయిత, ప్రచురణకర్త

> ప్రమాణాలు, ప్రతిజ్ఞలు ప్రస్తుత వాస్తవానికి అతీతమైన భావ ప్రకటనలు. ప్రస్తుతం మీరు ప్రయోగిస్తున్న పదాలతో అవి మీ భవిష్యత్తును సృష్టించటానికి తోడ్పడుతాయి.
>
> –లూయీ ఎల్ హే., రచయిత, ప్రచురణకర్త, హే హౌస్ స్థాపకులు.

> జీవితంలో జయించటానికి ముందు మీరు మీ మనసులో జయించాలి.
>
> –జాన్ అడిసన్, నాయకత్వ ఉపన్యాసకులు, రచయిత

మీ అద్భుత సమీకరణం ప్రమాణాలు అమలుపరచటానికి ఐదు సరళమైన అడుగులు

మీ ప్రమాణాలలో నిజం ఉండాలి. మీ సృష్టించ దలచిన అద్భుతం సాధించటానికి అవసరమైన చర్యలు స్పష్టంగా విశదంగా చెప్పగలిగి

ఉండాలి. మీ మనసును ఒక కొత్త వాస్తవానికి సిద్ధం చేస్తూ ఉంటే, ఆ కొత్త వాస్తవంతో మీరు ఏమి చేయబోతున్నారో కూడా మీ మనసుకు చెప్పాలి.

ఆచరణలో ప్రమాణాలు

మిరండా మార్ట్ ఫేస్ బుక్ లో మిరకిల్ మార్నింగ్ సమాజ సభ్యురాలు. ప్రమాణాలు మీ జీవితాన్ని ఎలా మారుస్తాయి అనటానికి ఆమె ఘనమైన ఉదాహరణ.

మిరండాకు మూడు సంవత్సరాల క్రితం మిరకిల్ మార్నింగ్ పుస్తకం పరిచయం అయింది. ఆమె అప్పుడే విడాకులు తీసుకున్నది. ఆమెకు ఇద్దరు పిల్లలు. ఆమె అప్పుడే ఒక కొత్త ఉద్యోగం చేపట్టారు. ఆమె ఒక పరిశ్రమకు ఏజన్సీ తీసుకున్నారు. ఆ పరిశ్రమలో ఆమెకు అనుభవం శూన్యం. అక్కడ ఆమెకు పూర్తి కమీషన దొరుకుతుంది. ఆమె కుంగిపోయి ఉన్నది. సామాజిక ఆదుర్దా మిక్కుటం అయింది. 150, 000 డాలర్ల బకాయిలు చెల్లించవలసి ఉన్నది. జీవితం అంతా దాటటానికి ఒకదానిని మించి మరొక అభేద్యమైన ఆటంకాలమయంగా కనబడుతున్నది.

ఆమె మిరకిల్ మార్నింగ్ తన దినచర్యలో ప్రప్రధమ కర్తవ్యంగా చేపట్టింది. ఆమె ప్రతి మూడునెలలకు ఒకసారి ఆ పుస్తకం చదివింది. ప్రతిరోజూ ప్రమాణాలు, మానసిక చిత్రణ, వ్రాసిపెట్టుకోవటం చేసేది. ఆమె తన ప్రమాణాలు మూడు రకాలుగా విభజించింది. ఆ ప్రమాణాలు ప్రయోగించటంలో నేర్పు పెరిగినకొద్దీ, ఆమె తన ఆలోచనలు కంట్రోల్ చేయ గలుగుతున్నదని గ్రహించింది. ఆ దయ్యపు ఆలోచనలు ఆమెను శాసించటం ఆగిపోయింది.

దినసరి అభ్యాసంతో ఆమె తన కంపెనీలో అత్యున్నత మహిళా ఉత్పాదకురాలిగా ఎదిగింది. ఆ కంపెనీలో వెయ్యిమందికి పైగా విక్రేతలు ఉన్నారు. తర్వాత ఆమె తన స్వంత ఏజన్సీ మొదలు పెట్టింది. కాని అక్కడితో ఆమె ఆగలేదు. ఆమె తన ప్రమాణాలు కొనసాగించింది. తన ఆధ్వర్యంలో మరి ఆరు ఏజన్సీలు పెంపొందించింది. తన ఆదాయం నాలుగురెట్లు చేసింది. తన కంపెనీలో అత్యున్నతమైన

కాంట్రాక్ట్ సంపాదించింది. తన అసాధారణ సఫలతకు కారణం మిరకిల్ మార్నింగ్ అని, ముఖ్యంగా తన ప్రమాణాలు, ప్రతిజ్ఞలు అని ఆమె శ్లాఘిస్తుంది.

మీ ప్రమాణాలు, ప్రతిజ్ఞలు మీ ప్రస్తుత విశ్వాసాలకు విరుద్ధంగా ఉండకూడదని మనసులో ఉంచుకోండి. ఆ ప్రమాణాలు మీ విశ్వాసాలతో ఏకం కావాలి, మీ ప్రమాణాలను వికసింప జేయాలి, విస్తరింప జేయాలి. దానితోబాటు మీ భయాలను తిరస్కరించాలి. మీ మెదడు నమ్మేట్లుగా మీ మనసు నవభావాలకు నిదానంగా స్వాగతం పలకాలి. అంటే మీరు మీ ప్రక్రియకు తోడుగా వాస్తవమైన తర్కం ప్రయోగించాలి. అప్పుడే మీరు ప్రత్యక్ష ఫలితాల దిశగా కదులుతారు.

మీ అద్భుత సమీకరణ ప్రమాణాలు మీలో అద్భుత ప్రవీణుల వ్యక్తిత్వానికి తగిన నమ్మకాలు, ప్రవర్తనలు నిర్ణయించి, వ్యక్తీకరించి,దృఢ పరుచుతాయి. తద్వారా మీ వ్యక్తిత్వం ఉన్నతస్థాయి నందుకుంటుంది. మీ ఉపచేతనలో అచంచల విశ్వాసం స్థిరపరుస్తూ, మీ చేతనామానసంలో అసాధారణ కృషికి దోహదం చేయటానికి అవి మలచబడ్డాయి. అప్పుడే కొలతకు అందే ఫలితాలు ప్రత్యక్ష మవుతాయి.

క్లుప్తంగా చెబితే, అద్భుత సమీకరణ ప్రమాణాలు రెండు ఫలితాలు సాధిస్తాయి.

- మిమ్మల్ని పట్టి వెనక్కు లాగుతున్న స్వాభావికమైన మనః క్లేశాలు తుడిచివేసి, లేదా తగ్గించి మీ ఉపచేతనను మెరుగుపరిచి, నూతన పథంలో నడిపిస్తాయి. మీరు తలుచుకున్నది ఏదైనా సాధించటానికి అవసరమైన అచంచల విశ్వాసం మీమనసుకు కలిగిస్తాయి.
- మీ చేతనామానసాన్ని అత్యంత ముఖ్యమైన పనులదిశగా నిర్దేశిస్తాయి. మీ ఘనమైన లక్ష్యాలు సాధ్యాసాధ్యాల నుంచి సంభావ్యతకు, అక్కడి నుంచి అనివార్యతకు కదలటానికి అవసరమైన అసాధారణ కృషికి మిమ్మల్ని సమాయత్తం చేస్తాయి.

ఇప్పుడు మనం అద్భుత సమీకరణం ప్రమాణాలు సృష్టించి, అమలు పరచటం ఎలాగో ఒక్కొక్కమెట్టూ ఎక్కుతూ తెలుసుకుందాం. ఈ ప్రమాణాలే కొలతకు అందే ఫలితాలు ప్రత్యక్షం చేయటానికి మీ మనసును సిద్ధం చేస్తాయి.

మొదటి అడుగు: మీ అద్భుత మంత్రంతో మొదలు

ఏడవ అధ్యాయంలో మీ అద్భుత మంత్రం సృష్టించే అవకాశం దొరికింది. గుర్తు ఉన్నదా? ఆ అద్భుత మంత్రం ఒకే ఒక వాక్యం. దానితో మీరు మీ ధ్యేయానికి బద్ధులై పోతారు. అంటే మీ అద్భుతం వాస్తవం అయ్యేవరకూ – అది చిరకాలం అయినా సరే – మీరు అచంచల విశ్వాసంతో అసాధారణ కృషిచేస్తూ కొనసాగుతారు.

అద్భుత సమీకరణం ప్రయోగించి, పట్టువిడవకుండా ముందుకు సాగటానికి, అద్భుత మంత్రం మీ ప్రముఖ సాధనం. దానిని మీ ప్రమాణాలలో కూడా చేర్చటం అవసరం. ఏదైనాసరే, మీరు ఎంతగా పునశ్చరణ చేస్తే, అది అంత గాఢంగా మీ మనసులో నాటుకు పోతుంది.

> **క్రియ:** మీ జర్నల్, లేదా స్మార్ట్ ఫోన్ తీసుకోండి. లేదా మీ అభిమానమైన వర్డ్ ప్రాసెసింగ్ ప్రోగ్రాం తెరవండి. అక్కడ మీ అద్భుత మంత్రంతోబాటు, మీ లిఖిత ప్రమాణాలు చేర్చండి.
>
> **ఫలకం:** నేను .... (ఇక్కడ 6 వ అధ్యాయంలోని మీ ధ్యేయం చేర్చండి) అచంచల విశ్వాసంతో – ఏది ఏమైనా సరే – అది ఫలించేవరకూ అసాధారణకృషి చేయటానికి సిద్ధంగా ఉన్నాను. నాన్యః పంథా.

రెండవ అడుగు: మీ ధ్యేయం ఎందుకు సార్ధకమో స్పష్టంగా వ్యక్తీకరించండి.

మీ ధ్యేయం ఈ ప్రపంచాన్ని మార్చివేసే ధ్యేయం కానక్కరలేదు. అయినా కావచ్చు. అది చిన్నదీ కావచ్చు, పెద్దదీ కావచ్చు. సులువైనది కావచ్చు, క్లిష్టమైనదీ కావచ్చు. ఆ ధ్యేయం మీకు సార్ధకంగా కనపడాలి. అదీ కీలకం. ఆ ప్రాముఖ్యత, సార్ధకత – మీ ఎందుకు? – మీకు ప్రచోదనకారి అవుతుంది.

కనుకనే దానిని ప్రతిరోజూ పునశ్చరణ చేయటం అత్యవసరం. అది మీ ప్రమాణాలద్వారా జరుగుతుంది.

ఏదైనా కావాలనుకోవటానికి, దానిని సాధించటానికి మధ్య లంకె కుదరటానికి కొంత ప్రచోదన కావాలి. ప్రగాఢ మైన మీ 'ఎందుకు' ఆ ప్రచోదన కలిగిస్తుంది. నా స్నేహితులు జాన్ ఫ్రోమన్ చెప్పినట్లు "మీ 'ఎందుకు" కు హృదయం ఉంటే, మీ 'ఎలా' కు కాళ్ళు వస్తాయి." మనం ఏదో ఒకటి సాధించాలనో, బాగుచేయాలనో లక్ష్యాలు ఏర్పరుచుకుంటాం. ఆ ప్రయత్నంలో, ఏదైనా అవరోధం ఎదురైనా, సమస్య అడ్డుపడినా మనం మన 'ఎందుకు' మీదికి వాలుతాం. ఆ 'ఎందుకు' నీరసంగా ఉంటే, లేదా మనం అసలు ఆ లక్ష్యం ఎందుకు వెంటాడుతున్నామో మనకు తెలియకపోతే, మనం మన ప్రయత్నం విరమించుతాం. అలా కాక, మన 'ఎందుకు' ధృఢంగా ఉంటే – ఇప్పుడు మనకు అన్నిటికంటే అది ముఖ్యం అయి ఉంటుంది – ఎన్ని ఆటంకాలు, అవరోధాలు ఎదురైనా మనం ఆ సవాలు చేపడతాం. ఆ లక్ష్యం సాధించటానికి అవసరమైనవన్నీ చేస్తాం. నాన్యః పంథా.

క్రియ: మీ ధ్యేయం మీకు ఎందుకు ముఖ్యమో, ఎలా సార్థకమో స్పష్టంగా చెప్పండి. మీ ధ్యేయానికి కట్టుబడి ఉండటానికి, ఆ ధ్యేయం యదార్థం అయ్యేవరకూ ఆ కట్టుబాటు కొనసాగటానికీ మూలకారణం మీ ప్రగాఢమైన 'ఎందుకు సార్థకమో' అన్న భావనే. మీ లక్ష్య అనుసరణలో, మీ లక్ష్య సాధనలోను, ప్రగాఢమైన మీ 'ఎందుకు సార్థకమో' అన్న భావన మీకు చెప్పుకోదగిన ప్రయోజనం. అది మీలో కలిగే మార్పు, పరివర్తన (అది కంటికి కనబడదు) కావచ్చు లేదా, ఆర్థిక ప్రయోజనం కావచ్చు, బాంధవ్యం చక్కదిద్దుకోవటం కావచ్చు, కొన్ని పౌండ్లు బరువు తగ్గటం కావచ్చు.

ఫలకం: నేను నా ధ్యేయానికి కట్టుబడి ఉండటానికి కారణాలు: (ఇక్కడ మీ ప్రగాఢ సార్థకత చేర్చండి. మీ ధ్యేయం సఫలం కావటంవల్ల మీకు కలిగే అత్యంత ముఖ్య ప్రయోజనాలు, జోడించండి.)

మూడవ అడుగు: మీ అసాధారణ కృషికి రూపం ఇవ్వండి. మీ ప్రక్రియకు కట్టుబడి మీ ధ్యేయం అనివార్యం చేయండి. (ఫలితాలను గురించి మీరు చింతించటంలేదు.)

ఈ అడుగు వేయటంవల్ల మీరు ఇది నాకు ఎలా సాధ్యం అవుతుంది? అనే సర్వసాధారణమైన ఆదుర్దా నుంచి విముక్తులవుతారు. మీ లక్ష్యం సాధ్యమని మీ మెదడు నమ్మటానికి అవసరమైన తర్కం చెబుతుంది. అప్పుడు మీరు అసాధారణ కృషి చేయటానికి స్వయంచాలకంగా ఉద్యుక్తులవుతారు. ఏమి చేయాలో తెలుసుకుంటారు. మీ కోరికకు సృష్టికి మధ్య దీనిని వంతెనగా భావించండి.

క్రియ: మీ ప్రక్రియకు అక్షర రూపం ఇవ్వండి. అందుకు తగిన వివిధ చర్యలు – మీ ధ్యేయం సాధించటానికి అవసరమైన చర్యలు అన్నీ – స్పష్టంగా వ్రాయండి. ఆ చర్యలు ఏవేవి ఎప్పుడు చేపట్టబోతున్నారో కూడా సవివరంగా వ్రాయండి. ఇది సాధ్యమయినంత వివరంగా వ్రాయండి. ఇక్కడ ఏదో ఒక ముఖ్యమయిన చర్య మీరు పునఃపునః చేయవలసి ఉంటుంది. అది తెలుసుకుంటే మీరు అయోమయంలో పడరు. దానితోబాటు ప్రతిరోజూ మీరు ఎంత తరుచుగా మీ ప్రక్రియ చేపడతారు, ఎప్పుడు ముగిస్తారు అన్న విషయం స్పష్టంగా వ్రాయండి.

ఫలకం: నా ధ్యేయం అనివార్యంగా సాధ్యం కావటానికి నేను ________ తేదీన నా ప్రక్రియకు __________ బద్ధుడినై ఉంటాను. నా ఫలితాలు ఎలా ఉండబోతున్నాయి అన్న విషయం గురించి నేను చింతించను.

నాలుగవ అడుగు: వివేచనామయమైన అర్హత స్థాపించండి

అద్భుతాల ప్రవీణులు వారు కోరినది ఏదైనా సాధించగలరనీ, వారు కట్టుబడి ఉన్నది ఏదైనా సాధించి తీరుతారని, వారు దేనికోసమైతే కృషి చేస్తున్నారో ఆ ప్రతిఒక్కదానికి వారు అర్హులు అనే మనస్తత్వంతో జీవిస్తారు. అద్భుతాల ప్రవీణుల లక్షణాలలో అర్హత, యోగ్యత అనుభూతులు జోడించి ఉంటాయి. ఆ అనుభూతి మీ అచంచల విశ్వాసానికి దోహదం చేస్తుంది. ఆ అచంచల విశ్వాసం మీ అసాధారణ కృషికి దోహదం చేస్తుంది. మీ అద్భుత సమీకరణ ప్రమాణాలు మీ అర్హత స్థాపించి, దృఢపరచటానికి సహాయం చేస్తాయి.

అప్పుడు మీరు జీవితంలో కోరిన ప్రతి ఒక్కదానికీ మీరు అర్హులనే అనుభూతి సహజంగా కలుగుతుంది.

> **క్రియ:** తాము కోరింది సాధించటానికి ఈ భూమిమీద ఉన్న ప్రతిఒక్కరూ ఎంత ఘనులో, ఎంత అర్హులో, ఎంత సమర్థులో, మీరు కూడా అంత ఘనులని, యోగ్యులని, సమర్ధులని గుర్తు చేసుకోండి.
>
> **ఫలకం:** కొలతకు అందే అద్భుతాలు ప్రత్యక్షం చేసి తాము కోరిన ప్రతి ఒక్కటీ సాధించటానికి ఈ భూమి మీది ప్రతి ఒక్కరూ ఎంత ఘనులో, అర్హులో, సమర్థులో నేనుకూడా అంత ఘనుడిని, యోగ్యుడిని, సమర్థుడిని. కనుక నేను నా ధ్యేయానికి బద్దుడినై ప్రతి ఒక్కరోజు అద్భుతాల ప్రవీణుడిలా జీవించటానికి నడుం కట్టుకున్నాను.

మీరు దీనిని మక్కికి మక్కి కాపీ కొట్టవచ్చు లేదా మీ ఇష్టంవచ్చినట్లు మార్చవచ్చు. మనమందరమూ వివిధ పదాలకూ, పదబంధాలకూ వేరు వేరుగా ప్రతిస్పందిస్తాం. అది మన అంతర్యం మీద ఆధారపడుతుందని తెలుసుకోండి. కనుక మీరు ఉపయోగించే భాష విషయంలో హెచ్చరికగా ఉండండి. ఆ భాష మీతో అనునాదం చెందాలి, ఉత్తేజం కలిగించాలి. ఇక్కడ చెప్పిన ప్రతిఒక్క అడుగుకూ ఇది వర్తిస్తుంది. ఉదాహరణకు, మిమ్మల్ని మీరు అద్భుతాల ప్రవీణులు అని చెప్పుకోవటం వింతగానో, విపరీతంగానో అనిపిస్తే, దానిని గురించి పట్టించుకో నవసరం లేదు. (మిమ్మల్ని గురించి మీరు మరొక విధంగా చెప్పుకోవటమంటే మొదట్లో వింతగాను, విపరీతంగాను తోచటం సహజం). మీరు "ప్రతిరోజూ నేను నాలోని ఉత్తమ అంశగా జీవించటానికి కట్టుబడి ఉన్నాను." అని మార్చుకోవచ్చు. "నేను కావాలనుకున్న ప్రతి ఒక్కటీ..." బదులు "నేను కలగన్న జీవితం...' అని మార్చుకోవచ్చు. "అద్భుతాలు" బదులు "ఫలితాలు" అనుకోవచ్చు. చెప్పవచ్చేదేమిటంటే భాష మీకు అనువుగా ఉండాలి.

ఐదవ అడుగు: ప్రతి ఒక్క రోజు మీ అద్భుత సమీకరణ ప్రమాణాలు వల్లె వేయండి (మనఃపూర్వకంగా)

చాలామంది ఈ అడుగుకు కట్టుబడి ఉండరు. అన్నిటిలోనూ ఇదే అత్యంత ముఖ్యమైన అడుగు. ప్రమాణాలు చిత్రించటంలో వారు చాలా సమయం వెచ్చిస్తారు. ఇక్కడ వారి భాష వారి ఉన్నత వ్యక్తిత్వాన్నీ, వారి ధ్యేయాన్నీ, వారి ప్రక్రియనూ, ప్రతిబింబించాలి. ఆ తర్వాత వారు దానిని – పోషకాహారం తినటం, నూతన సంవత్సర నిర్ణయాలు పాటించక పోవటం లాగానే – అనుసరించరు. అది మానవ ప్రకృతి. మొదటి ఉత్సాహం, కొత్తదనము సమసి పోగానే మన మనసు కొత్త విషయాలమీదికి, మరికొంత ఉత్సాహం కలిగించే విషయాలమీదికి మళ్ళుతుంది. మన పతనానికి తరుచు అదే కారణం.

అద్భుతాలు సృష్టించాలి అంటే నిలకడ కీలకం. జీవితంలో మీరు చేరదలచిన చోటికి చేరుకున్నదాకా మీరు బద్ధులై ఉండాలి. అందుకు ప్రతిఒక్కరోజూ అద్భుత సమీకరణ ప్రమాణాలు వల్లె వేయటానికి మించిన మార్గం మరొకటి లేదు. మరొక అడుగు ముందుకువేసి చెబితే, ఆ ప్రమాణాలు మనస్ఫూర్తిగా, అనుభూతితో వల్లెవేయాలి. ఆ అభ్యాసం మీ మెదడుకు ఆ అనుభూతి అందించి సాయపడుతుంది. మీకు మీరు అబద్ధం చెప్పుకోవటం లేదు. మీకు అప్పుడు ఎటువంటి అనుభూతి కావాలో మీ మెదడుకు చెబుతున్నారు. అంతే. మీరు అందులో పూర్తిగా నిమగ్నులై ఉండాలి.

మీకు మేధాపరంగా అది అర్థం కావచ్చు. కాని మనఃపూర్వకంగా వంటబడితేతప్ప అది మనకు పూర్తిగా అవగతం కాదు. మేధాపరంగా, తార్కికంగా అర్థం చేసుకున్నతర్వాత అందులోని అనుభూతి మనసులోకి ఎక్కినపుడు మనకు అది ఇంకా ప్రగాఢమైన అవగాహన కలుగుతుంది. ఉదాహరణకు మీ భాగస్వామి తమ బాధ ఏదో మీకు చెబుతారు (ఇక్కడ నేను మగవాడిగా మాట్లాడుతున్నాను). వారు చెప్పేది మనం వింటాం. మనకు అర్థమయినట్లే ఉంటుంది. కాని మనకు అసలు విషయం అర్థం అయిందా లేదా అన్నది ప్రశ్నార్థకం. అవతలి వ్యక్తి ఎక్కుపెట్టి ఏడవటం మొదలు పెడతారు. మీరు చూస్తారు. వారి ఎక్కిళ్ళు మీకు వినబడతాయి. కొన్ని సమయాలలో వారి బాధకూడా మీరు అనుభూతి చెందవచ్చు. అప్పుడు వారి బాధ మీకు మనసుకు ఎక్కుతుంది.

కనుక, మీరు ప్రమాణాలు, ప్రతినలు వల్లె వేసేటపుడు ఆ ప్రమాణంలో యదార్థం మీరు అనుభూతి చెందాలి. ప్రతిరోజూ అచంచల విశ్వాసం, అసాధారణ కృషితో అద్భుత ప్రవీణులుగా జీవించటానికి నిర్ణయం చేసినప్పుడు, ఆ ప్రమాణం వల్లెవేసేటపుడు దీర్ఘంగా గాలి పీల్చండి. ఇప్పుడు మీ సరికొత్త వ్యక్తిత్వం మీలో నిండుతున్న అనుభూతి పొందండి. అది ఎలా కనబడుతుందో, ఎలా ధ్వనిస్తుందో, ఎలాంటి అనుభూతి కలిగిస్తుందో ఆలోచించండి. అప్పుడు మీరు మీ నూతన వ్యక్తిత్వాన్ని త్రికరణశుద్ధిగా అనుభవం పొందగలుగుతారు.

చర్య: అద్భుత సమీకరణానికి నిలకడ కీలకం. మీ అపార మనస్తత్వాన్ని నిలుపుకొని, విస్తరింప జేయటానికి, మీ ప్రక్రియ మీద మనసు లగ్నంచేసి ఉంచటానికి ప్రతిరోజూ మీరు మీ ప్రమాణాలు వల్లె వేయటం తో మొదలవుతుంది. మీ అద్భుత సమీకరణ ప్రమాణాలు వల్లెవేయటానికి ప్రతిరోజూ ఒక నిర్ణీత సమయంలో చేస్తే ఉత్తమమని నాకు అనుభవంలో తెలిసింది. అది రాత్రి పడుకోబోయే ముందు కావచ్చు, ఉదయం నిద్రలేచి పళ్ళు తోముకున్న తర్వాత కావచ్చు. లేదా ఉదయం మీరు వ్యక్తివికాస అభ్యాసాలు చేసే అద్భుత ప్రభాత సమయంలో కావచ్చు, అది మీ దినచర్యలో భాగం కావాలి. అది ముఖ్యం. మీరు వల్లెవేసే పదాల భావం అనుభూతి చెందటం అవసరమని గుర్తు ఉంచుకోండి. సాధ్యమయినంతసేపు ఆ అనుభూతితో ఉండండి. నా విషయంలో, ఆ ప్రమాణాలు వల్లెవేసిన వెంటనే నేను ధ్యానంలోకి వెళ్తాను. అప్పుడు ఆ ప్రమాణాలు కలిగించిన మనస్తత్వము, ఉద్వేగాలు పూర్తిగా అనుభూతి చెందుతాను. అలా చేస్తే, అద్భుత సమీకరణ ప్రమాణాల ప్రభావం మీ జీవితంలో ప్రగాఢ మవుతుంది.

డౌన్ లోడ్ చేయదగిన వనరు: అద్భుత సమీకరణాల ఒక పేజి నమూనా మీరు డౌన్ లోడ్ చేయదలుచుకుంటే, www.tmebo-nuses.com దర్శించండి. అక్కడ ఇప్పుడు చెప్పినవన్నీ ఉంటాయి.

అద్భుత సమీకరణం ప్రమాణాలు

1. నేను ...(6 వ అధ్యాయంలో చెప్పిన మీ ధ్యేయం ఇక్కడ చేర్చండి). అది సాధించేవరకు ఏది ఏమైనాసరే, అచంచల విశ్వాసంతో, అసాధారణ కృషి కొనసాగించటానికి కట్టుబడి ఉంటాను. నాన్యః పంథా.
2. నా ధ్యేయానికి నేను ఎందుకు కట్టుబడి ఉన్నానంటే (ఇక్కడ మీ సార్ధకమైన 'ఎందుకు' చేర్చండి. మీ ధ్యేయం కొనసాగించటం వల్ల, సాధించటం వల్ల మీకు కలిగే ముఖ్యాతిముఖ్య ప్రయోజనాలు చేర్చండి)
3. నా ధ్యేయం సాధించటం అనివార్యం అని ధ్రువ పరుచుకోవటానికి నేను నా ప్రక్రియ (ఇక్కడ మీ ప్రక్రియ చేర్చండి) కు ______ (తేదీ, సమయం) కట్టుబడి ఉంటాను. తద్వారా కలిగే ఫలితాలను గురించి చింతించక నా ప్రక్రియ కొనసాగిస్తాను.
4. నేను నా ధ్యేయానికి, అద్భుత ప్రవీణుడిగా జీవించటానికి కట్టుబడి ఉన్నాను. అద్భుతాలు సృష్టించి, నేను కోరినదల్లా సాధించటంలో ఈ భూమిమీద ప్రతిఒక్కరికీ ఉన్న సమర్ధత నాలోనూ ఉన్నది. వారికి ఉన్న విలువ, యోగ్యతా నాకు కూడా అదే స్థాయిలో ఉన్నాయి.

వ్యక్తిగత ఉదాహరణ: ఇపుడు అద్భుతసమీకరణంలో నా వ్యక్తిగత ప్రమాణం ఒకటి మీ ముందు ఉంచుతున్నాను. ఇక్కడ ప్రయోగించిన పదాలు ఫలకంలో సూచించిన పదాలకంటే కొంచెం భిన్నంగా ఉంటాయని మీరు గమనిస్తారు. ఇంతకు మునుపు కొన్ని పేజీల వెనక చెప్పినట్లు, మీకు అనువైన భాష ఉపయోగించటం ముఖ్యం. నేను నేర్చుకుని, ఎదిగి, కొత్త కొత్త దృక్పథాలు పొందుతున్నకొద్దీ ఈ ప్రమాణాలు అనుదినమూ సవరించి, నిత్యనూతనం చేస్తున్నాను.

1. నేను క్యాన్సర్ నుంచి విముక్తుడినై సుదీర్ఘకాలం ఆరోగ్యంగా జీవిస్తానని నా అచంచల విశ్వాసం. (నిండు నూరేళ్ళు బతుకుతానని విశ్వాసం. అప్పటికి సోఫీ వయసు డెబ్బై అవుతుంది. హాల్సేన్ వయసు అరవై ఏడు అవుతుంది). ఏది ఏమైనాసరే నా మిగిలిన జీవితమంతా చేస్తాను. ప్రతి ఒక్కరోజూ అసాధారణ కృషి సలుపుతాను....నాన్యః పంథా.
2. సోఫీ, హాల్సేన్ ల జీవితాలు సుముఖంగా ప్రభావితం చేయటం, ఉర్సులాతో జీవితం పంచుకోవటం ఈ ప్రపంచంలో నాకు అన్నిటికంటే ముఖ్యమైన అనుభూతి. కనకనే సుదీర్ఘ కాలం జీవించటం నా ధ్యేయం. నాధ్యేయానికి నేను బద్ధుడినై ఉంటాను.
3. నూరు సంవత్సరాలకు మించి ఆరోగ్యంగా జీవించాలంటే, ప్రతిరోజూ జరిగే అలోపతి చికిత్సతోబాటు నేను క్యాన్సర్ విరుద్ధ మైన జాగ్రతలన్నీ ప్రతిరోజూ సమగ్రంగా, ఎంతో మెలకువగా పాటించాలి. అప్పుడే ప్రాణం కాపాడుకునే అవకాశాలు మెరుగవుతాయి.
4. నేను నా ధ్యేయానికి బద్ధుడినై ఉన్నాను. ప్రతిరోజూ ఒక అద్భుతాల ప్రవీణుడిగా జీవించ బోతున్నాను. నా కుటుంబంతో కలిసి నూరేళ్ళకు పైగా ఆరోగ్యంగా, ఆనందంగా జీవిస్తాను. ఈ విషయంలో ఈ ప్రపంచంలో మిగిలిన వారు ఎంత తగినవారో, యోగ్యులో, సమర్థులో నేను కూడా అంత తగిన వాడినని, యోగ్యుడినని, సమర్థుడినని నాకు తెలుసు.

మీ ప్రమాణాలు కాలక్రమేణ వృద్ధి పరచండి

మీ వ్యక్తిత్వము, మీ లక్ష్యాలు కాలంతోబాటు మారుతూ ఉంటాయి. అవసరాను గుణంగా మీ ప్రమాణాలు సవరించి, మెరుగులు దిద్దండి. మీరు ఎదిగి వికసించినట్లుగానే మీ ప్రమాణాలుకూడా వికసించి పరిణతి చెందాలి. మీరు కంటికి కనబడే అద్భుతాలు సాధించి ఎదుగుతూ ఉంటే మీ నిత్యనూతన లక్ష్యాలకు, ధ్యేయాలకు సరికొత్త ప్రమాణాలు తయారు చేయాలి. కాలక్రమేణ కొత్త కొత్త ప్రమాణాలు రూపొందించటం మీకు కరతలామలకం అవుతుంది. కొత్త కొత్తగా ఉత్పన్నమయే లక్ష్యాలకు ఏమి వ్రాయాలో, మీకు ఏది

సర్వోత్తమంగా పనిచేస్తుందో, మీ అచంచల విశ్వాసాన్ని, అసాధారణ కృషిని కొనసాగించటానికి మీ ప్రమాణాలు ఎలా ప్రయోగించాలో మీరు స్వయంగా తెలుసుకుంటారు.

వాస్తవానికి మనం అందరమూ చాలా మారవలసి ఉన్నది. మనలను కట్టిపడేసే నమ్మకాలు, అంతరంగ మధనాలు సంవత్సరాల తరబడి మనలో పాతుకుపోయి ఉన్నాయి. మీ జీవితంలో ప్రతిఒక్క రంగానికీ ప్రమాణాలు, ప్రతిజ్ఞలు వ్రాయాలని నా అభిప్రాయం. వాటిలో కొన్ని ప్రత్యేక లక్ష్యాలు ఉండవచ్చు. సందర్భానుసారం మీరు దేనిమీద మనసు లగ్నం చేస్తారో ఆ ప్రకారం ఆ లక్ష్యాలు కూడా మారవచ్చు. కొన్నిరోజులు నేను నా ప్రమాణాలు అన్నీ చదువుతాను. మిగతా రోజులలో నేను అవసరమనుకున్న వాటిని మాత్రమే చదువుతాను. ప్రత్యేకించి ఏదైనా ఒక ధ్యేయంపట్ల కృషి చేస్తూ ఉంటే, ఆ ధ్యేయం పూర్తి అయ్యేవరకూ నేను అది తప్పకుండా చదువుతూనే ఉంటాను.

ఇక్కడ నా ప్రమాణాల మూలాంశాల జాబితా ఉన్నది. ప్రతి ఒక్క అంశంలోనూ నాకు లక్ష్యాలు ఉన్నాయి.

- నా ఆరోగ్యము, దృఢత్వము (క్యాన్సర్ రహితంగా ఉండటంతో సహా)
- నా ధ్యేయము, పరమార్థము
- నా భార్య
- నా బిడ్డలు
- ఇతర బంధువులు
- స్నేహితులు
- ఆదాయము, ఆర్థిక స్వాతంత్ర్యం
- వ్యక్తిగత వికాసం
- ఆధ్యాత్మికత
- తోడ్పాటు

ఈ ప్రమాణాలు వ్రాయటానికి అసంఖ్యాకమయిన పద్ధతులు ఉన్నాయి. వేరువేరు ప్రయోజనాలకోసం నేను అనేక మార్గాలు అవలంబిస్తాను.

ఇంతకుమునుపు మనం చూసిన అడుగు తర్వాత అడుగు వేసే సూత్రం అద్భుత సమీకరణ ఆచరణకు ప్రత్యేకం. ప్రమాణాలు అంటే ముఖ్యాతిముఖ్య విషయాలలో మీకు కేవలం ఒక జ్ఞాపిక. ఒక జ్ఞాపిక అంటే ఒక ముఖ్యమైన లక్ష్యం, ప్రతిరోజూ చేయవలసిన పని, శక్తినిచ్చే ఒక అనుభూతి, ఒక మౌలిక మనస్తత్వం, ఒక విలువ, ఒక ప్రయోజనం, లేదా మీరు మర్చిపోకుండా గుర్తు ఉంచుకోవలసింది మరేదైనా కావచ్చు. మీ మనసు దేనిమీద లగ్నం చేస్తే అది విస్తృత మవుతుందని మీరు వినే ఉంటారు. మీరు మీకు ముఖ్యమైన విషయాలమీద మనసు లగ్నం చేయటానికి, ఆ విషయాలలో విస్తృతంగా కృషి చేయటానికి ఈ ప్రమాణాలు మీకు తోడ్పడుతాయి.

ఉదాహరణకు, "నా శ్రీమతి జీవితం అత్యాశ్చర్యకరం కావటానికి ఇవాళ నేను ఏదో ఒకటి చేస్తాను." అనేది నా ప్రమాణాలలో ఒకటి. ప్రతి ఉదయమూ అది చదివితే, నా శ్రీమతి జీవితం విలువ పెంచటానికి నేను ఏదో ఒకటి స్వయంగా చేయాలి అని నాకు హెచ్చరిక వస్తుంది. అది గిన్నెలు కడగటంవంటి చిన్నపని కావచ్చు, ఆమెకు పూలు కొనటం, ఆమెపట్ల నా ప్రేమ ప్రకటించటం, స్నేహితులతో కలిసి కాలక్షేపం చేయనీయటం, ఆమె శ్రమ తగ్గించటానికి ఆమె చేసే పనులలో ఏదో ఒకటి నేను చేయటం – ఇటువంటి చిన్నచిన్న పనులు ఏవైనా కావచ్చు. కొన్నిసార్లు అది మరికొంచెం ఘనమైన సాయం కావచ్చు. విహార యాత్ర కావచ్చు. లేదా పిల్లలను నేను బయటికి తీసుకు వెళ్లి ఆమెకు ఏకాంతంలో విశ్రాంతి కలిగించటం కావచ్చు. ఏమైనా కానీయండి, నా ప్రమాణాలు ప్రతిరోజూ చదవటంవల్ల, నా శ్రీమతి జీవితంలో కొంచెం వెలుగు సారించవచ్చునని నాకు జ్ఞాపకం చేస్తుంది. "శ్రీమతి అనందం, జీవితమే ఆనందం" అని మీరు వినే ఉంటారు.

కాలానుగుణంగా మీ ధ్యేయము, మీ లక్ష్యాలు మారుతూ ఉండవచ్చు. కాని అద్భుతాల ప్రవీణులుగా – అద్భుతాల సృష్టి మీరు కొనసాగించాలంటే – మీ వ్యక్తిత్వం మాత్రం మారబోదు. మీ ఆచంచల విశ్వాసము, అసాధారణ కృషి నిలకడగా కొనసాగాలి. మీరు ఎంత శక్తివంతులో మర్చిపోకుండా

ఉండాలంటే, మీరు మీ అంతరంగ సంఘర్షణతో నిరంతరం పోరాడుతూ ఉండాలి. మీ లక్ష్యాలు మీకు ఎంత ముఖ్యమో, ఎందుకు ముఖ్యమో అనుక్షణమూ గుర్తు ఉంచుకోవాలి. ఇదంతా సాధించటానికి ఇప్పుడు మీరు నేర్చుకున్న ప్రమాణాలు తోడ్పడుతాయి. వాటికి కావలసింది ప్రతిరోజూ కొద్దిక్షణాలపాటు మీ ధ్యాస మాత్రమే.

అద్భుత సమీకరణ ప్రమాణాలు ఎలా సృష్టించాలో, ఎలా ప్రయోగించాలో తెలుసుకున్నారు. (వాటిని సృష్టించటానికి, లేదా ఫలకం డౌన్ లోడ్ చేసుకోవటానికి ఒక సమయం నిర్ణయం చేయండి). ఇప్పుడు ఇంతవరకూ నేర్చుకున్నదంతా ఒకచోట చేర్చి, ఆచరణలో పెట్టటం తెలుసుకోవాలి. రాబోయే అధ్యాయంలో మీ తొలి 30 – రోజుల అద్భుత సమీకరణం సవాలులో పాల్గొనటానికి మీకు ఆహ్వానం పలుకుతున్నాను. నా మొట్టమొదటి శిక్షకులు చెప్పినట్లు, “సిద్ధాంతం కార్యరూపం ఇక్కడే.”

నోట్: మీ అద్భుత సమీకరణం ప్రమాణాలు, ప్రతిజ్ఞలు వ్రాసేటపుడు మీకు ప్రశ్నలు తలెత్తినా, సహాయం కావలసి వచ్చినా, వాటిని Miracle Morning కమ్యూనిటీ వెబ్ సైట్ www.mytmmcommunity.com లో పోస్ట్ చేయండి. అక్కడ మీకు 150, 000 పైగా ఇదే కార్యక్రమంలో నిమగ్నులై ఉన్న వ్యక్తులు దర్శనమిస్తారు. వీరందరూ ఇప్పుడు చెప్పిన ప్రమాణాలు అభ్యాసం చేస్తూ ఉన్నవారు. ఒకరికొకరు సహాయం చేసుకుంటూ ఉంటారు. మీకు సహాయపడ గలిగితే వారు సంతోషిస్తారు.

10

అద్భుత సమీకరణం
30 – రోజుల సవాలు

మీ తొలి ధ్యేయానికి
సమయం ఆసన్నమయింది

అసౌకర్యానికి సిద్ధం కండి
అసౌకర్యంలో సౌకర్యంగా ఉండండి.
అది కఠినంగా ఉండవచ్చు. కాని మీ కల నిజం
చేయటానికి అది మీరు చెల్లించే అత్యల్ప మూల్యం.

-పీటర్ మక్ విలియమ్స్, రచయిత

మీరు జీవితంలో అంతం చేరుకున్నారు, ఈ భూమిమీద ఇది మీ ఆఖరి రోజు అని ఊహించండి. మీరు సాధించిన విజయాలన్నీ మీ వెనక ఉన్నాయి. ఇప్పుడు చేయవలసింది ఏమీ లేదు. ఎదగటానికి, వ్యక్తిగత వికాసానికి, లక్ష్యాలు వెంటాడటానికి ఏమీ చేయవలసిన అవసరం లేదు. జీవితంలో చేయవలసినదంతా, మీరు తలుచుకున్న ప్రతి ఒక్కటీ మీరు చేసేశారు.

ఇప్పుడు తాత్కాలికంగా వాస్తవాన్ని విడిచిపెట్టి ఊహాలోకంలోకి వెళ్దాం. మీరు ఎటువంటి వ్యక్తి కాగలిగేవారు అని ఆలోచించండి – సంపూర్ణ సంభావ్యశక్తితో జీవించే అవతార పురుషులు. ఆ పరిపూర్ణవ్యక్తిగా మీరు రూమ్ లోకి నడిచి వచ్చారు. ఇక్కడ ఉన్న వ్యక్తి మీకు బాగా తెలుసు ననటంలో ఆశ్చర్యమేమీ లేదు. ఆయనను చూసి మీరు చాలా కలుపుగోలుగా ఫీల్ అవుతారు. పరస్పరం పిచ్చాపాటీ చేస్తారు. ఆ పరిపూర్ణ వ్యక్తిత్వం, ఆ మనస్తత్వం, వారి విజయాలు, సమాజానికి తోడ్పాటు, సంతృప్తిస్థాయి – ఎలా ఉంటుందీ అని ఒక అనుభూతి కలగటానికి. ఈ పాత్రలో మీరు జీవితం పూర్తిగా ఆస్వాదించారు. మీ శక్తిసామర్ధ్యాలు అన్నీ పూర్తిగా ప్రయోగించారు. వాటికి తగిన ప్రతిఫలం సాధించారు. ఇప్పుడు పరమసంతృప్తితో ఈ జీవితాన్ని విడిచిపెడుతున్నారు.

ఈ ఊహాదృశ్యం చూసిన తర్వాత ఇప్పుడు ఎలా అనిపిస్తున్నది? ఈ రెండుపాత్రలలో మీరు దాదాపు ఒకటేనా, లేకపోతే రెండిటి మధ్యా చాలా అంతరం ఉన్నదా?

ఇది బరువైన ప్రశ్న. కాని మీరు నిజాయితీగా వ్యవహరిస్తే, మీ ప్రస్తుత జీవితం ఎంత సంతృప్తికరంగా, ఎంత ఉత్పాదనకరంగా ఉండవచ్చు అని తెలుసుకోవటానికి, ఒక అంచనా వేయటానికి బహు ఉత్తమ మార్గం. మీకు సాధ్యమయినదంతా మీరు సాధించటంలేదు, మీరు చేయగలిగిన సహాయ సహకారాలు చేయటం లేదు అని తెలిసి జీవించటం అత్యంత విషాదకరమైన విషయం. కాని మనలో చాలామందిమి ఈ బోనులో చిక్కుకు పోతాం. మీరు జీవితంలో ఒకటి లేదా ఇంకా ఎక్కువ రంగాలలో ఘనవిజయాలు సాధించి ఉండవచ్చు. కాని మీ సంభావ్యశక్తి ఇంకా ఇతర రంగాలలో ప్రయోగించటానికి అవకాశాలు ఉండవచ్చు.

ఇంతవరకూ మీరు ఈ పుస్తకంలో నేర్చుకున్నది ఆచరణలో పెట్టటానికి ఈ చివరి అధ్యాయం అవకాశం కల్పిస్తుంది. తద్వారా మీరు మీలోని అత్యుత్తమ వ్యక్తిత్వానికి చేరువ కాగలుగుతారు. ఈ అద్భుత సమీకరణం ఒక నెలలో మీ చేతనా మానసంలో నాటుకు పోతుంది. అప్పుడు మీకు దానిని గురించి ఆలోచించటానికి ప్రయత్నం చేయవలసిన అవసరం ఇక ఉండదు. అది మీ వ్యక్తిత్వంలో ఒక అంశమై పోతుంది. అచంచల విశ్వాసం మీ సహజ మనస్తత్వం అయి కూర్చుంటుంది. అసాధారణ ప్రయత్నం సాధారణంగా తోస్తుంది.

రాబోయే ముప్పై రోజులూ సరళమైన పయనం అవుతుంది. కాని ఆ పయనంలో మీరు పూర్తిగా మారిపోతారు. మీరు అద్భుత ప్రవీణులుగా రూపొందుతారు. మీ జీవితంలో అన్ని రంగాలలోనూ కొలతకు అందే ప్రత్యక్ష అద్భుతాలు సృష్టించ గలుగుతారు.

అతి సామాన్య అవరోధాలు, అధిగమనం

అద్భుతాల ప్రవీణులుగా జీవించటానికి మీమార్గం సాధ్యమయినంత సుగమం చేయాలని నా అభిలాష. చేయవలసిన పనులు అవసరానికి మించి కష్టతరం చేయటం (మన మనసులలో ఎప్పుడూ జరిగేది అదే) ఉత్పాదనకు విరుద్ధం, అనవసరము కూడా. ఇప్పుడు చాలా సాధారణంగా ఎదురయ్యే ఆటంకాలను గురించి చెబుతాను. అప్పుడు మీరు వాటిని ఎదుర్కోవటానికి సిద్ధమై ఉంటారు. ఒకవేళ అవి ఎదురైతే, వాటిని దాటిపోవటం ఎలాగో తెలిసి ఉంటారు.

మొట్టమొదట తలెత్తే ఆటంకం మన అర్థంలేని భయాలు – విఫలురం అవుతామేమోనని భయం, సఫలత కలుగుతుందేమోనని భయం, మార్పు వస్తుందేమోనని భయం. దానివల్ల మనం ఆపని అప్పటికి వాయిదా వేస్తాం. చెప్పుకోదగిన ఒకలక్ష్యం వెంటాడుతున్నపుడు ప్రతి ఒక్కరికీ భయము, తడబాటు కలుగుతాయని తెలుసుకోండి. మన సుఖారామం నుంచి బయటికి అడుగు పెట్టటానికి ధైర్యం చేసినపుడల్లా మనకు సంకటంగా అనిపిస్తుంది. ముఖ్యమైన పని ఏదైనా – అటువంటి పని మీరు అంతకు మునుపు చేపట్టి ఉండక పోతే – భయం కలిగిస్తుంది. అటువంటి అనుభూతులు కలగటం సహజము, అపేక్షితం కూడా.

ఆ అసౌకర్య క్షేత్రం నుంచి మిమ్మల్ని త్వరగా, గుంటలు గతుకులలో పడకుండా బయటికి తీసుకు రావాలని మా అభిలాష. మీ మెదడు అలవాటు ప్రకారం ఒత్తిడికి గురి అవుతూ ఉంటే, మీ లక్ష్యాన్ని గురించి విముఖ ఆలోచనలు తన్నుకువస్తూ ఉంటే, గట్టిగా ఊపిరి పీల్చండి, మీ అద్భుత మంత్రం వల్లించండి. అప్పుడు మీధ్యాస మీ భయాన్ని వదిలి సాధ్యాసాధ్యాలమీద, మీరు నిబద్ధులై ఉన్న మీ ధ్యేయం మీదకు మళ్ళుతుంది. మీ ఆలోచనలు, తద్వారా మీ వాస్తవము మీ అధీనంలో ఉన్నాయని గుర్తు ఉంచుకోండి. ప్రతిఒక్క రోజు మీరు మీ అద్భుత సమీకరణం ప్రమాణాలు వల్లె వేస్తూ ఉంటే, మీ మెదడు మీ భయాలను విడుదల చేస్తుంది. అప్పుడు మీరు దేనికి నిబద్ధులై ఉన్నారో, ఎందుకు నిబద్ధులై ఉన్నారో ఆ విషయంమీద మనసు లగ్నం చేయగలుగుతారు.

మీకు ఇంకా భయంగా ఉండి, కదలలేకుండా ఉంటే, మూడవ అధ్యాయం పునఃపరిశీలనచేసి స్వాభావికమైన ఈ నాలుగు క్లేశాలలో ఏదైనా మీరు అనుభూతి చెందుతున్నారేమో పరీక్షించండి.

- అవకాశం చేబుచ్చుకోవటమా, యథాతథంగా కొనసాగటమా? అవకాశాలంటే మీకు భయమా?
- అనర్హమైన హక్కా, వివేచనా పూర్వకమైన హక్కా? మీరు అయోగ్యులనుకుంటారా?
- సంభావ్య వికృతాకారం vs ప్రత్యక్షంగా కనబడుతున్న సంభావ్యశక్తి? మీ అసలైన సమర్థత మీకు కనబడటం లేదా?
- మిమ్మల్ని గురించి ఈ ప్రపంచం నిర్వచనం, మిమ్మల్ని గురించి మీ నిర్వచనం: ఇతరులు చెప్పే పరిమితులు మీరు సమ్మతిస్తారా?

మిమ్మల్ని పట్టి ఆపుతున్నది ఏమిటో అర్థం చేసుకోవటమే, దానిని అధిగమించటానికి తొలిమెట్టు.

ఈ సవాలు చేపట్టిన నా క్లయింట్లు, నా స్నేహితులు ఈ అవాంతరం ఎదుర్కోవటం ఒకసారి కాదు చాలాసార్లు చూశాను. తాత్కాలిక ఫలితాలకు ఉద్విగ్నులు కావటం. అలా ఉద్విగ్నులు కాకుండా ఉండటం ఎలా? బరువు తగ్గే ప్రయత్నం (కాలోరీల పరిమితం చేసి, ప్రతిరోజూ వ్యాయామం చేయటం) చేసిన నా స్నేహితులు గుర్తు ఉన్నారు కదూ? కాని తరాజు మీద

ఆయన బరువు తగ్గినట్లు కనబడలేదు కదా! దానితో కలిగిన ఉద్విగ్నతతో ఆయన తన ప్రయత్నం విరమించుకున్నంత పని చేశారు. అప్పుడు ఆయనకు జ్ఞానోదయం అయింది. శరీరంలో కొవ్వు తగ్గుతున్నది, శరీరం బరువు స్థిరంగా ఉన్నది అని గ్రహించారు. ఆయన ప్రయత్నం ఫలించుతున్నది.

చెప్పుకోదగిన అమ్మకాలు జరిగే లోపల, మిరకిల్ మార్నింగ్ ప్రచారం చేయటానికి నేను ఎంత అసాధారణ కృషి చేశానో గమనించండి. నూటికి పైగా పాడ్ కాస్ట్ లలో నేను అతిధిగా వ్యవహరించాను. యాభైకి పైగా నా స్వంత పాడ్ కాస్ట్ కథనాలు ప్రచురించాను. ఒక డజన్ ఉదయం టెలివిజన్ ప్రదర్శనలలో పాల్గొన్నాను. ఆ పుస్తకం అమ్మకాలు పుంజుకోక మునుపు ఇంకా చాలా చేశాను. నేను తాత్కాలిక ఫలితాలకు బేజారై ఉండిఉంటే, నేను రెండో నెల... నాలుగో నెల... పన్నెండో నెల.. ఎప్పుడైనా చేతులెత్తేసి ఉండవచ్చు. ఆరు నూరైనా పద్దెనిమిది నెలలు కొనసాగేవాడిని కాదు. విజయానికి ఏదైనా రహస్యం ఉంటే అది : ఫలితాలను గురించి పట్టించుకోకుండా, మీ మీ ప్రక్రియకు బద్ధులై ఉండండి అని నేను అదృష్టవశాత్తు అర్ధం చేసుకున్నాను. ప్రతి ఫలితానికి ఒక ప్రక్రియ ఉండాలి. మీరు తగినంతకాలం ఆ ప్రక్రియకు బద్ధులై ఉంటే, చివరికి మీ సఫలత అనివార్యమవుతుంది.

అసహనం మరొక ఆటంకం. తక్షణ ప్రతిఫలం ఆశించే సంస్కృతి, సమయంలో మనం నివసిస్తున్నాం. టెక్స్ట్ సందేశం ద్వారా మనం స్నేహితులను తక్షణం సంపర్కం చేయవచ్చు. మన ఆసక్తి రేకెత్తించిన మాధ్యమం దేనిలో నైనా సరే క్షణాలలో ఫోన్ మీద రెండుసార్లు చెయ్యి సారిస్తే చొరబడవచ్చు. కొత్త జోళ్ళు, ఇంటికి సరుకులు ఏవైనాసరే, అదే రోజు డెలివరీకి ఆర్డర్ చేయవచ్చు. సహనానికి విలువ లేకుండా పోయింది.

కాని అద్భుతాలు సృష్టించాలి అంటే మాత్రం సహనం చాలా కీలక అంశం. కొన్ని అద్భుతాలు సాధించటానికి కొంత వ్యవధి కావాలి. ఉదాహరణకు, మీరు ఒక పుస్తకం వ్రాయాలనుకుంటే (ఏదో చిన్న కథ అయితే తప్ప) అది ఒకరోజులో అయ్యే పని కాదు. రోజుకు ఎన్ని మాటలు వ్రాయాలో కూడా మీరు నిర్ణయించినా, అనుకున్న రోజుకు అది పూర్తి చేయాలి అంటే, పట్టుదల చాలా అవసరం. నేను వ్రాసిన ప్రతి ఒక్క పుస్తకము, ఈ పుస్తకం కూడా, పూర్తి చేయటానికి నేను అనుకున్నదానికంటే ఎక్కువ సమయం పట్టింది. నా మొదటి పుస్తకం వ్రాయటానికి నాకు ఆరు

సంవత్సరాలు పట్టింది. నా రెండో పుస్తకం వ్రాయటానికి మూడు సంవత్సరాలు పట్టింది. ఈ పుస్తకం వ్రయటానికి (మూడు నెలలలో పూర్తి చేస్తానని మా పబ్లిషర్ తో చెప్పిన తర్వాత!) ఆరునెలలు పట్టింది.

అసహనం మీ ఒత్తిడిని పెంచుతుంది. మీ ప్రక్రియకు బద్ధులై కొనసాగటం కష్టమై పోతుంది. అసహనం మీ సృజనాత్మకతను కబళిస్తుంది. మనసు లగ్నంచేసే శక్తిని నీరస పరుస్తుంది. సమస్యలకు పరిష్కారం కనుక్కునే శక్తిని హరిస్తుంది. మీరు అసహనంతో కాళ్ళు నేలకు తాటిస్తూ ఉంటే, మీ లక్ష్యం ఇంకా సాధించలేదని మధన పడుతూ ఉంటే, ఇది సుదీర్ఘయాత్ర అనీ జీవనపథం ఇదేననీ గుర్తు ఉంచుకోండి.

అద్భుతాల ప్రవీణులు కావటానికి వెళ్ళే మార్గంలో ఎదురయ్యే ఆటంకాలు తెలుసుకున్నారు. ఆ ఆటంకాలు అధిగమించటానికి అవసరమైన వ్యూహాలు, సమాచారము తెలుసుకున్నారు. ఇప్పుడు 30 రజుల సవాలులోకి దిగుదాం పదండి.

మీ అద్భుత సమీకరణం – 30 రోజుల సవాలు

డౌన్ లోడ్ వనరు: అద్భుత సమీకరణం 30 రోజుల సవాలు అభ్యాస పుస్తకం డౌన్ లోడ్ చేసుకోవాలంటే www.tmebonuses.com దర్శించండి.

అద్భుత సమీకరణం 30 రోజుల సవాలులో ఆరు మెట్లు ఉన్నాయి. ఈ పుస్తకం చదివే ప్రయత్నంలో మీరు మూడు మెట్లు ఎక్కే ఉంటారు. అలా జరిగి ఉంటే అభినందనలు, మీ సవాలులో సగం దూరం వచ్చేశారు! పుస్తకం చదవటంలో నిమగ్నులై పోయి మీరు ఆ మొదటి మూడడుగులువేసి ఉండకపోతే, కింద ఇచ్చిన ప్రక్రియలు పరిశీలించండి. అప్పుడు పుస్తకంలో వెనక్కు వెళ్లి ఆ సంబంధ అధ్యాయాలు దర్శించండి, అప్పుడు కిందఇచ్చిన మెట్లు ఎక్కేస్తారు.

30 రోజుల సవాలు అమలు

బహిరంగ ప్రదర్శన. అద్భుత సమీకరణం ప్రపంచానికి పరిచయం చేయటం ఇదే ప్రప్రథమం. కనుక మీకు చెప్పటానికి నా దగ్గర ఎక్కువ ఉదాహరణలు లేవు. అద్భుత సమీకరణం 30 రోజుల సవాలు, అద్భుత ప్రభాతం 30 రోజుల సవాలు అనుకరించి తయారు చేయబడింది. అద్భుత ప్రభాతం 30 రోజుల సవాలు విశ్వవ్యాప్తంగా లక్షలాది ప్రజలు అమలు జరుపుతున్నారు. దిగ్భ్రమ పరిచే ఫలితాలు సాధిస్తున్నారు.

కేవలం 30 రోజులలో డాన్ పోగ్ (ఒంటారియో , కెనడా) సాధించిన ఫలితాలు:

- ఆమె ధూమపానం మానివేసింది (30 రోజులు ధూమపానానికి దూరం)
- ప్రతిరోజూ వ్యాయామం చేశారు (30 రోజుల ఎలిప్టికల్ శిక్షణ)
- ఆమె కఫెన్ మానివేశారు (30 రోజులు కాఫీకి దూరం)
- ఆమె అంగసౌష్టవం మెరుగు పడింది (ఆమె 11 పౌండ్లు, తగ్గారు. 42 అంగుళాలు చుట్టుకొలత తగ్గారు)

గిలియన్ పెర్కిన్స్ (సేలం, ఒరిగాన్) సాధించిన ఫలితాలు:

- మూడు పుస్తకాలు చదివారు.
- తన వ్యాపారం 30 శాతం పెంచారు
- తర్వాత కొనబోయే ఇంటికోసం 5000 డాలర్లు ఆదా చేశారు
- వారానికి మూడుసార్లు వ్యాయామం చేశారు.
- శరీరంలో కొవ్వు 36 శాతం నుంచి 26 శాతానికి తగ్గించారు
- తన మొదటి పుస్తకం వ్రాయటం మొదలు పెట్టారు
- ఇల్లుఅంతా పూర్తిగా శుభ్రం చేశారు.

జార్జియోస్ గ్రియోరాకిస్ (కొలోన్, జర్మనీ) చాలా సాధించారు.

- మూడు వ్యాసాలు తయారు చేసి తన బ్లాగ్ లో ప్రచురించారు

- అర్థ మారథాన్ లో పాల్గొన్నారు (13 మైళ్ళ చిల్లర)
- పోషకాహార కార్యక్రమం నిలకడగా అనుసరించారు
- వ్యాయామం చేస్తూనే ఇరవైకి పైగా పాడ్ కాస్ట్ లు విన్నారు.
- ఆయన నమ్మకం, నిలకడ, క్రమశిక్షణ పెరిగాయి. 30 రోజుల సవాలు జయప్రదంగా ముగించినందుకు గర్వంగా అనుభూతి చెందారు.

కేవలం 30 రోజులలో మీ జీవితాన్ని ఎంత బాగుచేయ వచ్చునో తెలుస్తున్నది కదా! ఇప్పుడు ఇక మీ వంతు!

మొదటి అడుగు: మీ మొదటి ధ్యేయం నిర్ణయించండి

ఆరవ అధ్యాయంలో నేను యాభైరెండు మైళ్ళ అల్ట్రా మారథాన్ పరిగెత్తటానికి నా నిర్ణయం గుర్తు ఉన్నదా? ఎందుకు? పరిగెత్తటం అంటే నాకు ఇష్టంలేదు. కాని ఆ పని చేయగలిగిన వ్యక్తిని కావాలని, ఆ పని చేసిన వ్యక్తిని కలుసుకోవాలని నా కోరిక. ఇప్పుడు ఇక మీ వంతు. మీ అల్ట్రా మారథాన్ ఏమిటి? మీ సుఖారామానికి ఆ ధ్యేయం చెప్పరానంత దూరాన ఉన్నది. అది సాధించాలంటే మీరు ఎటువంటి వ్యక్తిగా రూపొందాలోకూడా మీకు తెలియదు. కాని ఆ వ్యక్తిని కలుసుకోవాలని, లేదా ఆ వ్యక్తిగా రూపొందాలని మీకు ఆశగా ఉన్నదా?

మీ ధ్యేయం నిర్ణయించుకోవాలంటే, మీ లక్ష్యాలు అన్నీ పరిశీలించండి. నా జీవితంలో నేను తలచినవన్నీ సాధించ గలగాలి. అలా సాధించగలిగిన వ్యక్తిగా మారాలంటే ఈ లక్ష్యాలలో ఏది నాకు ఆ శక్తి సామర్థ్యాలను కలిగిస్తుంది? అని ప్రశ్నించుకోండి. ఆ ప్రశ్నకు సమాధానమే మీ ధ్యేయం.

మీ ధ్యేయం మీకు ప్రేరణ కావాలి, మీకు శక్తినివ్వాలి. అదే రీతిన అది మిమ్మల్ని కొద్దో గొప్పో బెదిరించి, భయపెట్టవచ్చు కూడా. ఆ ధ్యేయం మిమ్మల్ని మీ ప్రస్తుత జీవనస్థితినుంచి చెప్పుకోదగిన ఉన్నత స్థాయికి చేర్చాలి. మీ శక్తిసామర్థ్యాలను పైమెట్టుకు చేర్చాలి. మీ ధ్యేయం మీకు పూర్తిగా సార్థకంగా ఉండాలి. కనుక మీరు మీకు ముఖ్యాతిముఖ్యమైన విలువలు, విషయాలు పరిశీలించి ఆ నిర్ణయం తీసుకున్నారని నిశ్చయించుకోండి.

అప్పుడు కొలతకు అందే అద్భుతం, సాకారమైన అద్భుతం ఎంచుకోండి. అది మీరు మీ జీవితంలో ఇప్పుడే విస్తృత పరచ గలగాలి. ఇదే మీ మొదటి ధ్యేయం.

రెండవ అడుగు: మీ ప్రక్రియ నిర్ణయించండి

మనం చేయదలచిన పని స్పష్టంగా తెలిసి ఉంటే మనకు శక్తి కలుగుతుంది. తర్వాత ఖచ్చితంగా ఏమి చేయాలో మనకు తెలిసి ఉంటే, అలా చేయటంవల్ల మనం గమ్యానికి చేరువ అవుతామని తెలిస్తే, ఆ అనివార్య సఫలత మన ప్రేరణకు ఇంధనం అవుతుంది. మీ ప్రక్రియ సాధ్యమయినంత సరళంగాను, ఆచరణయోగ్యంగాను ఉండేట్లు చూసుకోండి. ఒక పని మాత్రమే చేయటం అత్యుత్తమ పద్ధతి. మీ ప్రక్రియ ఏమిటో మీకు మొదట్లో తెలియకపోతే, అది తెలుసుకోవటానికి పరిశోధన, ఆ ప్రక్రియ నిర్ణయము తొలి ప్రక్రియ అవుతుంది. మీ ధ్యేయానికి సంబంధించిన వ్యాసాలకోసం గూగుల్ లో అన్వేషణ చేయండి. మీ విషయానికి సంబంధించిన ఉత్తమ పుస్తకాలకోసం అమెజాన్ లో వెతకండి. ఒక సమర్ధత పెంపొందించు కోవటం, ఒక ప్రావీణ్యం అధీనం చేసుకోవటం, లేదా ఒక విషయంలో ప్రవీణులు కావాలంటే, మీ ఆదిమ ప్రక్రియ అభ్యాసం/శిక్షణ కావచ్చు. ఇది ఒక జీవనశైలి అని గుర్తు ఉంచుకోండి.

రసెల్ సిమన్స్ *డూ యు!: 12 లాస్ టు యాక్సెస్ ది పవర్ ఇన్ యు టు అచీవ్ హ్యాపినెస్ అండ్ సక్సెస్* అన్న పుస్తకం రచించారు. అందులో ఆయన, "కొంతమంది 'పురస్కారం మీద దృష్టి పెట్టు' అని చెబుతారు. కాని నేను ఒప్పుకోను. మీ కళ్ళు ఆ పురస్కారం మీద లగ్నమై ఉంటే, మీరు తొట్రుపడతారు, ఎదురుగా ఉన్న వస్తువులమీద కూలుతారు. మీరు నిజంగా ముందుకు సాగాలని ఉంటే, మీ దృష్టి బాట మీద నిలకడ చేయండి." అంటారు. ఈ సందర్భంలో ఆ బాటే మీ ప్రక్రియ. ప్రతిఒక్క ప్రతిఫలానికి ముందు ఒక ప్రక్రియ ఉంటుంది. ఫలితాలకు ఉద్విగ్నంగా అంటిపెట్టుకుని ఉండక, మీ ప్రక్రియకు నిబద్ధులై ఉండటమే లక్ష్య సాధనకు కీలకం అని గుర్తు ఉంచుకోండి.

మూడవ అడుగు: ప్రతి ఒక్క రోజు మీ అద్భుత సమీకరణ ప్రమాణాలు వల్లె వేయటానికి సమయం కేటాయించండి

ప్రతి రోజూ క్రమంతప్పకుండా నిలకడగా పునశ్చరణ చేస్తేనే మన మనసులు ఆ నూతన సాధ్యాసాధ్యాలను అవగాహన చేసుకుంటాయి. ఒక ప్రమాణం ఒకసారో పది సార్లో జపించినంత మాత్రాన మీ ఆలోచనాసరళి మారబోవటంలేదు. ఇదికూడా ఒక వ్యాయామం. ప్రతిఫలం కలగాలి అంటే చిరకాలం దానిని నిలకడగా అభ్యాసం చేయాలి. మీ భయం స్థానంలో విశ్వాసంచేర్చి, ఆ విశ్వాసం అచంచలంగా కొనసాగాలంటే, దానిని ప్రతిరోజూ బలపరచాలి. ఇప్పుడు మీ దినచర్య బయటికి తీయండి. మీ ప్రమాణాలు వల్లెవేయటానికి ఒక సమయం నిర్ధారణ చేయండి. ఈ పని చేయటానికి మీకు కొన్ని నిమిషాలకు మించి పట్టదు. అప్పుడు మీరు దారిన పడతారు.

నాలుగవ అడుగు: మీ ప్రక్రియకు ఒక సమయం నిర్ణయించండి. దాని బాధ్యత మీదే.

అసాధారణ కృషి అంటే నిలకడగా క్రమం తప్పకుండా అనుకున్నపని చేయటం. పూర్వమే నిర్ణయించిన మీ ప్రక్రియ అమలు పరచటం, ప్రతిరోజూ మీ ధ్యేయానికి చేరువచేసే పని ఏదైనా ఒకటి, కనీసం ఒకటి తప్పకుండా చేయటం. నా దినచర్యలో ప్రతిరోజూ ఉదయం "మిషన్ టైం (ధ్యేయ సమయం)" అన్న శీర్షిక కింద అరవై నిమిషాలు కేటాయిస్తాను. అన్నిటికంటే ముందుగా నా ముఖ్య ధ్యేయం మీద నేను ముందుకు సాగుతున్నాను అని దృఢ పరుచుకోవటానికి ఈ సమయం వినియోగిస్తాను. ఈ పని చేసిన తర్వాతనే నేను మరొక విషయం మీదికి దృష్టి సారిస్తాను. మీ విషయంలో అది ముప్పై నిమిషాలు కావచ్చు, అరవై నిమిషాలు కావచ్చు. వారానికి ఐదు రోజులు కావచ్చు, ఏడు రోజులు కావచ్చు. ఉదయమా, సాయంత్రమా, ఉద్యోగంలోకి వెళ్లక మునుపా, వెళ్లి వచ్చిన తర్వాతనా? లేకపోతే అది శనివారంనాడు నాలుగు గంటలు, ఆదివారంనాడు నాలుగుగంటలు కావచ్చు. మీ కుటుంబంతో గడిపే సమయానికి, మీరు విశ్రాంతి తీసుకునే సమయానికి, ముందూ లేదా వెనకా కావచ్చు. మీ ప్రక్రియ మీరు ఉత్తమ స్థితిలో ఉన్నపుడు జరగాలి. అప్పుడే మీ శక్తి, మనసు, లగ్నం చేయగల శక్తి

ఉత్తమస్థాయిలో ఉంటాయి. నామటుకు నాకు ఉదయమే ఉత్తమ సమయం. మధ్యాహ్నం దాటితే నా బుర్ర పనిచేయదు.

ఇక్కడి నుంచి కదిలేముందు మీ నిబద్ధతను, మీ బాధ్యతను మీకు గుర్తు చేసే వ్యక్తిని వెతికి పట్టుకోండి వారు మీ జీవితంలో వ్యక్తులై ఉండాలి. మీ నిబద్ధత వారికికూడా ఉండాలి. మీరు క్రమంతప్పకుండా ప్రతిరోజూ ఆ ప్రక్రియ కొనసాగించేట్లు గుర్తు చేసి, మీరు ఆ ప్రక్రియ నిర్ణీత సమయంలో చేసేట్లు చూడటం వారి బాధ్యత. వారు ఆ పని ఎలా చేస్తారు అన్నది మీరు ఇద్దరూ కలిసి నిర్ణయించాలి. అక్కడే మీ నిబద్ధత రూపు దిద్దుకుంటుంది. ఈ అడుగును గురించి పర్యావలోకనం చేయండి. మీ కార్యక్రమం సముచితం, సహేతుకం, స్థిరం అని దృఢ పరుచుకొండి.

ఐదవ అడుగు: ప్రతిరోజూ మీ ప్రక్రియ, మీ ప్రగతి నిర్ధారించండి

మీ తాత్కాలిక ఫలితాలకు ఉద్విగ్నంగా అంటిపెట్టుకు ఉండరు. కాని అక్కడ ఏమి జరుగుతున్నదో మీకు తెలిసి ఉండాలి. కొన్ని సమయాలలో మార్గమధ్యంలో మన ప్రక్రియ మార్చవలసిన, సవరించవలసిన అవసరం ఏర్పడవచ్చు. మిగతా సమయాలలో మన ప్రగతి ఎలా ఉన్నదో పరిశీలించటానికి తోడ్పడుతుంది. మీ ధ్యేయంపట్ల మెలకువగా ఉండటానికి, మీ వేగగతి నిలకడగా సాగటానికి రోజూ వ్రాయటం అలవాటు చేసుకోమని నా సలహా. గతదినం ఎలా గడిచిందో కొందరు ఉదయమే ఆలోచించి వ్రాస్తారు, మరికొందరు ఆ రోజు జరిగిన విషయాలను ఆనాటి రాత్రి నెమరు వేస్తారు. మీకు ఏది అనువుగా ఉంటుందో మీరే నిర్ణేతలు.

మీకు సహాయకారిగా కొన్ని ప్రశ్నలు:

1. గత 24 గంటలలో నా ఘనవిజయం ఏమిటి?
2. నేను నా ప్రక్రియ అనుసరించానా?
3. ఏ రంగంలో అన్నిటికంటే పెద్ద విజయం సాధించాను?
4. నేను వేరుగా, మేలుగాచేసి ఉండవలసింది ఏదైనా ఉన్నదా?
5. ఇప్పటివరకు నేను నేర్చుకున్న పాఠాలు ఏమిటి?
6. నా ప్రక్రియలో ఏవైనా మార్పులు, చేర్పులు చేయాలా?
7. నేను మరెవరినైనా సలహా, ప్రతిపుష్టి అడగాలా?

డౌన్ లోడ్ సదుపాయం: పైన జాబితాలో చూపిన ప్రశ్నలు (ఇంకా చాలా) అద్భుత సమీకరణం – 30 రోజుల సవాలు అభ్యాస పుస్తకంలో చేర్చి ఉన్నాయి. www.tmebonuses.com దర్శించండి.

ఆరవ అడుగు: ప్రతి ఒక్క ధ్యేయము ముగిసిన తర్వాత మీ అనుభవం సమీక్షించండి.

సఫలత సాధించే వ్యక్తులలో, బృందాలలో ఒక విశిష్ట లక్షణం ఉన్నది. ఒక ప్రాజెక్ట్ పూర్తయిన తర్వాత అందులో నేర్చుకున్న పాఠాలు పర్యావలోకనం చేయటానికి వారు సమయం వెచ్చిస్తారు. అందులో భవిష్యత్తులో ఉపయోగపడే వాటిని గుర్తిస్తారు. మీ లక్ష్యాలలో ప్రతిఒక్కటీ ముఖ్యమని మీకు తెలుసు. కాని ఆ లక్ష్యాలద్వారా మీలో పెంపొందే లక్షణాలు, గుణగణాలు (మీలో కలిగే మార్పు, పరివర్తన) అతి విలువైనవి. మీ ధ్యేయానికి చేరుకునే మార్గంలో నేర్చుకున్న విలువలు, గుణగణాలు అలవరుచుకోవటమే అద్భుతాల ప్రవీణులు కావటానికి ఆలంబనం.

మీ శుభారంభానికి మరికొన్ని ప్రశ్నలు.

1. నేను నా లక్ష్యం చేరుకున్నానా?
2. నేను మరొక విధంగా, ఇంకా మెరుగుగా చేయవలసింది ఏమైనా ఉన్నదా?
3. ఇందులో నేను నేర్చుకున్నది ఏమిటి?
4. నా తర్వాతి ధ్యేయానికి నేను చేయవలసిన మార్పులు ఏమిటి?

బయలుదేరే ముందు...

మీరు మీ ప్రప్రథమ ధ్యేయానికి సిద్ధం అవుతున్నారు. అద్భుతాల ప్రవీణులుగా జీవించటానికి, మీరు ఊహించగలిగిన అసాధారణ జీవితం సృష్టించటానికి అవసరమైన ప్రతిఒక్క సాధనము మీచెంత ఉన్నదని తెలుసుకోండి. నిజానికి ఆ సామర్థ్యాలు మీలో అప్పుడూ, ఇప్పుడూ, ఎప్పుడూ ఉన్నాయి. నేను కేవలం వాటిమీద ఒక టార్చ్ లైట్ ఫోకస్ చేశాను. మన కలయికలో మీరు నేర్చుకోవలసినదంతా నేర్చుకున్నారనే ఆశిస్తాను. మీ మొదటి ప్రయత్నంలోనూ, ఆ తర్వాతి ప్రయత్నాలలోను మీకు దిగ్విజయం కలగాలని

శుభాశయాలు, శుభకామనలు తెలుపుతున్నాను. మీ ఘనమైన లక్ష్యాలను సాధ్యాసాధ్యాలనుంచి సంభావాలకు...అక్కడినుంచి అనివార్యాలకు కదిలించటానికి మధ్య రెండే రెండు నిర్ణయాలు నిలిచి ఉన్నాయి. అద్భుతాలు సృష్టించవలసిన తరుణం ఆసన్నమయింది.

ముగింపు

ఇప్పుడు మీరు ఏమి చేయబోతున్నారు?

ఇప్పుడు ఇది అంతం కాదు.

ఆ అంతానికి మొదలు కూడా కాదు.

కాని, బహుశ ఆ ఆరంభానికి అంతం కావచ్చు.

- విన్స్టన్ చర్చిల్

మనం కలిసిఉన్న సమయంలో చాలా విషయాలు ముచ్చటించాము. ఇంత సమయం నాతో గడిపినందుకు చివరిదాకా నాతో ఉన్నందుకు చాలా ధన్యవాదాలు. ఇక్కడే మీ ప్రయాణం మొదలవుతుంది. అద్భుతాలు అంటే ఏమిటో విపులీకరించటానికి ప్రయత్నం చేశాను. అవి సాధించటం ఎంత సాధ్యమో, వాస్తవమో కూడా మీకు వివరించటానికి ప్రయత్నించాను. అద్భుతాలు అంటే చాలామంది మర్మము, గోప్యము అనుకుంటారు. ఈ పుస్తకం చేతికి తీసుకున్నప్పుడు మీరుకూడా అదే అనుకోని ఉండవచ్చు. కాని అద్భుతాలలో మర్మము, రహస్యము ఏమీ లేవు. కనీసం మీరు గుర్తించి, సృష్టించబోయే అద్భుతాలలో అటువంటివి ఏమీ లేవు. మీరు సృష్టించబోయే అద్భుతాలు కొలతకు అందుతాయి, కంటికి కనబడుతాయి.

అద్భుత సమీకరణం అనుసరించి, మనం మాట్లాడిన వ్యూహాలు ప్రయోగించి అద్భుతాలు ఒకదానితర్వాత మరొకటి సృష్టించటమే మీ జీవన విధానం అవుతుంది. ఈ పుస్తకంలో పరిశోధించిన రెండు నిర్ణయాలు గట్టిగా పట్టుకున్నంత కాలం మీ సఫలత అనివార్యం, ఎవరూ ఆపలేరు, ఏ శక్తీ అడ్డుకోలేదు. మీరు తలుచుకున్నది ఏదైనా సాధ్యమేనని తెలుసుకుంటారు. అది చాలాపెద్ద హామీ అని నాకు తెలుసు. అలా కాదు అంటే నేను ఒప్పుకోలేను. ఎందుకంటే, ఆ హామీ నిజం కావటం నేను చెప్పరానన్నిసార్లు కళ్ళారా చూశాను.

ప్రాణాపాయ పరిస్థితులను కూడా అధిగమించే అవకాశాలు కలిగిన అదృష్ట వంతుడిని నేను. దాదాపు రెండు దశాబ్దాల పాటు అద్భుత సమీకరణం అనుసరించి జీవించటానికి కంకణం కట్టుకుని నేను కోరిన జీవితం సృష్టించుకున్నాను. ఇతరుల అద్భుతాలలో పాలుపంచుకునే మహదవకాశం కూడా నాకు దొరికింది. వారందరూ తమ అంతరంగ పోరాటాలు అధిగమించి, ఒకనాడు వారు అసాధ్యమనుకున్న ఎల్లలు దాటారు. ఇదంతా మాయామర్మాలవల్ల జరగలేదు. దృశ్యఫలకం కన్నార్పకుండా చూస్తూ కూర్చోవటంవల్ల జరగలేదు. రెండే రెండు నిర్ణయాలు – మనస్ఫూర్తిగా ఆ నిర్ణయాలు చేసి, పట్టువదలకుండా వాటిని అనుసరించటం. అచంచల విశ్వాసము, అసాధారణ కృషి. చరిత్రలో ఘనాతిఘన విజయాలు సాధించిన మహామహులందరూ అనుసరించినవి ఆ రెండు నిర్ణయాలే.

మీరు కూడా ఆ అనుభవం పొందవచ్చు. మీ జీవితంలో అసాధారణమైన మార్పులు తీసుకు రావచ్చు. మీరు ఊహించిన దానికంటే వేగంగా ఆ మార్పులు తీసుకు రావచ్చు. రాబోయే 30 రోజులలో మిమ్మల్ని పట్టి వెనక్కు లాగుతున్న భయాలు, శంకలు, అంతరంగ పోరాటాలు అన్నీ అధిగమించవచ్చు. ఇంతకు మునుపు మీరు అసాధ్యం అనుకున్న వాటిని సాధించగల శక్తి మీలో ఉన్నది. మీకు హద్దులు అంటూ లేవు. మీరు కోరుకున్న జీవితం, మీరు సృష్టించటానికి సిద్ధంగా ఉన్న జీవితం మీ జన్మహక్కు.

మీ ఘనాతిఘన లక్ష్యాలు సాధ్యాసాధ్యాల నుంచి సంభావ్యతకు, అక్కడినుంచి అనివార్యతకు నడిపిస్తారా లేదా అన్నది మీ చేతిలో ఉన్న విషయం. చివరికి మీరు చేసి తీరుతారు. అద్భుత సమీకరణం ప్రయోగించినప్పుడు సమయమే అక్కడ అన్నిటినీ మించిన చరరాశి. మీ ధ్యేయం సాధించటానికి ఎంతకాలం పడుతుంది అన్న ప్రశ్నకు సమాధానం. పనులు జరగటానికి మనం అనుకున్నదానికంటే, ఆశించిన దానికంటే ఎక్కువ కాలం పడుతుంది. కాని ప్రతిఫలం ఎప్పుడూ ఆ కృషికి తగినట్లు ఉంటుంది. ఇంతకాలం కాచుకొని ఉండటం మన మంచికే అనిపిస్తుంది.

మీరు ఉన్న చోటికంటే ఇంకా ముందు ఉండి ఉండవలసిందనీ, మరొకరు చేరిన చోటికి మీరు చేరిన చోటికీ తారతమ్యాలు లేక్కవేస్తూ ఉంటే ఒక విషయం గుర్తు ఉంచుకోండి. ఇంతకాలము మీరు చేరుకోవాలని ప్రయత్నిస్తున్న గమ్యం చేరిన తర్వాత, అంతకంటే ముందు వచ్చి ఉండవలసిందని ఎన్నడూ అనుకోరు. ఆ ప్రయాణము, ఆ సమయము పరిపూర్ణం అని మీరు తెలుసుకుంటారు. దారిలో ఎదురైన ఆటంకాలు, సవాళ్లు మీ వ్యక్తిత్వ వికాసానికి సోపానాలు. కనుక ప్రస్తుతం మీరు ఎక్కడ ఉన్నాసరే, ఉన్నచోట ప్రశాంతంగా ఉండండి. ఇప్పుడు మీరు చేర దలుచుకున్న చోటికి ప్రయాణంలో ప్రతిరోజూ తగిన అభివృద్ధి కలిగేట్లు అనుగుణమైన తొందరపాటు చూపండి. మీరు మీ గమ్యం చేరుతారు. సరయిన సమయానికి చేరుతారు.

ఈ పుస్తకం పరిచయం మీకు గుర్తు ఉన్నదనుకుంటాను. ఈ పుస్తకం ద్వారా ఒక్కొక్కరుగా మానవాళి చైతన్యం ఉన్నతం చేయాలి అని నా నిబద్ధత. అది చదివినప్పుడు మీ కళ్ళు గిరగిర తిరిగి ఉండవచ్చు. కాని ఇప్పుడు ఆ ధ్యేయం సాధ్యాసాధ్యాలు మీరు గ్రహించ గలరనుకుంటాను. అది జరిగిందని నాకు నమ్మకం కలిగేటంత వరకూ నేను ఈ లక్ష్యం సాధించటానికి అద్భుత సమీకరణం ప్రతి ఒక్కరోజు ప్రయోగిస్తూనే ఉంటాను. శుద్ధము, సరళము. కాలక్రమేణ నా ధ్యేయం సాధ్యాసాధ్యాల నుంచి సంభావ్యతకు, అక్కడినుంచి అనివార్యతకు కదులుతుందని నాకు తెలుసు. నాన్యః పంథా.

మరి...మీ సంగతి ఏమిటి? మీ మొదటి ధ్యేయం ఏమిటో నిర్ణయించుకున్నారా? 30 రోజుల సవాలు కు సిద్ధమవుతున్నారా?

మీరు సిద్ధమవుతూ ఉంటే, మీ ఆలోచనలు మిమ్మల్ని అధిగమించి విస్తరింప జేయండి. మన వ్యక్తిగత విషయాలలో అద్భుతాలు సృష్టించటం (ఈ అద్భుతాలు ముఖ్యమైనవి) సామాన్యమైన విషయం ఏమీ కాదు. కాని మనం ఘనాతిఘనమైన చిత్రంనుంచి దృష్టి మరల్చ కూడదు. కొలతకు అందే అద్భుతాలు వాస్తవం చేయటం ఇపుడు మీకు తెలుసు. కాని ఎటువంటి అద్భుతాలు సృష్టిస్తారు అన్న బాధ్యత మీ భుజస్కందాలమీద ఉన్నది. మీ చుట్టూ ప్రపంచాన్ని పరికించి చూడండి. అందులో లోపం ఏమి కనబడుతున్నది? మీరు ఇంకా ఏమి చూడ దలుచుకున్నారు? మీరు ఇక్కడికి వచ్చినందుకు గుర్తుగా మీరు ఏమి వదల బోతున్నారు? ఎక్కడ వదల బోతున్నారు? వారసత్వంగా మీరు ఏమి వదల బోతున్నారు? నిజమే, మీతోను, మీ కుటుంబంతోనూ మొదలు పెట్టండి. అప్పుడు మీ సమాజంలోకి కదలండి. అక్కడినుంచి ఎదగండి. అద్భుతాల ప్రవీణులుగా మీరు ఇతరులను కూడా అపారంగా ప్రభావితులను చేయగలరు. ఆ బాధ్యత మనం ఎవరమూ చులకనగా చూడకూడదు.

ఆ రెండు సరళ నిర్ణయాలకు అనుగుణంగా జీవిస్తే, మీ ఎదట సాధ్యాసాధ్యాల నూతన ప్రపంచం మరొకటి కళ్ళు తెరుస్తుంది. ఆ సాధ్యాసాధ్యాలలో మీరు వేటిని అనివార్య స్థితికి చేరుస్తారో మీ చేతిలో ఉన్న విషయం. మీకు అపజయం అంటూ ఉండదు. కనుక ఏ కలా, ఏ ధ్యేయమూ మీకు అతీతం కాదు. మీరు నేర్చుకుంటారు, ఎదుగుతారు. మునుపటికంటే మేలైన వ్యక్తిగా రూపొందుతారు. మీరు సృష్టించే అద్భుతాలు వినటానికి నేను ఆత్రుతగా ఎదురు చూస్తూ ఉన్నాను.

వందనాలు

ఒక బిడ్డను పెంచటానికి ఒక గ్రామం అవసరమైతే, ఒక పుస్తకం వ్రాయటానికి రెండు గ్రామాలు కావాలి. కింద చెపిన వారందరూ నా గ్రామస్తులు. వారందరికీ నా హృదయపూర్వక ధన్యవాదాలు తెలుపుకోవాలని నా కోరిక.

నా స్వప్నసుందరి నా జీవిత భాగస్వామి ఉర్సులా. నువ్వు అత్యంత అపరూపమైన భార్యవు, తల్లివి, మానవివి. నీతో నా జీవితం పంచుకోవటం నా అదృష్టం. నేను చేపట్టిన ప్రతి ఒక్క పనీ నీ అచంచలమైన తోడ్పాటుతో సాధ్యం చేస్తావు. నా హృదయం నీది. కాకపోతే నువ్వు దానిని మరొక ఇద్దరితో పంచుకోవాలి...

మన పిల్లలు సోఫీ, హాల్సేన్. మీ ఇద్దరూ నా ఉచ్ఛ్వాస నిశ్వాసాలు. ఈ ప్రపంచంలో నాకు మీరు ఇద్దరే అన్నిటికంటే మిన్న.

నా తల్లిదండ్రులు మార్క్, జూలీ. నేను నా జీవితం ఆరంభంలోకి వెళ్లి తల్లిదండ్రులను ఎంచుకోవలసి వస్తే, నేను ఎంచుకునేది మీ ఇద్దరినే. మీ ఇద్దరి అవ్యాజ ప్రేమ అనురాగాలు, ప్రబావం వల్లనే నేను ఈనాడు ఈ స్థితికి ఎదగ గలిగాను.

నా సోదరి హెలీ. నామీద నీకు ఎనలేని నమ్మకం. నువ్వంటే నాకు ప్రగాఢమైన ఆప్యాయత. ఆదరణ.

నా ఆపరేషన్ డైరెక్టర్ టిఫానీ స్వెన్ హార్ట్. నా జీవితానికి నువ్వు ఎంత విలువ కూర్చావో, నిన్ను నేను ఎంత మెచ్చుకుంటానో చెప్పటానికి మాటలు చాలవు. నువ్వు అందరిలోకి మిన్న టిఫ్!

జాన్ బెర్గాఫ్ – నా సన్నిహిత స్నేహితుడు, వ్యాపారంలో భాగస్వామి. క్యాన్సర్ తో పోరాడుతూ నేను హాస్పిటల్ లో ఉన్నపుడు నన్ను నా కుటుంబాన్ని

ఆదుకోవటానికి నువ్వు చేసిన సాయం ఎన్నటికీ మరువలేను. నువ్వంటే నాకు చాలా ప్రేమ మిత్రమా!

ఆనోరీ కోర్డర్ – నా స్నేహితులు, మిరకిల్ మార్నింగ్ పుస్తక శ్రేణి సృష్టిలో సహస్రష్ట. క్యాన్సర్ తో పోరాడుతూ నేను హాస్పిటల్‌లో ఉన్నపుడు నాకు, నా కుటుంబానికి నువ్వుకూడా సాయం చేశావు. (ఆ శ్రేణిలో నువ్వు రెండు పుస్తకాలు ప్రచురించా వనుకుంటాను). నువ్వంటే నాకు ప్రేమ HC!

జాన్ మాస్, సేలేస్టీ ఫైన్ – స్టెర్లింగ్ లార్డ్ లిటేరిస్టిక్‌లు నా ప్రపంచస్థాయి ఏజంట్లు. ఈ పుస్తకం యదార్థం చేయటంలో వారి అచంచల విశ్వాసానికి, అసాధారణ కృషికి నా ధన్యవాదాలు.

ఎమిలీ క్లైయిన్ – నా ADHD మెదడు ఏకాగ్రం చేయటానికి, పొందిక తప్పిన నా స్ఫూర్తికి పొందిక ఇచ్చి పాఠకులకు పొందికగల భావాలుగా రూపు దిద్దిన వ్యక్తి. నా ధన్యవాదాలు.

డయానా బరోని, పెంగ్విన్ రాండం హౌస్ బృందం – ఈ అద్భుత సమీకరణంలో విశ్వాసం ఉంచి బయటికి తెచ్చినందుకు అందరికీ ధన్యవాదాలు.

ప్రతి ఉదయం లేచినప్పటినుంచీ మీ సంభావ్యశక్తి చేరుకోవటానికి ప్రయత్నిస్తూ, ఆ కార్యం సాధించటానికి పరస్పరం తోడ్పడుతూ ఉన్న ప్రపంచ మిరకిల్ మార్నింగ్ సమాజంలో ప్రతి ఒక్కరికీ నా ధన్యవాదాలు. మనం అందరమూ కలిసి ప్రతి ఒక్క ఉదయమూ మానవాళి చైతన్యం మెరుగు పరుస్తున్నాం. నాకు మీ అందరిపట్ల చాలా ప్రేమ.